ശിശു–കൗമാര

മാനസികാരോഗ്യം

പ്രശ്നങ്ങളും സമീപനങ്ങളും

sisu-koumara
manasikarogyam
prasnangalum sameepanangalum
•
dr. r jayaprakash
•
first edition
july 2007
•
second edition
january 2011
•
typesetting & published
chintha publishers, thiruvananthapuram
•
cover
rajesh k

വിതരണം
ദേശാഭിമാനി ബുക്ക് ഹൗസ്
H O തിരുവനന്തപുരം–695 001

ബ്രാഞ്ചുകൾ
ഓവർബ്രിഡ്ജ് തിരുവനന്തപുരം • കെ എസ് ആർ ടി സി ബസ് സ്റ്റേഷൻ ആലപ്പുഴ • കെ എസ് ആർ ടി സി ബസ് സ്റ്റേഷൻ എറണാകുളം • കലൂർ കൊച്ചി • ഐ ജി റോഡ് കോഴിക്കോട് • മാവൂർ റോഡ് കോഴിക്കോട് • എൻ ജി ഒ യൂണിയൻ ബിൽഡിങ് കണ്ണൂർ • സെൻട്രൽ ബസ് ടെർമിനൽ കോംപ്ലക്സ് താവക്കര കണ്ണൂർ • മച്ചിങ്ങൽ ലെയ്ൻ തൃശൂർ

CR - 1057 / 2632

ശിശു-കൗമാര

മാനസികാരോഗ്യം

പ്രശ്നങ്ങളും സമീപനങ്ങളും

ഡോ. ആർ ജയപ്രകാശ്

ചിന്ത പബ്ലിഷേഴ്സ്
തിരുവനന്തപുരം-695 001
വില: ₹ 75

ഡോ. ആർ ജയപ്രകാശ്

കൊല്ലത്ത് വള്ളിക്കീഴിൽ 1965 ൽ ജനനം. അച്ഛൻ: കാവിന്റെ തെക്കേതിൽ വി കെ രാഘവൻ, അമ്മ: കെ സരസമ്മ.

വള്ളിക്കീഴ് ഗവ. ഗേൾസ് ഹൈസ്കൂൾ, മുളങ്കാടകം സാലിഹാ മെമ്മോറിയൽ ഹൈസ്കൂൾ, കൊല്ലം എസ് എൻ കോളേജ് എന്നിവിടങ്ങളിലായി സ്കൂൾ കോളേജ് വിദ്യാഭ്യാസം. ആലപ്പുഴ ടി ഡി മെഡിക്കൽ കോളേജിൽ നിന്ന് MBBS, മദ്രാസ് മെഡിക്കൽകോളേജിൽനിന്ന് DPM, ആലപ്പുഴ ടി ഡി മെഡിക്കൽകോളേജിൽനിന്ന് MD, DCH ബിരുദങ്ങൾ. കൂടാതെ NIMHANS ബാംഗ്ലൂരിൽനിന്ന് ശിശു–കൗമാര മാനസികാരോഗ്യവിഭാഗത്തിലും JIPMER പോണ്ടിച്ചേരിയിൽനിന്ന് എജ്യൂക്കേഷണൽ സൈക്കോളജിയിലും പ്രത്യേക പരിശീലനം.

ഇപ്പോൾ തിരുവനന്തപുരം ഗവ. മെഡിക്കൽകോളേജ്, എസ് എ റ്റിയിലെ ശിശുരോഗവിഭാഗത്തിൽ അസിസ്റ്റന്റ് പ്രൊഫസർ ആയി ജോലി ചെയ്യുന്നു.

ജനകീയ ഡോക്ടർമാരുടെ തുറന്നവേദിയായ പീപ്പിൾസ് ഡോക്ടേഴ്സ് ഫോറത്തിന്റെ പ്രവർത്തകനാണ്. പു ക സ തിരു. ജില്ലാക്കമ്മിറ്റിയംഗം.

സ്കിസോഫ്രീനിയയെക്കുറിച്ചുള്ള പഠനത്തിനും കുട്ടികളുടെ പഠനപിന്നോക്കാവസ്ഥയെക്കുറിച്ചുള്ള പഠനത്തിനും ദേശീയതലത്തിൽ അംഗീകാരം ലഭിച്ചിട്ടുണ്ട്.

ഭാര്യ: ഡോ. ഷാരിജ.

മക്കൾ: സ്നേഹ, സമീര.

വിലാസം: പ്രകാശം, ടി സി 9/2113, ശ്രീകാര്യം പി ഒ ഇടവക്കോട്,
തിരുവനന്തപുരം. ഫോൺ: 0471 2593074

ഉള്ളടക്കം

അവതാരിക 7
എം എ ബേബി

മുഖവുര 9

സ്വഭാവരൂപീകരണവും വ്യക്തിത്വ വികസനവും 13

ശാസ്ത്രീയമായ ശിശുപരിപാലന രീതികൾ 20

ശിശുകൗമാര മാനസികാരോഗ്യ പ്രശ്നങ്ങൾ;
ഉറവിടങ്ങളും ചികിത്സാരീതികളും 29

കുട്ടികളിലെയും കൗമാരക്കാരിലെയും മാനസിക പിരിമുറുക്കം
കാരണങ്ങളും പരിഹാരമാർഗങ്ങളും 39

പഠനപ്രശ്നങ്ങൾ: കാരണങ്ങളും പരിഹാരമാർഗങ്ങളും 46

ഗ്രേഡിങ് സമ്പ്രദായത്തിലെ വിദ്യാഭ്യാസ
മന:ശാസ്ത്രവും വെല്ലുവിളികളും 59

മാധ്യമസ്വാധീനം കുട്ടികളിലും കൗമാരക്കാരിലും 73

കൗമാരവും കൗമാരലൈംഗികതയും 91

ശിശുകൗമാര മാനസിക രോഗാതുരത എങ്ങനെ പ്രതിരോധിക്കാം? 101

സമർപ്പണം

പ്രതികൂലമായ ജീവിതസാഹചര്യങ്ങളെ അതിജീവിച്ചും
പ്രതിസന്ധികളെ ആത്മവിശ്വാസത്തോടെ നേരിട്ടും
മുന്നോട്ടുപോകുവാൻ കുട്ടികളെ പ്രാപ്തരാക്കിയ
അറിയപ്പെടാത്ത
ആയിരമായിരം അമ്മമാർക്ക്

അവതാരിക

എം എ ബേബി

കുട്ടികളുടെയും കൗമാരപ്രായക്കാരുടെയും വ്യക്തിത്വ വികസന പ്രക്രിയയിൽ സാമൂഹിക-കുടുംബ സാഹചര്യങ്ങൾ നിർണായകമായ പങ്ക് വഹിക്കുന്നു. ജനിതകമായ ഘടകങ്ങളോടൊപ്പം ഇടപഴകുന്ന സമൂഹത്തിലെ രാഷ്ട്രീയ-സാമ്പത്തിക-സാംസ്കാരിക അവസ്ഥകളും കുടുംബബന്ധങ്ങളും സ്വഭാവരൂപീകരണത്തെ മുഖ്യമായി സ്വാധീനിക്കുന്നുണ്ട്. ദ്രുതഗതിയിൽ മാറിക്കൊണ്ടിരിക്കുന്ന ലോകസാഹചര്യങ്ങളും ഉദാരവൽകൃത സാമൂഹിക വ്യവസ്ഥിതിയും ഈ പ്രശ്നത്തെക്കുറിച്ചുള്ള പഠനങ്ങൾ സമൂഹത്തിൽ ഉണ്ടാകേണ്ടതിന്റെ ആവശ്യകത വ്യക്തമാക്കുന്നു.

ലോകജനസംഖ്യയിൽത്തന്നെ ഏകദേശം പകുതിയോളം 25 വയസിന് താഴെയുള്ളവരാണ്. ലോകത്തിന്റെ ഭാവിഭാഗധേയം നിർണയിക്കേണ്ട ഇത്തരക്കാർക്ക് സമൂഹത്തിൽ വെല്ലുവിളികൾ ഒട്ടേറെയാണ്. മുഖ്യധാര മാധ്യമങ്ങളുടെ സ്വാധീനം, ശാസ്ത്രസാങ്കേതികവിദ്യയുടെ അതിവേഗത്തിലുള്ള പുരോഗതി, ദൃശ്യ-ശ്രാവ്യമാധ്യമങ്ങൾ ചെലുത്തുന്ന സ്വാധീനം എന്നിവയൊക്കെത്തന്നെ കുട്ടികളുടെ വ്യക്തിത്വം രൂപാന്തരപ്പെടുത്തുന്നതിലെ മുഖ്യഘടകങ്ങളായി മാറിയിട്ടുണ്ട്. യുദ്ധക്കളങ്ങളിൽ തോക്കേന്തി നിൽക്കുന്ന ബാലന്മാരും സ്കൂളുകളിൽ സഹപാഠികളെ വെടിവെച്ചുകൊല്ലുന്ന കുട്ടികളും ചെറുപ്പകാലത്തുതന്നെ എയ്ഡ്സ് പോലെയുള്ള മാരകരോഗങ്ങൾക്കടിമപ്പെട്ടവരും എല്ലാം ഇന്നത്തെ സമൂഹത്തിലെ നിത്യക്കാഴ്ചകളാണ്.

ഇന്ത്യയിലെയും കേരളത്തിലെയും അവസ്ഥ കുറച്ചൊക്കെ വ്യത്യസ്തമാണെങ്കിലും സമാനതകൾ അസംഖ്യമാണ്. കൂട്ടുകുടുംബ വ്യവ

സ്ഥിതിയിൽനിന്നും അണുകുടുംബ വ്യവസ്ഥിതിയിലേക്കുള്ള മാറ്റവും ഗ്രാമീണ സമൂഹങ്ങളിൽനിന്നും ആഗോളവൽക്കരണ സമൂഹത്തിലേക്കുള്ള മാറ്റവും എല്ലാം ബഹുമുഖമായ വികാസത്തെ സ്വാധീനിക്കുന്നു. കുടുംബവും കുടുംബമൂല്യങ്ങളും വിലകൽപ്പിച്ചിരുന്ന കാലത്തിൽ നിന്നാണ് ഇന്ന് തീർത്തും വ്യത്യസ്തമായ ഒരു വ്യവസ്ഥിതിയിലേക്ക് നാം എത്തിച്ചേർന്നുകൊണ്ടിരിക്കുന്നത്. ഈ പരിവർത്തനം സൃഷ്ടിച്ചിട്ടുള്ള സാമൂഹ്യഘടനയ്ക്കുള്ളിൽ നിന്നുകൊണ്ട് സഹവർത്തിത്വത്തിലും സമത്വത്തിലും അധിഷ്ഠിതമായ സാഹചര്യം സൃഷ്ടിക്കേണ്ടതുണ്ട്.

കൗമാരഘട്ടത്തിൽ ശാരീരികവും മാനസികവുമായ മാറ്റങ്ങൾ ദ്രുതഗതിയിൽ നടക്കുന്നു. പിൽക്കാലത്തുള്ള വ്യക്തിഗത ജീവിതത്തിലും സാമൂഹ്യ ഇടപെടലുകളിലും ഈ ഘട്ടത്തിൽ ആർജ്ജിക്കുന്ന സ്വഭാവ സവിശേഷതകൾ നിർണായകമായ സ്വാധീനം ചെലുത്തുന്നു. ഇത്തരുണത്തിലാണ് കൗമാര വിദ്യാഭ്യാസത്തെക്കുറിച്ചുള്ള സങ്കൽപ്പം പ്രസക്തമാകുന്നത്. തനിക്കും ചുറ്റുപാടും നടക്കുന്ന മാറ്റങ്ങളെക്കുറിച്ചുള്ള ശാസ്ത്രീയമായ അവബോധവും അറിവും അതു സ്വാംശീകരിക്കാനുള്ള കഴിവും കുട്ടിക്ക് ഉണ്ടാകേണ്ടിയിരിക്കുന്നു. വിമർശനാത്മകമായി ഓരോ വിഷയത്തെയും കാണുവാനും ധൈഷണികമായി ചിന്തിക്കുന്നതിനും സർഗ്ഗശേഷി വികസിപ്പിക്കുന്നതിനും സഹായകമായ ഒരു പരിസരവും അത്യാവശ്യമാണ്. ഇതിനെയെല്ലാം കുറിച്ചുള്ള വിവരങ്ങളുടെ അടിസ്ഥാനത്തിൽ ശാസ്ത്രീയമായ അപഗ്രഥനം നടത്തി തയ്യാറാക്കിയിട്ടുള്ള ഈ ഗ്രന്ഥം ഈ വിഷയങ്ങളെക്കുറിച്ച് പഠിക്കുന്നവർക്ക് വളരെ ഉപകാരപ്രദമാകും.

ഗ്രേഡിങ് സമ്പ്രദായത്തിന് ശക്തമായ ഒരു വിദ്യാഭ്യാസ മനഃശാസ്ത്രത്തിന്റെ അടിസ്ഥാനമുണ്ട്. ഇത് നടപ്പാക്കുമ്പോൾ അനുഭവപ്പെടുന്ന പ്രശ്നങ്ങൾ ഈ പുസ്തകത്തിൽ പ്രതിപാദിക്കുന്നുണ്ട്. കൂടാതെ ദൃശ്യമാധ്യമങ്ങൾ കുട്ടികളിലും കൗമാരപ്രായക്കാരിലും ചെലുത്തുന്ന സ്വാധീനവും ഈ ഗ്രന്ഥത്തിൽ ആഴത്തിൽ പരിശോധിച്ചിട്ടുണ്ട്.

ദൃശ്യമാധ്യമങ്ങൾ ഇന്ന് കേരളത്തിൽ ശക്തമായ സാന്നിദ്ധ്യമാണ് എന്ന് ചൂണ്ടിക്കാണിച്ചുവല്ലോ. അതെങ്ങനെ കൗമാരക്കാരിലും കുട്ടികളിലും ദുഃസ്വാധീനമുണ്ടാക്കുന്നുവെന്ന് കണ്ടെത്തിയാലേ ഈ മാധ്യമത്തെ ആരോഗ്യകരമായി ഉപയോഗിക്കാനുള്ള സാധ്യത മനസ്സിലാക്കാനാകൂ. കുടുംബത്തിലും പുറത്തും ഇതെങ്ങനെ കൈകാര്യം ചെയ്യാമെന്നു പരിശോധിക്കുന്ന ഈ പുസ്തകം ഭാഷയുടെ കൃത്യതകൊണ്ടും ആശയത്തിന്റെ സവിശേഷതകൊണ്ടും ശ്രദ്ധേയമാണ്. വ്യാപകമായ വായനയ്ക്കും ചർച്ചയ്ക്കും ഈ കൃതി പ്രചോദനമാകട്ടെ എന്നു ഹൃദയപൂർവ്വം ആശംസിക്കുന്നു.

മുഖവുര

കുട്ടികളുടെയും കൗമാരക്കാരുടെയും സ്വഭാവരൂപീകരണ വ്യക്തിത്വവികാസപ്രക്രിയയെ സംബന്ധിച്ച് ചർച്ചചെയ്യുന്ന ഒരു ഗ്രന്ഥമാണിത്. കുട്ടികളുടെ വ്യക്തിത്വവികസനപ്രക്രിയയിൽ ഫലവത്തായി ഇടപെട്ടുകൊണ്ട് അവരിൽ ഗുണപരമായ മാറ്റം സൃഷ്ടിക്കുന്നതിന് നമുക്ക് കഴിയുന്നതാണ്. എന്നാൽ അത് എങ്ങനെ സാധിക്കും? ഇത് ഒരു പ്രധാന ചോദ്യമാണ്. മാതാപിതാക്കൾ അവലംബിക്കുന്ന ശിശുപരിപാലനരീതി കുട്ടികളുടെ വ്യക്തിത്വവികസനപ്രക്രിയയേയും സ്വഭാവരൂപീകരണത്തേയും നിർണ്ണായകമായി സ്വാധീനിക്കുന്നു. അതേസമയം ശാസ്ത്രീയമായ ശിശുപരിപാലനരീതിയെക്കുറിച്ച് മാതാപിതാക്കൾക്കിടയിലും പൊതുസമൂഹത്തിലും ഏറെ അശാസ്ത്രീയതകളും തെറ്റായ ധാരണകളും നിലനിൽക്കുകയും ചെയ്യുന്നു. കുട്ടിയെ അടിക്കാമോ? എങ്കിൽ എത്രമാത്രം? ശാസ്ത്രീയമായ ശിക്ഷണരീതിയെന്ത്......? ശരിയായ ശിശുപരിപാലനരീതിയെക്കുറിച്ച് ഒരേസമയം മാതാപിതാക്കൾക്കിടയിലും അക്കാദമിക സമൂഹത്തിലും പൊതുസമൂഹത്തിലും ചർച്ചകൾ ഉയർത്തിക്കൊണ്ടുവരേണ്ടതുണ്ട്.

ഒരു കുട്ടിയെ എങ്ങനെ ശരിയായരീതിയിൽ വളർത്തിക്കൊണ്ടുവരാമെന്നതുപോലെ തന്നെ ശിശുവികാസ മാനസികാരോഗ്യപ്രശ്നങ്ങളും (Developmental disorders and Mental health problems) സമൂഹത്തിലേറ്റവുമധികം ചർച്ചചെയ്യപ്പെടുന്ന വിഷയങ്ങളിലൊന്നായി മാറിയിട്ടുണ്ട്. മാറിവരുന്ന ആഗോളീകൃത സാമ്പത്തിക – സാമൂഹിക സാംസ്കാരിക സാഹചര്യത്തിൽ കുട്ടികളുടെയും കൗമാരക്കാരുടെയും മാനസികാരോഗ്യവിഷയങ്ങൾക്ക് വീണ്ടും പ്രാധാന്യം വർദ്ധിക്കുന്നു. ഇന്നലെകളിൽ

'ശല്യക്കാരനായ കുട്ടി'യെ ദുർഗുണപരിഹാരപാഠശാലയിലേക്ക് അയക്കുകയെന്നതായിരുന്നു സമീപനമെങ്കിൽ ഇപ്പോൾ അതെന്തുകൊണ്ടുണ്ടാകുന്നു, എങ്ങനെ പരിഹരിക്കാം, തുടങ്ങിയ ചിന്തകൾ ഉയർന്നുവരുന്നുണ്ട്. കുട്ടികളിലുണ്ടാകുന്ന ഹൈപ്പർആക്റ്റിവിറ്റി, സ്വഭാവവൈകൃതങ്ങൾ, അതിരുകടന്നകോപം, അനുസരണയില്ലായ്മ, മോഷണശീലം, പഠനപിന്നോക്കാവസ്ഥ, പരീക്ഷാഭീതി, ഉൽകണ്ഠ എന്നിവ മാതാപിതാക്കളെ അലട്ടുന്ന നിത്യപ്രശ്നങ്ങളാണ്. മദ്യം, മയക്കുമരുന്നുപയോഗം, ഒളിച്ചോട്ടം എന്നിങ്ങനെയുള്ള അതീവ ഗൗരവമാർന്ന പ്രശ്നങ്ങളും ചില കൂട്ടരിൽ കണ്ടുവരുന്നു.

ഇന്നത്തെ സാഹചര്യത്തിൽ കൗമാരക്കാരുടെ പ്രശ്നങ്ങൾ പ്രത്യേക പരാമർശമർഹിക്കുന്നു. ശാരീരിക–മാനസിക വൈകാരികവളർച്ചയുടെ ഭാഗമായി വ്യക്തി–കുടുംബ വിദ്യാഭ്യാസതലങ്ങളോടൊപ്പം വൈകാരിക ലൈംഗികവിഷയങ്ങളിലുണ്ടാകുന്ന പുത്തൻ താൽപ്പര്യവും ആകാംക്ഷയും കൗമാരക്കാരിൽ ആന്തരികമായ പ്രതിസന്ധി സൃഷ്ടിക്കുന്നു. ഇത് എല്ലാവരിലും ഒരേപോലെ പ്രകടമാകണമെന്നില്ല. ഇത്തരത്തിൽ ആന്തരികമായ പ്രതിസന്ധി അഭിമുഖീകരിക്കുന്ന അതേവേളയിൽ അക്കാദമികമായി ഏറ്റവും നിർണ്ണായകമായ ഘട്ടമെന്ന നിലയിൽ നിരന്തരമായി പഠനപ്രക്രിയയിൽ മുഴുകുവാൻ സാമ്പ്രദായികമായി കൗമാരക്കാരൻ/കൗമാരക്കാരി നിർബന്ധിതമാകുകയും ചെയ്യുന്നു. നല്ല മാർക്ക് വാങ്ങുവാൻ മാതാപിതാക്കളും അദ്ധ്യാപകരും ഉപദേശിച്ചുകൊണ്ടേയിരിക്കും. ഒപ്പം ഒരു നല്ല സാമൂഹികജീവിയായി മാറുവാൻ സമൂഹവും അവനെ/അവളെ പ്രേരിപ്പിക്കുകയും ചെയ്യുന്നു. ഇതിനെല്ലാം പുറമേയാണ് ദൃശ്യമാധ്യമങ്ങളുടെ സ്വാധീനവും പ്രലോഭനങ്ങളും. ഇത്തരമൊരു ദശാസന്ധിയിലാണ് നമ്മുടെ കുട്ടി നിൽക്കുന്നതെന്ന് പാവം മാതാപിതാക്കളും ഒരളവുവരെ അദ്ധ്യാപകരും അറിയുന്നതേയില്ല. അവരുടെ പ്രത്യേകമായ അവസ്ഥയെക്കുറിച്ച് ബോദ്ധ്യമുള്ളവർക്ക് ഈ വളർച്ചാഘട്ടത്തിൽ എങ്ങനെ അവരുടെ പ്രശ്നങ്ങളെ മനഃശാസ്ത്രപരമായി സമീപിച്ച് മുന്നോട്ട് പോകണമെന്നും നിശ്ചയമില്ല. വിദ്യാഭ്യാസസമ്പ്രദായവും സമൂഹവും ഇതൊരു ഗൗരവമേറിയ പ്രശ്നമായി ഇനിയും മനസിലാക്കിയിട്ടില്ല. സാധാരണമായ കൗമാര പ്രശ്നങ്ങൾ കൂടാതെ ഗൗരവമേറിയ മാനസികരോഗങ്ങളായ വിഷാദം, സ്കിസോഫ്രീനിയ, ഉന്മാദം തുടങ്ങിയവ ആരംഭിക്കുന്നതും കൗമാരകാലത്താണ്.

ശിശു കൗമാര മാനസികാരോഗ്യപ്രശ്നങ്ങളെക്കുറിച്ച് പൊതുവിൽ ഒരു ശാസ്ത്രീയ അവബോധം നമ്മുടെ സമൂഹത്തിൽ ഇനിയും രൂപപ്പെട്ടുവന്നിട്ടില്ല. ശിശുവികാസമാനസികാരോഗ്യപ്രശ്നങ്ങളെക്കുറിച്ചുള്ള ഗവേഷണങ്ങളും പഠനങ്ങളും ലോകത്തിലെമ്പാടും നടന്നുവരികയാണ്. ശിശുകൗമാര മാനസികാരോഗ്യചികിത്സയുടെ കാര്യത്തിലും ഏറെ മുന്നോട്ടു പോകുവാനായിട്ടുണ്ട്. കേരളത്തിലും ഈ വിഷയത്തിൽ പഠനങ്ങൾ നടക്കുന്നുണ്ട്. എന്നാൽ ഇത്തരത്തിലുള്ള പുത്തൻ സേവന

രീതികൾ മിക്കപ്പോഴും നഗരകേന്ദ്രീകൃതവും സമൂഹത്തിലെ ഉന്നതർക്കുമാത്രം പ്രാപ്യവുമായ തരത്തിലാണ് നടന്നുവരുന്നത്. സ്ക്കൂളുകളും കോളേജുകളും കേന്ദ്രീകരിച്ചും സാമൂഹികാടിസ്ഥാനത്തിലും വലിയ തോതിലുള്ള പഠനങ്ങൾ നടത്തിക്കൊണ്ട് ഈ വിഷയത്തിൽ മുന്നോട്ടുപോകേണ്ടതുണ്ട്. പഠനങ്ങളുടെ അടിസ്ഥാനത്തിൽ ചികിത്സാരീതികളും പ്രതിരോധമാർഗ്ഗങ്ങളും വികസിപ്പിച്ചെടുക്കാവുന്നതാണ്.

ഇവിടെ മാതാപിതാക്കൾ, അദ്ധ്യാപകർ, മാനസികാരോഗ്യവിദഗ്ദ്ധർ തുടങ്ങിയ വിഭാഗങ്ങൾക്കും പൊതുസമൂഹത്തിനും ഏറെ പ്രവർത്തിക്കുവാനുണ്ട്. ഈ ദിശയിൽ മുന്നോട്ട് പോകുന്നതിനും സർവ്വോപരി മാതാപിതാക്കൾക്കും അദ്ധ്യാപകർക്കും കുട്ടികൾക്കും വിദ്യാർഥികൾക്കും ഈ ഗ്രന്ഥം പ്രയോജനം ചെയ്യുമെന്ന പ്രത്യാശയോടെ സമർപ്പിക്കട്ടെ.

ഡോ. ആർ ജയപ്രകാശ്

1

സ്വഭാവരൂപീകരണവും വ്യക്തിത്വ വികസനവും

"എന്തുകൊണ്ട് എന്റെ കുട്ടി ഇങ്ങനെയായിപ്പോയി?.... കുട്ടികളുടെ സ്വഭാവരൂപീകരണം എങ്ങനെ നടക്കുന്നു?...... അവരുടെ വ്യക്തിത്വ വികസനപ്രക്രിയയെ എങ്ങനെ ഫലവത്തായി സ്വാധീനിക്കാം?....." ഇങ്ങനെ തുടരുന്നു മാതാപിതാക്കളുടെ ഉൽകണ്ഠകൾ. ഇത്തരം ചോദ്യങ്ങൾക്ക് കൃത്യമായി ഒറ്റവാക്കിൽ ഉത്തരം കണ്ടെത്തുവാൻ കഴിയുകയില്ല. എന്നാൽ ശിശുവികാസ മന:ശാസ്ത്ര (Developmental psychology) ത്തിന്റെയും ജീവശാസ്ത്രത്തിന്റെയും മേഖലകളിൽ നടന്നുകൊണ്ടിരിക്കുന്ന നിരീക്ഷണ പരീക്ഷണങ്ങളുടെ അടിസ്ഥാനത്തിൽ ഈ വിഷയങ്ങളിൽ ശാസ്ത്രീയമായ അടിത്തറയും സമീപനവും കൊണ്ടുവരുന്നതിനുള്ള ശ്രമങ്ങൾ നടന്നുവരുന്നു. സ്വഭാവരൂപീകരണ പ്രക്രിയ, വ്യക്തിത്വ വികസനം തുടങ്ങിയവയിലെ ജനിതകവും ജനിതകേതരവുമായ ഘടകങ്ങൾ എന്തൊക്കെയാണ്, അവ എങ്ങനെ പരസ്പരബന്ധിതമായി പ്രവർത്തിക്കുന്നു, എന്നിവയാണ് ഇവിടെ ചർച്ചയ്ക്കായി പരിഗണിക്കുന്നത്.

എന്താണ് വ്യക്തിത്വം?

ഒരു വ്യക്തിയുടെ നിയതവും സ്ഥിരതയാർന്നതുമായ സ്വഭാവരീതിയെ അയാളുടെ വ്യക്തിത്വമെന്നുപറയാം. ഒരു കുട്ടിയെ സംബന്ധിച്ചും ഈ നിരീക്ഷണം തന്നെ സ്വീകരിക്കാവുന്നതാണ്. എന്നാൽ കുട്ടിക്ക് സ്ഥിരതയാർന്ന ഒരു സ്വഭാവരീതിയുണ്ടോ? ഓരോ കുട്ടിയും പ്രത്യേകമായ ഗുണവിശേഷമുള്ള സ്വഭാവത്തോടെയാണ് ജനിക്കുന്നത്. ഇത് അമ്മമാരുടെ നിരീക്ഷണത്തിൽനിന്നുതന്നെ മനസിലാക്കാവുന്നതാണ്. വയറ്റിൽ കിടക്കുമ്പോൾ ചവിട്ടുകയും തൊഴിക്കുകയും ചെയ്യുന്ന കുട്ടി,

ഒരു ശല്യവുമില്ലാത്ത കുട്ടി, എപ്പോഴും കരയുന്ന നവജാത ശിശു, പാലു കുടിച്ചുകഴിഞ്ഞാൽ ശാന്തമാകുന്ന കുട്ടി, ആശ്വസിപ്പിക്കുവാൻ കഴിയാത്ത കുട്ടി എന്നിങ്ങനെയുള്ള മാതൃനിരീക്ഷണങ്ങൾക്ക് കേവലമായ സ്ഥായീസ്വഭാവമുള്ളതായി ശിശുവികാസ മന:ശാസ്ത്രപഠനങ്ങൾ തെളിയിച്ചിട്ടുണ്ട്. കുട്ടിയും മാതാപിതാക്കളും തമ്മിൽ തുടക്കം മുതൽ തന്നെ രൂപപ്പെട്ടുവരുന്ന ആത്മബന്ധവും ഇടപെടൽ രീതിയും കുട്ടിയുടെ ഈ സ്വഭാവസവിശേഷതയെക്കൂടി ആശ്രയിച്ചാണിരിക്കുന്നത്. കുട്ടിയുടെ പ്രതികരണജനകമായ സ്വഭാവരീതിയും അമ്മയുടെ പ്രതികരണവും പരസ്പരപൂരകമായ തുടർപ്രക്രിയയാണ്. ഇത് കുട്ടിയുടെ സ്വഭാവരൂപീകരണത്തിലും ബഹുമുഖമായ വികസനത്തിലും നിർണായകമായ പങ്കു വഹിക്കുന്നു.

കുട്ടിയുടെ സ്വഭാവത്തിൽ കേവലമായ സ്ഥായീഭാവം നിലനിൽക്കുമ്പോൾ തന്നെ വളർച്ചാഘട്ട സവിശേഷതയനുസരിച്ച് അത് നിരന്തരമായ മാറ്റത്തിന് വിധേയമായിക്കൊണ്ടിരിക്കുകയും ചെയ്യുന്നു. കുട്ടിയുടെ സ്ഥായീസ്വഭാവമാർന്ന ഈ സവിശേഷത (temperament) പൂർണ വളർച്ചയെത്തിയ വ്യക്തിത്വ (personality) മായിത്തീരുന്നത് കൗമാരത്തിന്റെ അവസാനഘട്ടത്തിലാണ്. ശിശുവികാസ മന:ശാസ്ത്രം അനുസരിച്ച് കുട്ടിയുടെ സ്ഥായീസ്വഭാവമാർന്ന സവിശേഷതയ്ക്ക് പ്രവർത്തനക്ഷമത, പ്രത്യേകമായ താളാത്മകത, പ്രശ്നങ്ങളെ സമീപിക്കുന്നതിനും പിൻവാങ്ങുന്നതിനുമുള്ള ശേഷി, പരിത:സ്ഥിതികളുമായി പൊരുത്തപ്പെടൽ, സംവേദനക്ഷമത, സ്ഥായിയായ മാനസികാവസ്ഥ, വൈകാരിക പ്രകടനം, ശ്രദ്ധാശേഷി, ഏകാഗ്രത എന്നിങ്ങനെ പ്രത്യേകമായ ഒൻപതു തലങ്ങളുണ്ട്. ഇവയിൽ ഓരോന്നും വികസിച്ചുവരുന്നത് ജനിതകവും ജനിതകേതരവുമായ ഘടകങ്ങളെ ആശ്രയിച്ചാണ്. ഇവിടെ ഓരോ മാതാപിതാക്കൾക്കും തങ്ങളുടെ കുട്ടിയുടെ സ്വഭാവത്തിന്റെ വിഭിന്ന തലങ്ങളെയും എന്തുകൊണ്ട് അവ ഓരോന്നും അങ്ങനെ ആയിത്തീർന്നുവെന്നും വിലയിരുത്താവുന്നതാണ്. അതിന്റെ അടിസ്ഥാനത്തിൽ കുട്ടിയിൽ താരതമ്യേന ന്യൂനതയുള്ള തലങ്ങൾ വികസിപ്പിച്ചെടുക്കുന്നതിനുള്ള ശ്രമങ്ങൾ നടത്തുകയും ചെയ്യാം. സാഹചര്യവുമായി ഇഴുകിച്ചേരുന്നതിനുള്ള (adaptability) സ്വഭാവസവിശേഷതയുടെ അടിസ്ഥാനത്തിൽ കുട്ടികളെ മൂന്നായി തിരിക്കാവുന്നതാണ്. എളുപ്പത്തിൽ ഇഴുകിച്ചേരുന്നവർ (40%), ബുദ്ധിമുട്ടുള്ളവർ (10%), സാവധാനം മുന്നോട്ടു വരുന്നവർ (15%). ഇവരെക്കൂടാതെ 35% പേരെ ഒന്നിലും പെടാത്തവരായും കാണാവുന്നതാണ്. ഇത് കുട്ടിയുടെ നിത്യേനയുള്ള അക്കാദമികവും അക്കാദമികേതരവുമായ സ്വഭാവപ്രതികരണങ്ങളുടെ നിരീക്ഷണത്തിലൂടെ ഓരോ മാതാപിതാക്കൾക്കും സ്വന്തം നിലയിൽ വിലയിരുത്താവുന്നതാണ്. ഇത്തരത്തിൽ സ്വഭാവം വ്യത്യസ്തമായി രൂപപ്പെട്ടുവരുന്നതെങ്ങനെയെന്ന് അടുത്തതായി പരിശോധിക്കാം.

വ്യക്തിത്വം രൂപീകരിക്കപ്പെടുന്നതെങ്ങനെ?

ശിശുവികാസ വ്യക്തിത്വരൂപീകരണ പ്രക്രിയയിൽ ജനിതകവും ജനിതകേതരവുമായ ഘടകങ്ങൾ പരസ്പരപൂരകമായി പ്രവർത്തിക്കുന്നു. ജനിതകമായ സ്വഭാവസവിശേഷതകൾ പ്രത്യേകമായ രീതിയിൽ പ്രകടമാകുന്നത് ജനിതകേതരമായ ഘടകങ്ങളുടെ സ്വാധീനഫലമായാണ്. അതായത് ആന്തരികവും ബാഹ്യവുമായ ഘടകങ്ങൾ ഒരേപോലെ പ്രാധാന്യമർഹിക്കുന്നു. ഓരോ കുട്ടിയുടെയും കുടുംബ സാമൂഹിക പരിസരങ്ങളിലുണ്ടാകുന്ന ഏറ്റക്കുറച്ചിലുകൾ ആ കുട്ടിയുടെ ബഹുമുഖമായ വികാസത്തെ നിർണായകമായി സ്വാധീനിക്കുന്നു. ശിശുവികാസമന:ശാസ്ത്ര പഠനങ്ങളുടെ അടിസ്ഥാനത്തിൽ കുട്ടിയുടെ ബഹുമുഖമായ വികാസത്തെ നിർണയിക്കുന്നത് പ്രധാനമായും മൂന്നുഘടകങ്ങളാണ്. ഇവിടെ ജീവശാസ്ത്ര–മാനസിക–സാമൂഹിക മാതൃകയാണ് ശാസ്ത്രീയമായി മുന്നോട്ടുവയ്ക്കപ്പെട്ടിരിക്കുന്നത്. ഒരു കുട്ടിയുടെ സ്വഭാവത്തിന് ഇത്തരത്തിൽ മൂന്നു തലങ്ങളുണ്ട് ഓരോ തലത്തേയും കുറിച്ച് വസ്തുനിഷ്ഠമായ വിശകലനം നടത്തി കുട്ടിയെക്കുറിച്ചുള്ള ശരിയായ നിഗമനത്തിലെത്തിച്ചേരുന്നതിനും ശിശു വികാസ പ്രശ്നങ്ങൾ, മാനസികാരോഗ്യപ്രശ്നങ്ങൾ, മാനസികരോഗങ്ങൾ തുടങ്ങിയവയ്ക്ക് ആധുനികമായ ചികിത്സാരീതികൾ നിർദ്ദേശിക്കുന്നതിനും ഇന്ന് ശിശുമാനസികാരോഗ്യവിദഗ്ദ്ധർക്ക് കഴിയുന്നുണ്ട്. സിഗ്മണ്ട് ഫ്രോയ്ഡ്, എറിക് എറിക്സൺ, മാർഗരറ്റ് മാഹ്ളർ, ജീൻ പിയാഷ തുടങ്ങിയവർ ഈ മേഖലയിൽ ഗണ്യമായ സംഭാവനകൾ നൽകിയ പ്രമുഖരിൽപ്പെടുന്നു.

സിഗ്മണ്ട് ഫ്രോയ്ഡ് കുട്ടിയുടെ ആദ്യകാല അനുഭവങ്ങളെയാണ് പ്രധാനമായും പഠനത്തിന് വിധേയമാക്കിയത്. എന്നാൽ തുടർന്നുവന്നവർ അദ്ദേഹത്തിന്റെ നിഗമനങ്ങളെ പൂർണമായും അംഗീകരിക്കാൻ തയ്യാറായില്ല. എറിക് എറിക്സൺ കുട്ടിയുടെ സമ്പൂർണമായ വികസനത്തെക്കുറിച്ചും സാമൂഹിക പരിസരസ്വാധീനത്തെക്കുറിച്ചും ഗണ്യമായ സംഭാവന നൽകിയിട്ടുണ്ട്. മാർഗരറ്റ് മാഹ്ളർ അമ്മയും കുട്ടിയും തമ്മിൽ ആദ്യമായി ഉണ്ടാകുന്ന ആത്മബന്ധത്തെക്കുറിച്ച് വളരെ നിർണായകവും പ്രയോജനപ്രദവുമായ പഠനം നടത്തുകയുണ്ടായി. ഇത് ശിശുവികാസ മന:ശാസ്ത്രത്തിൽ വലിയ മുന്നേറ്റം ഉണ്ടാക്കി. കുട്ടിയുടെ ബുദ്ധിവികാസ ഘട്ടങ്ങളെക്കുറിച്ച് സമഗ്രവും ശാസ്ത്രീയവുമായ നിരീക്ഷണങ്ങളാണ് ജീൻ പിയാഷ മുന്നോട്ടുവച്ചത്. ഇവരുടെ നിരീക്ഷണങ്ങളെ വിമർശനാത്മകമായി പിന്തുടർന്ന് ശിശുവികാസ മന:ശാസ്ത്രം വികസിച്ചുവന്നിട്ടുണ്ടെങ്കിലും അത് അക്കാദമിക തലത്തിൽ മാത്രം ഒതുങ്ങിനിൽക്കുന്നു. ഇത്തരം പഠനങ്ങളുടെയും നിരീക്ഷണങ്ങളുടെയും കണ്ടെത്തലുകൾ പൊതുസമൂഹത്തിന് പ്രയോജനകരമായി ഉപയോഗിക്കുന്നതിനും പരമ്പരാഗതകാഴ്ചപ്പാടുകളെ കൂടുതൽ പുരോഗമനോന്മുഖവും ശാസ്ത്രീയവുമാക്കുന്നതിനുമുള്ള ശ്രമങ്ങൾ ഇനിയും ഉണ്ടാകേണ്ട

തുണ്ട്. ജീവശാസ്ത്രപരവും മാനസികവും സാമൂഹികവുമായ ഘടകങ്ങൾ വിശദമായി പരിശോധിക്കാം.

വ്യക്തിത്വത്തിന്റെ ജീവശാസ്ത്രതലം

ശിശുവികാസ സ്വഭാവരൂപീകരണ പ്രക്രിയയിൽ ജീവശാസ്ത്രതലം വളരെ നിർണായകമായ സ്വാധീനം ചെലുത്തുന്നു. കുട്ടിയുടെ ജനിതകമായ ഘടന, ഗർഭകാലത്ത് കഴിക്കുന്ന മരുന്നുകൾ, ഗർഭകാല രോഗങ്ങളും പ്രതിസന്ധികളും, കുട്ടിയുടെ ആദ്യകാലങ്ങളിലുണ്ടാകുന്ന മെനിഞ്ചെറ്റിസ്, എൻസെഫലൈറ്റിസ് തുടങ്ങിയവ ശിശുവികാസത്തെ ദോഷകരമായി ബാധിക്കും. ഇത് വീണ്ടും വിശദമായി അടുത്ത അധ്യായങ്ങളിൽ പരിശോധിക്കുണ്ട്. ബുദ്ധിശക്തി, വൈകാരികക്ഷമത, പഠനശേഷി തുടങ്ങി കുട്ടിയുടെ ബഹുമുഖമായ എല്ലാതലങ്ങളിലും ജീവശാസ്ത്രപരമായ സ്വാധീനമുള്ളതായി പഠനങ്ങൾ തെളിയിച്ചിട്ടുണ്ട്. ഇവിടെ പ്രസക്തമായി വരുന്ന ചോദ്യം ഒരു കുട്ടിയുടെ സ്വഭാവവും ബുദ്ധിശക്തിയും മറ്റു കഴിവുകളും പരമ്പരാഗതമായി കൈമാറ്റം ചെയ്യപ്പെടുന്നത് മാത്രമാണോ എന്നതാണ്. ഒരു സാധാരണ തൊഴിലിൽ ഏർപ്പെട്ടിരിക്കുന്ന വ്യക്തിയുടെ കുട്ടിക്കും എല്ലാ രംഗങ്ങളിലും മികവ് നേടുവാൻ കഴിയുന്നതാണ്. ഇവിടെ ജനിതകമായ സ്വാധീനം എവിടെനിന്നു വന്നു? കൃഷിക്കാരനായ അച്ഛനും ബുദ്ധിയുണ്ടെന്നു കാണുക. ജനിതകേതരമായ സാഹചര്യങ്ങളുടെ സ്വാധീനഫലമായി അയാൾ കൃഷിപ്പണിയിൽ ഏർപ്പെട്ടുവെന്നുമാത്രമാണ് ഇവിടെ കാണേണ്ടത്. അയാൾ ചെയ്യുന്ന തൊഴിലിൽ മികവ് പുലർത്തുന്നുണ്ടോയെന്നാണ് ഇവിടെ പ്രധാനമായി വിലയിരുത്തുക. കുടുംബത്തിനുള്ളിലെ വൈകാരിക അന്തരീക്ഷം ജനിതകേതരമായ ഒരു ഘടകമാണെങ്കിൽക്കൂടി അത് രൂപപ്പെട്ടുവരുന്നതിലും മാതാപിതാക്കളുടെ ജനിതകപാരമ്പര്യം വലിയ സ്വാധീനം ചെലുത്തുന്നതായി കാണാവുന്നതാണ്. ഇത് കുട്ടിയുടെ ജനിതകപാരമ്പര്യത്തെ രൂപപ്പെടുത്തുന്നു. അതുകൊണ്ട് ജീവശാസ്ത്രപരമായ ഘടകം ശിശുവികാസപ്രക്രിയയിൽ ഒറ്റതിരിഞ്ഞുനിൽക്കുന്ന ഒന്നല്ല.

മാനസികതലം

ശിശുവികാസത്തിലും സ്വഭാവരൂപീകരണത്തിലും മാനസികപരിസരം നിർണായകമാണ്. കുടുംബത്തിനുള്ളിലെ വൈകാരിക അന്തരീക്ഷം കുട്ടിയുടെ സ്വഭാവരൂപീകരണത്തെയും വൈകാരികക്ഷമതയെയും കാര്യമായി സ്വാധീനിക്കുന്നു. എന്നാൽ ഇത് മുൻപ് സൂചിപ്പിച്ചതുപോലെ ജീവശാസ്ത്രതലത്തിൽനിന്ന് സ്വതന്ത്രമായി വേറിട്ടുനിൽക്കുന്നതല്ല. അച്ഛനമ്മമാർ തമ്മിലുള്ള പരസ്പരവഴക്കം, പരസ്പരവിശ്വാസം തുടങ്ങിയവ വളർന്നുവരുന്ന കുട്ടിയുടെ വൈകാരികക്ഷമതയെ രൂപപ്പെടുത്തുന്നതിൽ പ്രധാന പങ്കു വഹിക്കുന്നു.

ഒരു നവജാതശിശു വളർന്നുവരുന്നതനുസരിച്ച് ഏകദേശം നാലു മുതൽ ആറാഴ്ചകൾക്കുള്ളിൽ അതിന്റെ സ്ഥിരം സംരക്ഷകയുമായി (primary care giver) ബന്ധം സ്ഥാപിക്കുകയും അവരെ നോക്കി ചിരിക്കുവാൻ തുടങ്ങുകയും ചെയ്യും. സാധാരണഗതിയിൽ സ്ഥിരം സംരക്ഷക കുട്ടിയുടെ അമ്മ തന്നെയായിരിക്കും. തുടർന്ന് മറ്റുള്ളവരുമായും കുട്ടി വൈകാരികബന്ധം സ്ഥാപിക്കുന്നതാണ്. കുട്ടിയുടെ ചിരിക്ക് തിരിച്ചുകിട്ടുന്ന പ്രതികരണം കുട്ടിക്ക് പ്രോത്സാഹനമായിത്തീരും. ചിരി ഒരു മഹത്തായ കാര്യമായി കുട്ടിക്ക് ബോധ്യപ്പെടുന്നതിങ്ങനെയാണ്. അമ്മയുടെ സംവേദനക്ഷമമായ പ്രതികരണവും ഊഷ്മളമായ കുടുംബാന്തരീക്ഷവും കുട്ടിയുടെ സമഗ്രവികസനത്തിനും വൈകാരികസ്വഭാവത്തിനും കനത്ത സംഭാവന നൽകുന്നു. സ്ഥാപനങ്ങളിൽ വളരേണ്ടിവരുന്ന കുട്ടികളുടെ സ്വഭാവപ്രകടനങ്ങളിൽ ഇത്തരം ന്യൂനതകൾ പ്രകടമാണ്.

നവജാതശിശുവും അമ്മയും തമ്മിൽ വളർന്നുവരുന്ന ഈ ആത്മബന്ധ (attachment)ത്തെക്കുറിച്ച് മാർഗരറ്റ് മാഹ്ളർ നടത്തിയ പഠനങ്ങൾ ശ്രദ്ധേയമാണ്. നവജാതശിശു തന്നെ നിരന്തരമായി പരിപാലിക്കുന്ന വ്യക്തിയുമായി (primary care giver) സ്ഥാപിച്ചെടുക്കുന്ന ഈ ആത്മബന്ധമാണ് കുട്ടിക്ക് പരിസരവുമായി ആത്മവിശ്വാസത്തോടെ ഇടപെടുന്നതിനുള്ള കഴിവ് നേടിക്കൊടുക്കുന്നത്. ഇതെങ്ങനെയെന്ന് നോക്കാം. ആദ്യകാലം മുതൽതന്നെ കുട്ടിയുടെ ഓരോ ആവശ്യത്തോടും സമയബന്ധിതമായി സംവേദനക്ഷമതയോടെ പ്രതികരിക്കുന്ന അമ്മയുടെ പ്രവർത്തനരീതി വഴിയാണ് കുട്ടിക്ക് അവരോട് ആത്മബന്ധമുണ്ടാകുന്നത്. ഉദാഹരണമായി ഓരോ കരച്ചിലിനും കുട്ടിക്ക് പാൽ ലഭിക്കും. വീണ്ടും കുട്ടി കരയുമ്പോൾ അമ്മ ഉടൻ ഓടി വന്ന് മൂത്രമൊഴിച്ചുനനഞ്ഞ തുണി മാറ്റിക്കൊടുക്കും. അങ്ങനെ കുട്ടി വീണ്ടും സന്തോഷപൂർവ്വം ഉറക്കം തുടരുകയും ചെയ്യും. ഇങ്ങനെ ഓരോ അവസരങ്ങളിലും അമ്മ ഉടൻ തന്നെ ഓടിയെത്തുകയും അതാത് ആവശ്യങ്ങൾ സാധിച്ചുകൊടുക്കുകയും ചെയ്യുന്നു. ഇതുവഴി കരച്ചിലിലൂടെ കാര്യങ്ങൾ സാധിക്കുന്നതിനുള്ള ശേഷിയും അമ്മയുടെ സമയബന്ധിതമായ പ്രതികരണംവഴി ആത്മവിശ്വാസവും കുട്ടി സ്വായത്തമാക്കുന്നു. ഓരോ കരച്ചിലിന്റേയും സ്വഭാവം അമ്മയ്ക്ക് പിടികിട്ടുന്നതാണ്. ഇത്തരത്തിൽ അമ്മയുമായി വികസിച്ചുവരുന്ന ആത്മബന്ധം കുട്ടി പ്രശ്നപരിഹാരത്തിനായി തുടർന്ന് ഉപയോഗിക്കുന്നതാണ്. പ്രതിസന്ധിഘട്ടങ്ങളിൽ നിന്നും രക്ഷ നേടുന്നതിനായി കുട്ടി അമ്മയെ ശരണം പ്രാപിക്കും. അപരിചിതമായ ഓരോ അവസരത്തിലും അമ്മയുടെ ഉറപ്പിനായി കുട്ടി കാക്കുകയും അത് ലഭിക്കുമ്പോൾ ആത്മവിശ്വാസത്തോടെ പുതിയ സാഹചര്യത്തിൽ ഇടപെടുകയും ചെയ്യും. അതായത് പ്രതിസന്ധിഘട്ടങ്ങൾ നേരിടുന്നതിനും പ്രതിസന്ധികൾക്കുശേഷമുള്ള മാനസികപിരിമുറുക്കം ലഘൂകരിക്കുന്നതിനും ഈ ആത്മബന്ധം ശിശുവിനെ സഹായിക്കുന്നു. ചുരുക്കത്തിൽ കുട്ടി അമ്മയിലൂടെ ലോകവുമായി ബന്ധം സ്ഥാപിക്കു

ന്നുവെന്ന് പറയാവുന്നതാണ്. ഓരോ അവസരങ്ങളിലുമുള്ള അമ്മയുടെ വാച്യവും വ്യംഗ്യവുമായ പ്രതികരണങ്ങൾ ഈ ആത്മബന്ധം രൂപപ്പെടുന്ന പ്രക്രിയയെ നിർണയിക്കുന്നു.

ഇന്നത്തെ സാഹചര്യത്തിൽ അമ്മയും നവജാതശിശുവും തമ്മിൽ ഇത്തരത്തിൽ നിരന്തരമായി ബന്ധപ്പെടുന്നുണ്ടോയെന്ന് ചിന്തിക്കുക. ഓരോ കരച്ചിലിനും പാൽപ്പൊടി കലക്കിക്കൊടുത്ത് പരിചരിക്കുന്നതും ഊട്ടിയുറക്കുന്നതും അമ്മൂമ്മയായിരിക്കും. അമ്മയ്ക്ക് ഒന്നുകിൽ സമയമുണ്ടാകില്ല. അല്ലെങ്കിൽ വൈകാരികമായും ഫലപ്രദമായും പ്രതികരിക്കാൻ കഴിയാതെ വരുന്നു. ഒരു നവജാതശിശുവിന് തന്നെ നിരന്തരമായി പരിചരിക്കുന്നതിനുവേണ്ടി ഒരു പ്രധാന വ്യക്തി (primary care giver) ഉണ്ടായിരിക്കുന്നതും അത് അമ്മതന്നെ ആയിരിക്കുന്നതുമാണ് ഉത്തമം. ഇത് കുട്ടിക്ക് അവരുമായി എളുപ്പത്തിൽ ആത്മബന്ധം സ്ഥാപിക്കുന്നതിന് സഹായിക്കുന്നതാണ്. ശൈശവകാലത്ത് കുട്ടിക്ക് തന്നെ പരിചരിക്കുവാൻ ഒന്നിലധികം പ്രധാന സംരക്ഷകരുണ്ടാകുമ്പോൾ അവരിൽ ആരുമായിട്ട് ആത്മബന്ധം സ്ഥാപിക്കണമെന്നുള്ള സംശയം ജനിക്കുക സ്വാഭാവികമാണ്. എന്നാൽ മാതാപിതാക്കൾ കൂടാതെയുള്ള മറ്റ് ബന്ധുക്കൾ വേണ്ടെന്നല്ല ഇതിനർഥം. ശൈശവകാലത്ത് കുട്ടിയെ സംബന്ധിച്ച് ആദ്യം അമ്മയും അച്ഛനും തുടർന്ന് അമ്മൂമ്മയും മറ്റുള്ളവരുമടങ്ങുന്ന ശ്രേണീബന്ധിതമായ അന്തരീക്ഷമാണ് അഭികാമ്യം.

കുട്ടിക്ക് തന്റെ ആവശ്യങ്ങൾ സാധാരണ കരച്ചിലിൽ സാധിക്കാതെ വരുന്നുവെന്നിരിക്കട്ടെ; കുട്ടി കരച്ചിലിന്റെ ശക്തിയും ശബ്ദവും വർധിപ്പിക്കും. ഇത് സ്വാഭാവികമായും അമ്മയിൽ പ്രതികരണം സൃഷ്ടിക്കുകയും പ്രശ്നം പരിഹരിക്കപ്പെടുകയും ചെയ്യും. ഇതിലൂടെ പ്രശ്നം പരിഹരിക്കപ്പെട്ടില്ലെങ്കിൽ കൂടുതൽ ഉച്ചത്തിൽ കരഞ്ഞാൽ മതിയെന്ന് കുട്ടി കണ്ടെത്തുകയാണ്. ആവശ്യങ്ങൾ സമയബന്ധിതമായി സാധിക്കപ്പെടാതെ വരുന്നത് കുട്ടിയിൽ പരിസരത്തോട് അവിശ്വാസം ജനിക്കുന്നതിന് ഇടയാക്കുന്നതാണ്. ഇത് കുട്ടിയുടെ ആത്മവിശ്വാസം കുറയ്ക്കുകയും ചെയ്യും. പ്രതികൂലമായ സാഹചര്യങ്ങളിൽ വളരുന്ന കുട്ടികളിൽ അവിശ്വാസവും ആത്മവിശ്വാസക്കുറവും സമൂഹത്തോട് പ്രതികാരചിന്തയും ജനിക്കുന്നത് ഇങ്ങനെയാണ്. ഇത് അവരിൽ അപകർഷതാബോധവും ആക്രമണ പ്രവണതയും സൃഷ്ടിക്കുന്നതായി കാണാവുന്നതാണ്. പ്രതികൂലമായ സാമൂഹ്യസാഹചര്യങ്ങളിൽ വളരുന്ന മുഴുവൻ കുട്ടികളും അപകർഷതാബോധമുള്ളവരും ആക്രമണകാരികളുമായി വളർന്നുവരുമെന്ന് ഇതിനർഥമില്ല.

കുട്ടിയുടെ ആദ്യത്തെ മൂന്നുവർഷത്തെ അനുഭവങ്ങൾ നിർണായകമാണ്. ഇവിടെ ശാസ്ത്രീയമായ ശിശുപരിപാലനരീതി ഒരു പ്രധാന വിഷയമാണ്. കുട്ടിയുടെ തുടർന്നുള്ള വ്യക്തിത്വവികസനത്തിലും

ശിശുപരിപാലനരീതി ഒരു പ്രധാന പങ്ക് വഹിക്കുന്നുണ്ട്. ഇത് അടുത്ത അധ്യായത്തിൽ വിശദമായി പരിശോധിക്കുന്നുണ്ട്.

സാമൂഹികതലം

കുട്ടിയുടെ സ്വഭാവരൂപീകരണപ്രക്രിയയിൽ സമൂഹികപരിസരവും വലിയ പങ്കു വഹിക്കുന്നുണ്ട്. സാമ്പത്തിക ഭൗതിക സാഹചര്യങ്ങൾ, ജാതി, മതം വംശീയമായ പ്രത്യേകതകൾ, സാംസ്കാരികമായ പ്രത്യേകതകൾ, പ്രാദേശികവും ദേശീയവുമായ പ്രത്യേകതകൾ എന്നിവ വളർന്നുവരുന്ന ഓരോ കുട്ടിയുടെയും സ്വഭാവത്തിൽനിന്നും വായിച്ചെടുക്കാവുന്നതാണ്. ചേരിപ്രദേശത്ത് താമസിക്കുന്ന ഒരു കുട്ടിയുടെ പ്രതികരണരീതി മറ്റൊരുകുട്ടിയിൽനിന്ന് വ്യത്യസ്തമാകുന്നത് ഇങ്ങനെയാണ്. ഇരട്ടക്കുട്ടികളുമായി ബന്ധപ്പെട്ട ജനിതക പഠനങ്ങൾ വഴിയാണ് മാനസികസാമൂഹ്യപരിസരത്തിന്റെ സ്വാധീനം ശാസ്ത്രീയമായി തെളിയിക്കാൻ കഴിഞ്ഞത്. നവലിബറൽ സാമ്പത്തികനയങ്ങളുടെ ഭാഗമായി നമ്മുടെ കുടുംബ-സാമൂഹ്യസ്ഥാപനങ്ങളിലുണ്ടായിക്കൊണ്ടിരിക്കുന്ന മാറ്റം കുട്ടികളുടെ സ്വഭാവരൂപീകരണത്തെയും വർണനാതീതമായ തരത്തിൽ സ്വാധീനിക്കുന്നുണ്ട്. ഇത്തരം നയപരിപാടികളുടെ ഭാഗമായി നിയന്ത്രണമില്ലാതെ കടന്നുവന്ന പാശ്ചാത്യ ദൃശ്യമാധ്യമങ്ങളും അവയുടെ രീതി പിൻതുടർന്നുവരുന്ന നമ്മുടെ ദൃശ്യമാധ്യമങ്ങളും വഴി വ്യക്തിതലത്തിലും കുടുംബങ്ങളുടെ ജീവിതശൈലിയിലും പൊതുവിൽ സാമൂഹികസമീപനങ്ങളിലും ഉണ്ടായിക്കൊണ്ടിരിക്കുന്ന നിരന്തരമായ മാറ്റത്തിന്റെ വ്യാപ്തി എന്തെന്ന് ചിന്തിക്കുക. ഇത് മറ്റൊരു അധ്യായത്തിൽ വിശദമായി പരിശോധിക്കുന്നുണ്ട്.

ചുരുക്കത്തിൽ ഒരു കുട്ടിയുടെ ഓരോ അവസരത്തിലുമുള്ള സ്വഭാവം ജീവശാസ്ത്രപരവും മാനസികവും സാമൂഹികവുമായ വ്യത്യസ്ത ഘടകങ്ങളുടെ സമ്മിളിതഫലമാണെന്നു കാണാം. ഇവിടെ മാനസികസാമൂഹികതലത്തിൽ ഇടപെടലുകൾ നടത്തി കുട്ടിയുടെ വ്യക്തിത്വരൂപീകരണ പ്രക്രിയയെ ഫലവത്തായി സ്വാധീനിക്കുന്നതിന് കഴിയുന്നതാണ്.

2

ശാസ്ത്രീയമായ ശിശുപരിപാലന രീതികൾ

"കുട്ടി പറയുന്നതൊന്നും അനുസരിക്കുന്നില്ല, ഭയങ്കര ദേഷ്യമാണ്, പഠിക്കുന്നില്ല, ഏതു സമയവും ടിവിയുടെ മുന്നിലാണ്, ഉപദേശിക്കുന്നതിഷ്ടമല്ല, എല്ലാം എനിക്കറിയാമെന്നു പറയും'' എന്നിങ്ങനെയുള്ള പരാതികളുമായി മനോരോഗവിദഗ്ദ്ധനെ സമീപിക്കുന്ന മാതാപിതാക്കൾ ഏറിവരികയാണ്. കുറച്ചുകൂടി ഗൗരവതരമായ പ്രശ്നങ്ങളുമായിട്ടായിരിക്കും അവർ മറ്റ് ചിലപ്പോൾ വരിക. "കുട്ടി കള്ളം പറയുന്നു, ഈയിടെയായി മോഷണ സ്വഭാവവുമുണ്ട്, സ്കൂളിൽ പോകുവാനായി വീട്ടിൽ നിന്നിറങ്ങുന്നുവെങ്കിലും സമയത്ത് അവിടെയെത്തുന്നില്ലെന്ന് പരാതി, അടിച്ചാൽ കമ്പ് ബലമായി പിടിച്ചുവാങ്ങി ഒടിച്ചുകളയും, പിണങ്ങി വീടുവിട്ട് പൊയ്ക്കളയുവാൻ ശ്രമിക്കും, ഞങ്ങൾക്കാകെയുള്ള ഒരു കുട്ടിയാണ്, എന്തുചെയ്യും?" മാതാപിതാക്കൾ വളരെ ദു:ഖിതരും ആലംബഹീനരുമായാണ് ഈ അവസ്ഥകളിൽ കാണപ്പെടുന്നത്. ഇത്തരം അവസരങ്ങളിൽ കുട്ടിയുടെ യഥാർഥപ്രശ്നമെന്താണ് എന്തുകൊണ്ടിങ്ങനെ വന്നു, പരിഹാര മാർഗമെന്ത്, എന്നിങ്ങനെയുള്ള ചോദ്യങ്ങൾക്ക് പരിഹാരം കണ്ടെത്തുകയെന്ന ഗൗരവതരമായ ഉത്തരവാദിത്വമാണ് ഡോക്ടർക്കുള്ളത്. ഓരോ കുട്ടിയും വളർന്നുവരുന്ന സാഹചര്യം വ്യത്യസ്തമാണ്. മാതാപിതാക്കൾക്ക് കുട്ടികളോടുള്ള സമീപനം, കുടുംബാന്തരീക്ഷം, അവർ വളർന്നുവരുന്ന സാമ്പത്തിക സാമൂഹിക സാഹചര്യങ്ങൾ എന്നിവ ഓരോ കുട്ടിയുടെയും സ്വഭാവ രൂപീകരണത്തെയും വ്യക്തിത്വവികസനത്തെയും ബാധിക്കുന്നു. അതായത് സാഹചര്യങ്ങളിലുണ്ടാകുന്ന വിവിധങ്ങളായ ഏറ്റക്കുറച്ചിലുകളുടെ അനന്തരസൃഷ്ടിയാണ് കുട്ടികളിലുണ്ടാകുന്ന സ്വഭാവവൈകൃതങ്ങൾ. വ്യക്തിത്വരൂപീക

രണപ്രക്രിയയെ ജീവശാസ്ത്രപരവും ജനിതകവുമായ ഘടകങ്ങൾ സ്വാധീനിക്കുന്നുവെങ്കിലും അവയുടെ പ്രകടനം ഒരു പ്രത്യേകരീതിയിൽ രൂപപ്പെടുത്തിയെടുക്കുന്നത് ഓരോ വ്യക്തിയെയും ചുറ്റിപ്പറ്റിനിൽക്കുന്ന സാഹചര്യങ്ങളാണ്. ഓരോ കുട്ടിയുടെയും തനത് സാഹചര്യത്തിൽ മാതാപിതാക്കൾ അവലംബിക്കുന്ന ശിശുപരിപാലനരീതി വലിയ സ്വാധീനം ചെലുത്തുന്നു.

ശാസ്ത്രീയമായ ശിശുപരിപാലന രീതികളെന്തൊക്കെയെന്നതാണ് ഇവിടുത്തെ പ്രധാന വിഷയം. ഈ വിഷയത്തെ സംബന്ധിച്ച് ധാരാളം പഠനങ്ങൾ നടന്നിട്ടുണ്ട്. താരതമ്യേന മെച്ചപ്പെട്ട രീതിയിൽ വളർന്നുവന്ന കുട്ടികളുടെ മാതാപിതാക്കൾ തങ്ങളുടെ അനുഭവങ്ങൾ പങ്കുവയ്ക്കുകയുണ്ടായി. ഇവിടെ പ്രധാനമായും പത്ത് നിർദ്ദേശങ്ങളാണ് ഉയർന്നുവന്നത്. അവയെന്തൊക്കെയാണെന്ന് പരിശോധിക്കുന്നത് മാതാപിതാക്കൾക്ക് പ്രയോജനകരമായിരിക്കും.

സമൃദ്ധമായ സ്നേഹം

മാതാപിതാക്കൾക്ക് കുട്ടികളോടുള്ള സ്നേഹം ഉപാധിരഹിതമായിരിക്കണം. ഇത് പ്രശ്നസ്വഭാവമുള്ള അവസരങ്ങളിൽ വളരെ പ്രധാനമാണ്. തങ്ങൾ സ്നേഹിക്കപ്പെടുന്നതിലൂടെ ആത്മവിശ്വാസമുണ്ടാകുകയും അതുവഴി മറ്റുള്ളവരെ സ്നേഹിക്കുവാൻ അവർ പഠിക്കുകയും ചെയ്യുന്നു. ഇത് വീണ്ടും അവനിൽ ആത്മവിശ്വാസം വർദ്ധിപ്പിക്കും. മാതാപിതാക്കളുടെ മാനസികനിലയനുസരിച്ച് അവർക്ക് കുട്ടികളോടുള്ള സ്നേഹത്തിൽ ഏറ്റക്കുറച്ചിലുകൾ ഉണ്ടാകുവാൻ പാടില്ല. അതായത് മാതാപിതാക്കളുടെ സ്നേഹം സ്ഥിരസ്വഭാവമാർന്നതായിരിക്കണം. കുട്ടിക്ക് മനസിലാകുന്ന രീതിയിലായിരിക്കണം അത് പ്രകടിപ്പിക്കുന്നത്. "സ്നേഹം പ്രകടിപ്പിക്കുവാൻ പാടില്ല, അത് മനസിലിരുന്നാൽ മതി, പുറമേ പ്രകടിപ്പിച്ചാൽ കുട്ടികൾ അനുസരിക്കുകയില്ല" എന്നിങ്ങനെയുള്ള പരമ്പരാഗതസമീപനങ്ങൾ കുട്ടിക്ക് ഗുണത്തെക്കാളേറെ ദോഷം ചെയ്യുന്നതാണ്.

ക്രിയാത്മകമായ പരിശീലനം

ശിശുപരിപാലനരീതിയിൽ ഏറ്റവും പ്രാധാന്യമർഹിക്കുന്ന പ്രക്രിയയാണ് ക്രിയാത്മകമായ ശിക്ഷണരീതി. ഓരോ അവസരത്തിലും കുട്ടിക്ക് നൽകുന്ന നിർദ്ദേശങ്ങൾ വ്യക്തവും സ്ഥിരതയാർന്നതുമായിരിക്കണം. കുട്ടിയുടെ സ്വഭാവരീതി വളർച്ചാ ഘട്ടത്തിനനുസരിച്ച് മാറിക്കൊണ്ടിരിക്കും. മാതാപിതാക്കൾ ആദ്യമായി കുട്ടിയുടെ സ്വഭാവത്തെപ്പറ്റി വേവലാതിപ്പെടുന്നത് ശ്രദ്ധിക്കുക. "രണ്ടു വയസുവരെ അവൻ എന്തു നല്ല കുട്ടിയായിരുന്നു. ഇപ്പോൾ ഇങ്ങോട്ടുവരൂ എന്നു പറഞ്ഞാൽ അങ്ങോട്ടു പോകും. ഒരുകാര്യം ചെയ്യരുതെന്നു പറഞ്ഞാൽ നമ്മുടെ മുഖത്തു

നോക്കിക്കൊണ്ടുതന്നെ അതു ചെയ്യും. അടിയും ധാരാളം കിട്ടുന്നുണ്ട്. എന്നിട്ടും ഒരു ഫലവുമില്ല." രണ്ടുമുതൽ നാലുവയസുവരെയുള്ള കുട്ടികളിൽ കാണുന്ന പ്രധാന സ്വഭാവരീതിയാണിത് (terrible two). സാഹചര്യങ്ങളിൽ അവർക്കു കൈവന്ന നിയന്ത്രണത്തിന്റെ വിജയവും സ്വാതന്ത്ര്യവും പ്രകടിപ്പിക്കലാണിത്. ഈ അവസരത്തിൽ കുട്ടിക്ക് ചെയ്യേണ്ട കാര്യങ്ങൾ വിശദീകരിച്ചുകൊടുക്കുകയും പോരായ്മകൾ നിരന്തരമായി ബോധ്യപ്പെടുത്തിക്കൊടുക്കുകയുമാണ് വേണ്ടത്. പകരം ക്രൂരമായ ശിക്ഷാരീതികൾ കുട്ടിയുടെ സ്വാഭാവികമായ വളർച്ചാഘട്ടത്തെ തടസപ്പെടുത്തുന്നതാണ്. കുട്ടികൾ കൗമാരപ്രായത്തിലെത്തുമ്പോൾ വീണ്ടും സമീപനത്തിൽ മാറ്റം വരുത്തേണ്ടി വരും. എല്ലാറ്റിനോടും നിഷേധാത്മകമായ സമീപനം സ്വീകരിക്കുന്നത് അവരുടെ സ്വഭാവരീതിയാണ്. അവരോട് സംവാദാത്മകമായ സമീപനമാണ് പുലർത്തേണ്ടത്. ചുരുക്കത്തിൽ ഓരോ കുട്ടിയോടും ഓരോ വളർച്ചാഘട്ടത്തിലും പുലർത്തേണ്ട ക്രിയാത്മകമായ ശിക്ഷണരീതിയെന്തെന്ന ചോദ്യം ഓരോ മാതാപിതാക്കളേയും അലട്ടുന്ന പ്രശ്നമാണ്.

മാതാപിതാക്കളുടെ സമീപനം പരസ്പരവിരുദ്ധമാകുവാൻ പാടില്ല. ശിക്ഷണത്തിലും സമീപനരീതികളിലുമുള്ള അവരുടെ അഭിപ്രായവ്യത്യാസം കുട്ടിയുടെ അഭാവത്തിൽ ചർച്ചചെയ്തു പരിഹരിക്കുക. മാതാപിതാക്കൾ നൽകുന്ന പരസ്പരവിരുദ്ധമായ നിർദ്ദേശങ്ങൾ കുട്ടിയുടെ വ്യക്തിത്വവികസനത്തെയും തീരുമാനങ്ങൾ എടുക്കുവാനുള്ള കഴിവ് രൂപപ്പെട്ടുവരുന്നതിനെയും പ്രതികൂലമായി ബാധിക്കും. പ്രശ്നങ്ങളിന്മേൽ വിവേകപൂർവ്വവും പ്രായോഗികവുമായ സമീപനമാണ് മാതാപിതാക്കൾ അനുവർത്തിക്കേണ്ടത്. കുട്ടിക്ക് പറയാനുള്ളത് കേൾക്കുകയും മനസിലാക്കുവാൻ ശ്രമിക്കുകയും വേണം. അതിനുശേഷം കാര്യകാരണസഹിതം നിർദ്ദേശങ്ങൾ നൽകുന്നതായിരിക്കും ഉത്തമം. കുട്ടികൾ കൗമാരപ്രായത്തിലെത്തുമ്പോൾ മാതാപിതാക്കൾ വളരെക്കൂടുതൽ മാനസികസംഘർഷത്തിന് വിധേയമാകാറുണ്ട്. എല്ലാറ്റിനോടും നിഷേധാത്മകമായ സമീപനം സ്വീകരിക്കുന്നതാണ് അവരുടെ സ്വഭാവരീതിയെങ്കിലും ഭൂരിപക്ഷംപേരും ഇവ പരിഹരിച്ച് നല്ല വ്യക്തികളായിത്തീരും. എത്രവലിയ പ്രശ്നമാണെങ്കിലും അത് മാതാപിതാക്കളുമായി സുഹൃത്തുക്കളോടെന്നപോലെ തുറന്നുപറയുന്നതിനുള്ള സാഹചര്യം വീട്ടിൽ സൃഷ്ടിക്കപ്പെടുന്നത് പ്രശ്നപരിഹാരത്തിന് ഉത്തമമായിരിക്കും. നമ്മൾ അത് ശ്രദ്ധയോടെ കേൾക്കുന്നതിനർഥം അതെല്ലാം അംഗീകരിക്കുന്നുവെന്നല്ല. കാര്യങ്ങൾ മനസിലാക്കിയശേഷം നല്ലവശങ്ങൾക്ക് കുട്ടിയെ അഭിനന്ദിക്കുകയും മറിച്ചുള്ളവ എന്തുകൊണ്ട് അങ്ങനെയെന്ന് വിശദീകരിക്കുകയും വേണം. പകരം "നീ കുട്ടിയാണ്, നിനക്കൊന്നുമറിഞ്ഞുകൂടാ" എന്ന അടഞ്ഞസമീപനം കുട്ടിയുടെ ആത്മവിശ്വാസം നഷ്ടപ്പെടുത്തുന്നതും കൂടുതൽ നിഷേധിയാക്കുന്നതുമാണ്. മാതാപിതാക്കൾ പറയുമ്പോൾ നിഷേധിക്കുന്ന അതേ സംഗതി

വൈകുന്നേരം അമ്മാവനു മുന്നിൽ അംഗീകരിക്കുവാൻ കൗമാരപ്രായക്കാർ എന്തുകൊണ്ട് തയ്യാറാകുന്നുവെന്ന് ചിന്തിക്കുക.

ക്രിയാത്മകമായ ശിക്ഷണരീതിയെന്നാൽ കുട്ടിക്ക് അടി കൊടുക്കുകയെന്നുമാത്രമല്ല അർഥം. അത് പലതരത്തിലാകാം. ഉദാഹരണമായി കുട്ടി ഒരാൾക്കോ അയാളുടെ സ്വത്തിനോ നാശംവരുത്തിയെന്നുകരുതുക. അയാളോട് ക്ഷമപറയുന്നതിനും ഉണ്ടായ പോരായ്മ സ്വന്തം നിലയിൽ പരിഹരിച്ചു കൊടുക്കുന്നതിനും കുട്ടിയെ പ്രേരിപ്പിക്കാവുന്നതാണ്. ശാസ്ത്രീയമായ മറ്റൊരു ശിക്ഷണരീതി നിയതമായ സ്വഭാവരീതിയിൽ നിന്നും വ്യതിചലനമുണ്ടാകുമ്പോൾ അതിന്റെ ഗൗരവസ്വഭാവം കണക്കിലെടുത്ത് കുട്ടിക്ക് അധികമായി നൽകിവരുന്ന വാഗ്ദാനങ്ങളും സമ്മാനങ്ങളും താൽക്കാലികമായി പിൻവലിക്കുകയെന്നതാണ്. എന്നാൽ അത് എന്തുകൊണ്ട്, എത്രമാത്രം എന്നീ കാര്യങ്ങൾ വ്യക്തവും സ്ഥിരവുമായി കുട്ടിക്കുകൂടി ബോധ്യപ്പെടുത്തിക്കൊടുക്കേണ്ടതാണ്. കുട്ടിക്ക് വികാരവിക്ഷോഭമുണ്ടാകുന്ന അവസരത്തിൽ വീണ്ടും പ്രകോപിപ്പിക്കാതെ അവനെ ഒരു മുറിയിലേക്ക് വിട്ട് തനിയെ കുറച്ചു സമയം ചെലവഴിക്കുന്നതിന് പ്രേരിപ്പിക്കുക (time out).

കുട്ടിക്ക് അടികൊടുത്ത് അനുസരണ പഠിപ്പിക്കുന്ന രീതിയാണ് ഭൂരിപക്ഷം മാതാപിതാക്കളും പിന്തുടരുന്നത്. കുട്ടിയെ അടിച്ചുകൊണ്ടുമാത്രം ചിട്ടപഠിപ്പിക്കുന്ന രീതി തികച്ചും അശാസ്ത്രീയമാണ്. കുട്ടിയെ അടിക്കാമോ, എങ്കിൽ എങ്ങനെ, എത്രമാത്രം തുടങ്ങിയ ചോദ്യങ്ങൾക്ക് ഒറ്റവാക്കിൽ ഉത്തരം പറയുക അസാധ്യമാണ്.

ഓരോ കുട്ടിയും അടിയോടു പ്രതികരിക്കുന്ന രീതി വ്യത്യസ്തമായിരിക്കും. ഇത് കുട്ടിയിൽ രൂപപ്പെട്ടുകൊണ്ടിരിക്കുന്ന പൊതുസ്വഭാവത്തെ ആശ്രയിച്ചാണിരിക്കുന്നത്. ഈ പ്രതികരണരീതി നിരീക്ഷണത്തിലൂടെ മാതാപിതാക്കൾക്ക് സ്വന്തം നിലയിൽ ബോധ്യപ്പെടുന്നതാണ്. ഒരു കൂട്ടർ അടി തരുമെന്ന് ഭീഷണിപ്പെടുത്തുമ്പോൾത്തന്നെ അനുസരിക്കുമെങ്കിൽ രണ്ടാമത്തെ കൂട്ടർ അടി കിട്ടിക്കഴിഞ്ഞാൽ മാത്രമേ വഴങ്ങുകയുള്ളൂ. മൂന്നാമത്തെ കൂട്ടർ അടികിട്ടുന്തോറും കരയുന്നതിനുപകരം കൂടുതൽ കൂടുതൽ വാശിയുള്ളവരായി തീരുന്നവരാണ്. കമ്പ് പിടിച്ചു വാങ്ങുന്നതിനും തിരിച്ചടിക്കുന്നതിനുംവരെ ഇക്കൂട്ടരിൽ ചിലർ തയ്യാറാകാറുണ്ട്. മൂന്നാമത്തെ കൂട്ടരിലാണ് കൂടുതലായി സ്വഭാവവൈകൃതങ്ങൾ കണ്ടുവരുന്നത്. ആദ്യത്തേയും രണ്ടാമത്തേയും കൂട്ടരിൽ അത്യാവശ്യം സന്ദർഭങ്ങളിൽ അടി നിയന്ത്രണപൂർവ്വം ഉപയോഗിക്കുന്നത് ഗുണഫലം ഉളവാക്കിയേക്കും. എന്നാൽ ഇതൊരു പ്രധാന ശിക്ഷാരീതിയായി അവലംബിക്കുന്നത് ന്യായീകരിക്കാവുന്നതല്ല. മൂന്നാമത്തെകൂട്ടരിൽ അടിയൊരു ശിക്ഷണരീതിയായി അവലംബിക്കുവാൻ പാടില്ല. അടി അവരിൽ വിപരീതഫലമായിരിക്കും ഉളവാക്കുക. എന്നാൽ ഇത് പരസ്യമായി പ്രഖ്യാപിക്കേണ്ടതില്ല. ക്രൂരമായ ശിക്ഷണരീതികൾ കുട്ടി

കളുടെ സ്വഭാവരൂപീകരണത്തെയും ആത്മവിശ്വാസത്തെയും ബാധിക്കുന്നതാണ്. സ്വഭാവവൈകൃതങ്ങളുമായി വരുന്ന കുട്ടികളുടെ കുടുംബാന്തരീക്ഷം വിശകലനം ചെയ്യുമ്പോൾ ഇത് ബോധ്യപ്പെടുന്നതാണ്. ഇത്തരമൊരു സ്വഭാവരീതി അവരിൽ രൂപപ്പെട്ടുവന്നതിന്റെ പ്രധാനപ്പെട്ട ഒരു കാരണം ക്രൂരമായ ശിക്ഷാരീതികളാണെന്ന് വിശകലനത്തിലൂടെ മനസിലാക്കാം. ചുരുക്കത്തിൽ ഓരോ കുട്ടിയും അടി പോലെയുള്ള ശിക്ഷണരീതികളോട് പ്രതികരിക്കുന്ന രീതി സൂക്ഷ്മമായ വിശകലനത്തിന് വിധേയമാക്കി വേണം മാതാപിതാക്കൾ മുന്നോട്ടു പോകാൻ.

ശിക്ഷണരീതി വ്യക്തവും സ്ഥിരതയാർന്നതുമായിരിക്കേണ്ടതുണ്ട്. അടി തരുമെന്ന് പറഞ്ഞാൽ വീണ്ടും അത് ആവർത്തിക്കുകയാണെങ്കിൽ അടിനൽകുകതന്നെ വേണം. അതായത് “അടി, അടി” എന്നു പറയുകയും അടി കൊടുക്കാതിരിക്കുകയും ചെയ്യുന്നത് കുട്ടിയിൽ നല്ല ഗുണം ഉളവാക്കുകയില്ല. എപ്പോഴും അടി തരുമെന്ന പല്ലവി ആവർത്തിക്കാതെയിരിക്കുകയായിരിക്കും ഉത്തമം. അടികിട്ടിയതെന്തിനെന്ന് കുട്ടിക്ക് ബോധ്യപ്പെടുകയും വേണം. അടിയെ സംബന്ധിച്ച് അമ്മമാർ ഓർത്തിരിക്കേണ്ട മറ്റൊരു പ്രധാന കാര്യം, ഒരു കുറ്റം ചെയ്തുകഴി ഞ്ഞാൽ അടി കൊടുക്കുവാൻ ഉദ്ദേശിച്ചിട്ടുണ്ടെങ്കിൽ അത് അപ്പോൾ തന്നെ കൊടുക്കുകയെന്നതാണ്. അതിനു പകരം “അച്ഛൻ വരട്ടെ, നിനക്കു ഞാൻ അടി വാങ്ങിത്തരുന്നു”ണ്ടെന്ന സമീപനം ശരിയല്ല. ഇത് പ്രധാനമായും രണ്ടു തരത്തിലാണ് പ്രശ്നങ്ങളുണ്ടാക്കുന്നത്. ഒന്നാമതായി, കുട്ടിക്ക് സ്വന്തം കുറ്റത്തേയും തനിക്ക് വൈകുന്നേരം ലഭിക്കുവാൻ പോകുന്ന ശിക്ഷയേയും പറ്റി ചിന്തിച്ച് ആശങ്കാകുലനായി കഴിയേണ്ടിവരും. ഇത് അവനിൽ ഉൽകണ്ഠാകുലമായ വ്യക്തിത്വം ഉണ്ടാകുന്നതിന് ഇടയാക്കുന്നതാണ്. മറ്റൊന്ന്, വൈകുന്നേരം ജോലികഴിഞ്ഞെത്തുന്ന അച്ഛന് കുട്ടിയെ ശിക്ഷിക്കുന്നതിലായിരിക്കില്ല താൽപ്പര്യം, മറിച്ച് കുട്ടികളോടും ഭാര്യയോടുമൊപ്പം സന്തോഷകരമായി സമയം ചെലവഴിച്ച് വിശ്രമിക്കുന്നതിലായിരിക്കും. അമ്മമാർ ഇത് മനസിലാക്കേണ്ടതുണ്ട്. മാത്രവുമല്ല, കുട്ടിക്ക് അമ്മയെ അനുസരിക്കേണ്ടതില്ലെന്ന ചിന്ത ഉണ്ടാവുകയും ചെയ്യും.

കുട്ടിയെ മറ്റുള്ളവരുടെ മുന്നിൽ വച്ച് വഴക്കുപറയുന്നതും അടിക്കുന്നതും ഒഴിവാക്കേണ്ടതാണ്.

കുട്ടിക്ക് എത്രമാത്രം അടി കൊടുക്കാം? ഇതും ഒരു പ്രധാന പ്രശ്നമാണ്. തന്റെ ദേഷ്യം തീരുംവരെ കുട്ടിയെ തല്ലുന്നതാണ് മാതാപിതാക്കൾ അവലംബിക്കുന്ന സാധാരണ രീതി. അടി കൊടുത്ത് കുട്ടിയെ പരാജയപ്പെടുത്തുകയല്ലല്ലോ നമ്മുടെ ഉദ്ദേശ്യം. ഒരു കുറ്റത്തിന് ഒന്നോ രണ്ടോ അടി കൊടുക്കുന്നതാണ് ഉത്തമം. ഒരേ തരം കുറ്റത്തിന് മാതാപിതാക്കളുടെ മാനസികനിലയനുസരിച്ച് ശിക്ഷണരീതികൾ വ്യത്യസ്തമാകുവാൻ പാടില്ല. തങ്ങൾ മാനസികസംഘർഷം അനുഭവിക്കുന്ന

അവസരത്തിൽ ചെറിയ കുറ്റത്തിനുപോലും കടുത്ത ശിക്ഷ നൽകുകയും മറിച്ചുള്ള അവസരത്തിൽ വലിയ കുറ്റം കണ്ടില്ലെന്ന് നടിക്കുകയും ചെയ്യുന്നരീതി ദോഷകരമാണ്. ഇത് കുട്ടിയിൽ തെറ്റുകുറ്റങ്ങളെ സംബന്ധിച്ച് വ്യക്തമായ ധാരണ വളർന്നുവരുന്നതിൽ ആശയക്കുഴപ്പമുണ്ടാക്കും.

കുട്ടിയെ എങ്ങനെ അടിക്കും? ഒരു കമ്പ് അതിനായി കരുതി വയ്ക്കുകയും അതുമാത്രംകൊണ്ട് അടി കൊടുക്കുകയും ചെയ്യുന്നതാണ് ശരിയായ രീതി. എന്നാൽ ഓരോ അവസരത്തിലും നമ്മുടെ വികാരവിക്ഷോഭങ്ങളെ നിയന്ത്രിച്ച് അവയെ ശാസ്ത്രീയമായി തിരിച്ചുവിടുകയെന്നത് ഏറ്റവും ദുഷ്കരമായ പ്രക്രിയയാണ്. എങ്കിലും മാതാപിതാക്കൾ ഈ രീതി തീർച്ചയായും സ്വായത്തമാക്കുന്നതിന് ശ്രമിക്കുകയാണ് വേണ്ടത്.

കുട്ടിയോടൊപ്പം സമയം ചെലവഴിക്കുക

എത്ര വലിയ തിരക്കാണെങ്കിലും മാതാപിതാക്കൾ കുട്ടിയുമായി ഓരോ ദിവസവും നിശ്ചിതസമയം ചെലവിടുമെന്ന് ഉറപ്പാക്കുകയും ദിനചര്യകൾ അതിനനുസരിച്ച് ക്രമീകരിക്കുകയും വേണം. ഇങ്ങനെ ശീലിക്കുവാൻ ശ്രമിച്ചാൽ ഒരു പരിധി വരെ ഇത് നടത്തിക്കൊണ്ടുപോകുവാൻ കഴിയും. തിരക്കുള്ള മാതാപിതാക്കളോട് അവരെങ്ങനെയാണ് കുട്ടിയുമായി സമയം ചെലവഴിക്കുന്നതെന്ന് അന്വേഷിക്കുമ്പോൾ തങ്ങൾ ഒരുമിച്ചിരുന്ന് ടിവി കാണുമെന്നായിരിക്കും ഉത്തരം. എന്നാൽ ഇതുകൊണ്ട് ഉദ്ദേശിച്ചഫലം കിട്ടുകയില്ല. ഇതിനുപകരം ടിവി കാണുന്ന സമയം കുറച്ചതിനു ശേഷം പരസ്പരം ഇടപഴകുന്നതിനുള്ള സാഹചര്യം ഒരുക്കുക: (one to one interaction) ഉദാഹരണമായി കുട്ടിയുമൊത്ത് നിങ്ങൾ ഒരു മനുഷ്യമുഖം വരയ്ക്കുന്നുവെന്ന് കരുതുക. നിങ്ങൾ ആദ്യം ഒരു കണ്ണ് വരയ്ക്കുക. എന്നിട്ട് കുട്ടിയോട് മറ്റേക്കണ്ണ് വരയ്ക്കുവാൻ പറയുക. ഈ രീതിയിൽ കുട്ടിയുമായി മാതാപിതാക്കൾക്ക് വെവ്വേറെ സമയങ്ങളിൽ പലതരം കളികളിൽ ഏർപ്പെടാവുന്നതാണ്. ഇവിടെ കുട്ടിയുടെ ഇഷ്ടത്തിനായിരിക്കണം പ്രാമുഖ്യം നൽകേണ്ടത്. എന്നാൽ ആ ഇഷ്ടത്തെ കുട്ടിക്ക് പ്രയോജനകരമായ രീതിയിൽ മാറ്റിയെടുക്കുവാൻ ശ്രമിക്കണം. പ്രോത്സാഹജനകമായ അന്തരീക്ഷം (പ്രശംസിക്കുക തുടങ്ങി...) സൃഷ്ടിക്കുന്നതിൽ മാതാപിതാക്കൾ പ്രത്യേകം ശ്രദ്ധിക്കണം.

കുടുംബമൊന്നിച്ച് കാര്യങ്ങൾ ചെയ്യുന്നത് കുടുംബത്തിന്റെ സ്ഥാപനവൽക്കരണത്തിന് ആവശ്യമാണ്. ഒഴിവുവേളകളിൽ പുറത്തുപോകുന്നത് പരസ്പരബന്ധം വളർത്തുന്നതിനും ഉൽകണ്ഠകൾ ലഘൂകരിക്കുന്നതിനും സഹായിക്കും. എന്നാൽ ഇന്നത്തെ തിരക്കേറിയ ജീവിതത്തിൽ ഇതിനുള്ള സാധ്യത കുറവാണ്. ഇത്തരം ന്യൂനതകൾ

പരിഹരിക്കുന്നതിനായി കുട്ടിക്ക് കൂടുതൽ വിലയുള്ള സമ്മാനങ്ങൾ വാങ്ങിക്കൊടുത്ത് അവരെ ടിവിയുടെ മുന്നിലേക്ക് തള്ളി വിടുന്ന രീതിയാണ് മാതാപിതാക്കൾ അവലംബിക്കുന്നത്.

മാതാപിതാക്കൾ ദാമ്പത്യജീവിതത്തിൽ ശ്രദ്ധവയ്ക്കുക

വിജയകരമായ ദാമ്പത്യജീവിതം നയിക്കുന്ന ഭാര്യാഭർത്താക്കന്മാർക്കുമാത്രമേ നല്ല മാതാപിതാക്കളാകുവാനും കഴിയുകയുള്ളൂ. ഭാര്യാഭർത്താക്കന്മാർ പരസ്പരസ്നേഹം, ബഹുമാനം, വിശ്വാസ്യത എന്നിവ പുലർത്തുവാൻ ശ്രമിക്കുന്നതാണ് ദാമ്പത്യജീവിതത്തെ സംബ ന്ധിച്ച് പ്രധാനം. ഇത് കുടുംബമെന്ന സ്ഥാപനത്തിന് സുരക്ഷിതത്വ ബോധം ഉണ്ടാക്കുന്നു. ചുരുക്കത്തിൽ ദാമ്പത്യജീവിതത്തിലെ താളപ്പിഴകൾ കുടുംബജീവിതത്തിൽ പ്രശ്നങ്ങളുണ്ടാക്കും. ഇത് കുട്ടികൾ വളർന്നുവരുന്ന കുടുംബസാഹചര്യത്തേയും ബാധിക്കുന്നതാണ്.

ഭാര്യാഭർത്താക്കന്മാർ (അച്ഛനമ്മമാർ) സ്നേഹം പരസ്യമായി പ്രകടിപ്പിക്കുന്ന വീട്ടിൽ കുട്ടികൾ സമൃദ്ധിയോടെ വളരുന്നതാണ്. രണ്ടു പേരും സ്നേഹം കുട്ടിയോടുമാത്രം പ്രകടിപ്പിച്ചാൽ പോരാ. അച്ഛനമ്മമാർ തമ്മിലുള്ള സൗഹാർദവും സ്നേഹവും കുട്ടികൾക്കുകൂടി ബോധ്യം വരുന്നതിനുള്ള സാഹചര്യം ബോധപൂർവ്വം സൃഷ്ടിക്കേണ്ടതാണ്. ഉദാഹരണമായി ഭാര്യ വന്നുകയറുമ്പോൾ നിങ്ങൾക്കുണ്ടാകുന്ന സന്തോഷം മറച്ചുവയ്ക്കാതെതന്നെ പ്രകടിപ്പിക്കുക. അത് കുട്ടികളെ ആഹ്ലാദഭരിതരാക്കും. മാതാപിതാക്കൾ പരസ്പരം എത്രത്തോളം സ്നേഹിക്കുന്നുവെന്ന് അവർക്ക് അനുഭവപ്പെടും.

ദാമ്പത്യജീവിതത്തിന് പ്രാധാന്യം നൽകുകയെന്നാൽ കുട്ടികൾക്ക് രണ്ടാം സ്ഥാനമെന്നല്ല അർഥം. മറിച്ച് സന്തോഷകരമായ കുടുംബാന്തരീക്ഷം സൃഷ്ടിക്കുവാൻ കഴിഞ്ഞാൽ മാത്രമേ കുട്ടികൾ ശരിയായ രീതിയിൽ വളർന്നുവരികയുള്ളൂ. അതായത് സന്തോഷകരമായ ദാമ്പത്യജീവിതവും കുടുംബജീവിതവും അനുപൂരകമായി പ്രവർത്തിക്കുന്നുവെന്നർത്ഥം. കുട്ടികളുടെ നന്മമാത്രം കേന്ദ്രീകരിച്ചുള്ള കുടുംബാന്തരീക്ഷം സന്തോഷകരമായ വൈവാഹികജീവിതമോ സന്തോഷവാന്മാരായ കുട്ടികളെയോ സൃഷ്ടിക്കുന്നതല്ല.

ജീവിതമൂല്യങ്ങളെക്കുറിച്ചുള്ള ബോധം

അടിസ്ഥാനപരമായ ജീവിതമൂല്യങ്ങളെക്കുറിച്ചുള്ള ബോധം കുട്ടികളിൽ ഉണ്ടാക്കിയെടുക്കുന്നതിന് മാതാപിതാക്കൾ ശ്രദ്ധിക്കണം. ജീവിതമൂല്യങ്ങളെക്കുറിച്ചുള്ള സജീവമായ ചർച്ചകൾ കുടുംബത്തിൽ സൃഷ്ടിക്കുവാൻ മാതാപിതാക്കൾക്ക് കഴിയണം. സഹജീവികളോടുള്ള സ്നേഹം, ആത്മാർഥത, സത്യസന്ധത, അർപ്പണബോധം, ഉത്തരവാദിത്വബോധം തുടങ്ങിയവയ്ക്ക് തുടക്കത്തിലേ പ്രാധാന്യം നൽകുക. ഇത്

കുട്ടികളുടെ സ്വഭാവത്തിന് കൂടുതൽ സമഗ്രത നൽകുകയും അവരിൽ സേവനതൽപ്പരതയും ആത്മവീര്യവും വളർത്തുകയും ചെയ്യും. ജീവിത മൂല്യങ്ങളെക്കുറിച്ചുള്ള നിരീക്ഷണങ്ങളിൽ കുട്ടിക്കൊരു മാതൃകയാകുവാൻ മാതാപിതാക്കൾക്ക് കഴിയുന്നുണ്ടോ? വാക്കും പ്രവൃത്തിയും തമ്മിൽ വൈജാത്യമുണ്ടാകുന്നത് അഭിലഷണീയമല്ല. ആദർശാലുക്കളായ മാതാപിതാക്കൾ സുസ്ഥിരമായ ശൈലിയോടെ കുട്ടികളുമായി അവ ചർച്ചചെയ്യുന്നത് അവരിലും അതേ ഗുണങ്ങൾ ജനിപ്പിക്കുന്നതിനും അച്ഛനമ്മമാരെ കൂടുതലായി അംഗീകരിക്കുന്നതിനും സഹായിക്കുന്നതാണ്.

പരസ്പരബഹുമാനം പുലർത്തുക

കുടുംബത്തിൽ എല്ലാവരും പരസ്പരബഹുമാനത്തോടെ വർത്തിക്കേണ്ടതാണ്. മാതാപിതാക്കൾ പരസ്പരവും പ്രത്യേകിച്ച് കുട്ടികളോടും ബഹുമാനം പുലർത്തുന്നത് കുട്ടികളിൽ ആത്മവിശ്വസം വളർത്തും. കുട്ടികളോട് നന്ദി പ്രകടനവും ആവശ്യത്തിന് ക്ഷമാപണവും നടത്തുവാൻ പ്രത്യേകം ശ്രദ്ധിക്കുക. കുട്ടികളുടെ സ്വഭാവത്തിലും നിഗമനത്തിലും വിശ്വാസം വച്ചുപുലർത്തുക. വാഗ്ദാനങ്ങൾ പാലിക്കുവാൻ ശ്രമിക്കണം. അല്ലെങ്കിൽ കഴിയാ ഞ്ഞതെന്തുകൊണ്ടെന്ന് വിശദീകരിച്ചുകൊടുക്കണം.

കുട്ടിയുടെ പ്രശ്നങ്ങൾ ശ്രദ്ധാപൂർവ്വം കേൾക്കുക

കുട്ടിയെ ഒരു വ്യക്തിയായി പരിഗണിച്ച് അവൻ / അവൾ പറയുന്ന കാര്യങ്ങൾ ശ്രദ്ധയോടെ കേൾക്കുക. സ്വന്തം വിശ്വാസപ്രമാണങ്ങളും ജീവിതരീതികളും നിലനിർത്തവേതന്നെ അവരുടെ സ്വതന്ത്രമായ ചിന്താരീതികളേയും അഭിപ്രായഭിന്നതകളേയും മനസിലാക്കുവാൻ ശ്രമിക്കുകയും ഉൾക്കൊള്ളുകയും ചെയ്യേണ്ടതാണ്. കുട്ടിയുമായി ശ്രദ്ധ വച്ചു പുലർത്തുകയെന്നാൽ അതിനർഥം അവൻ പറയുന്നതെല്ലാം അംഗീകരിക്കുന്നുവെന്നല്ല. മറിച്ച് അവ മനസിലാക്കുകയും സംവേദിക്കുകയും ചെയ്യുന്നുവെന്നാണ്. അത് കുട്ടിക്ക് നിങ്ങളുടെ സ്നേഹം നഷ്ടപ്പെടാതെ തന്നെ അഭിപ്രായപ്രകടനം നടത്തുവാനുള്ള ശീലവും ഭാഷയും വികസിപ്പിച്ചെടുക്കുന്നതിന് സഹായിക്കും.

അത്യാവശ്യഘട്ടങ്ങളിൽ സഹായം വാഗ്ദാനം ചെയ്യുക

എല്ലാ പ്രതിസന്ധിഘട്ടങ്ങളിലും സഹായം വാഗ്ദാനം ചെയ്യുകയും അവർക്കായി വാതിൽ എപ്പോഴും തുറന്നുകിടക്കുന്നുവെന്ന് ഉറപ്പു വരുത്തുകയും വേണം. കൗമാരപ്രായക്കാരായ കുട്ടികൾക്ക് ആന്തരികമായ യാതൊരുവിധ സങ്കോചമോ ഭയമോ ഇല്ലാതെ പ്രശ്നങ്ങൾ ചർച്ചചെയ്യുന്നതിനുള്ള കുടുംബസാഹചര്യം മാതാപിതാക്കൾ പ്രത്യേകം സൃഷ്ടി

ക്കേണ്ടതാണ്. പ്രതിസന്ധിഘട്ടങ്ങളിൽ പരിഹാര നിർദ്ദേശങ്ങൾ അവർ മുന്നോട്ടു വയ്ക്കുന്നുണ്ടെന്ന് ഉറപ്പുവരുത്തുക. മാതാപിതാക്കളെന്നനിലയിൽ തങ്ങളുടെ അഭിപ്രായങ്ങൾ അവസാനവാക്കല്ലെന്നും സാഹചര്യത്തിനനുസരിച്ച് അവ മാറ്റത്തിനു വിധേയമാകാമെന്നും കുട്ടികൾക്ക് ബോധ്യപ്പെടേണ്ടതാണ്.

കുട്ടികളിൽ സ്വതന്ത്രസ്വഭാവം വളർത്തിയെടുക്കുക

കുട്ടികളിൽ ക്രമേണയായി സ്വതന്ത്രസ്വഭാവം വളർത്തിയെടുക്കേണ്ടതാണ്. തീരുമാനങ്ങളെടുക്കുന്നതിനുള്ള സ്വാതന്ത്ര്യം ആദ്യം ചെറിയ കാര്യങ്ങൾ പിന്നീട് ഗൗരവമേറിയവ എന്ന ക്രമത്തിൽ അനുവദിക്കണം. തീരുമാനമെടുത്തശേഷം അവയെ സ്വയംവിമർശനപരമായി വില യിരുത്തുന്നതിനുള്ള ശീലവും അവരിൽ വളർത്തിയെടുക്കുക. കുട്ടി വളരുന്നതനുസരിച്ച് ചിത്രത്തിൽനിന്ന് നിങ്ങൾ അപ്രത്യക്ഷനാകുമെങ്കിലും സമീപത്തുതന്നെ അവശ്യഘട്ടങ്ങളിൽ ഉണ്ടാകുമെന്ന് ഉറപ്പുവരുത്തുക.

യാഥാർഥ്യബോധത്തോടെയുള്ള സമീപനം

കാര്യങ്ങളെല്ലാം ശരിയായി പോകുമെന്നിരിക്കിലും പ്രായോഗിക അനുഭവങ്ങൾ എപ്പോഴും സന്തോഷകരമാകണമെന്നില്ല. ഈ യാഥാർഥ്യബോധം കുട്ടികളെ വളർത്തിക്കൊണ്ടുവരുന്ന മാതാപിതാക്കൾ ഉൾക്കൊള്ളേണ്ടതാണ്. ശിശുപരിപാലനം വളരെ ലളിതമായ ഒരു പ്രക്രിയയല്ല. ചുരുക്കത്തിൽ സ്നേഹവും ക്രിയാത്മകമായ പരിശീലനവും ഒപ്പത്തിനൊപ്പം ഉണ്ടാകേണ്ടതാണ്.

3

ശിശുകൗമാര മാനസികാരോഗ്യ പ്രശ്നങ്ങൾ;

ഉറവിടങ്ങളും ചികിത്സാരീതികളും

ശിശുവികാസ മാനസികാരോഗ്യപ്രശ്നങ്ങൾ (Developmental disorders and Mental health problems) സമൂഹത്തിലേറ്റവുമധികം ചർച്ചചെയ്യപ്പെടുന്ന വിഷയങ്ങളിലൊന്നായി മാറിയിട്ടുണ്ട്. മാറിവരുന്ന ആഗോളീകൃത സാമ്പത്തിക - സാമൂഹിക - സാംസ്കാരിക സാഹചര്യത്തിൽ കുട്ടികളുടെയും കൗമാരക്കാരുടെയും മാനസികാരോഗ്യവിഷയങ്ങൾക്ക് വീണ്ടും പ്രാധാന്യം വർധിക്കുന്നു. ഇന്നലെകളിൽ 'ശല്യക്കാരനായ കുട്ടി'യെ ദുർഗുണപരിഹാരപാഠശാലയിലേക്ക് അയയ്ക്കുകയെന്നതായിരുന്നു സമീപനമെങ്കിൽ ഇപ്പോൾ അതെന്തുകൊണ്ടുണ്ടാകുന്നു, എങ്ങനെ പരിഹരിക്കാം, തുടങ്ങിയ ചിന്തകൾ ഉയർന്നുവരുന്നുണ്ട്. ഇത്തരത്തിലുള്ള ചിന്തകൾ ശിശുമാനസികാരോഗ്യവിദഗ്ദ്ധരുടെ ഇടയിൽ മാത്രമല്ല നിലനിൽക്കുന്നത്. എന്നാൽ ശിശുമാനസികാരോഗ്യപ്രശ്നങ്ങളെക്കുറിച്ച് പൊതുവിൽ ഒരു ശാസ്ത്രീയാവബോധം നമ്മുടെ സമൂഹത്തിൽ ഇനിയും രൂപപ്പെട്ടുവന്നിട്ടില്ല. ശിശുവികാസ മാനസികാരോഗ്യപ്രശ്നങ്ങളെക്കുറിച്ചുള്ള ഗവേഷണങ്ങളും പഠനങ്ങളും ലോകത്തിലെമ്പാടും നടന്നുവരികയാണ്. ശിശുമാനസികാരോഗ്യചികിത്സയുടെ കാര്യത്തിലും ഏറെ മുന്നോട്ടു പോകുവാനായിട്ടുണ്ട്. കേരളത്തിലും ഈ വിഷയത്തിൽ പഠനങ്ങൾ നടക്കുന്നുണ്ട്. എന്നാൽ ഇത്തരത്തിലുള്ള പുത്തൻ സേവനരീതികൾ മിക്കപ്പോഴും നഗരകേന്ദ്രീകൃതവും സമൂഹത്തിലെ ഉന്നതർക്കുമാത്രം പ്രാപ്യവുമായ തരത്തിലാണ് നടന്നുവരുന്നത്. സ്കൂളുകളും കോളേജുകളും കേന്ദ്രീകരിച്ചും സാമൂഹികാടിസ്ഥാനത്തിലും വലിയതോതിലുള്ള പഠനങ്ങൾ നടത്തിക്കൊണ്ട് ഈ വിഷയത്തിൽ മുന്നോട്ടു പോകേണ്ടതുണ്ട്. പഠനങ്ങളുടെ അടിസ്ഥാനത്തിൽ

ചികിത്സാരീതികളും പ്രതിരോധമാർഗങ്ങളും വികസിപ്പിച്ചെടുക്കാവുന്നതാണ്.

മാനസികാരോഗ്യപ്രശ്നങ്ങളുടെ ഉറവിടം

ശിശുവികാസത്തേയും സ്വഭാവരൂപീകരണത്തേയും സ്വാധീനിക്കുന്ന ജനിതകവും ജനിതകേതരവുമായ ഘടകങ്ങളും അവയിലെ ഏറ്റക്കുറച്ചിലുകളുമാണ് ശിശുവികാസ മാനസികാരോഗ്യപ്രശ്നങ്ങളുടെ ഉറവിടം. എങ്കിലും വിവിധ പ്രശ്നങ്ങളുടെയും രോഗങ്ങളുടെയും കാരണങ്ങൾ വ്യത്യസ്തമാണെന്നും കാണേണ്ടതുണ്ട്. മറ്റേതൊരു രോഗാവസ്ഥയുടേയുമെന്നതുപോലെ മാനസികരോഗത്തിന്റെയും കാരണങ്ങൾ ജീവശാസ്ത്രപരമോ മാനസികമോ സാമൂഹികമോ ആണ്. ഈ വിഷയത്തിൽ കൂടുതൽ പഠനങ്ങൾ നടത്തിയ ജോൺ കോയിയുടെ അഭിപ്രായത്തിൽ കുട്ടികളുടെ മാനസികാരോഗ്യപ്രശ്നങ്ങളുടെ പ്രധാന കാരണങ്ങൾ കുടുംബപരമോ, വൈകാരികമോ, സ്കൂളുമായി ബന്ധപ്പെട്ടതോ, പാരിസ്ഥിതികമോ ആകാം. പലരീതിയിലുള്ള വികലാംഗത്വം, വ്യക്തിബന്ധങ്ങളിലെ പ്രശ്നങ്ങൾ, പ്രത്യേക കഴിവുകൾ ആർജ്ജിക്കുന്നതിലുള്ള കാലതാമസം തുടങ്ങിയവയും മാനസികാരോഗ്യ പ്രശ്നങ്ങൾക്കു കാരണമാകും. കൂടാതെ നമ്മുടെ സാമൂഹ്യവ്യവസ്ഥിതിയിലുണ്ടാകുന്ന വ്യതിയാനങ്ങളും കുട്ടികളുടെ മാനസിക രോഗാതുരതയെ ബാധിക്കുന്നതാണ്.

ജീവശാസ്ത്രപരമായ കാരണങ്ങൾ മൂലമുണ്ടാകുന്ന ശിശുവികാസ മാനസികരോഗങ്ങളിൽ പ്രധാനം (ADHD) ഒരിടത്തും അടങ്ങി ഒതുങ്ങി ഇരിക്കാത്ത പ്രകൃതം, ബുദ്ധിമാന്ദ്യം, ഓട്ടിസം, വിഷാദരോഗം തുടങ്ങിയവയാണ്. പ്രസവവുമായി ബന്ധപ്പെട്ട പ്രശ്നങ്ങളുടെ ഭാഗമായി കുട്ടികളിൽ നാനാവിധ വൈകല്യങ്ങൾ ഉണ്ടാകുന്നതാണ്. പ്രസവം പുരോഗമിക്കാതെ വരുന്നതിന്റെ ഭാഗമായി തലച്ചോറിന് ഓക്സിജൻ കിട്ടാതെ വരികയും ഇത് ബുദ്ധിമാന്ദ്യത്തിനും അപസ്മാരത്തിനും വളർച്ചാവൈകല്യത്തിനും (cerebral palsy) പഠനപിന്നോക്കാവസ്ഥയ്ക്കും നിയന്ത്രണമില്ലാത്ത കാരണമാകുന്നതാണ്. ഗർഭസ്ഥശിശുവിലുണ്ടാകുന്ന അണുബാധമൂലം കുട്ടികളിൽ കാഴ്ച, കേഴ്വി തുടങ്ങിയവയിൽ പോരായ്മകൾ ഉണ്ടാകുന്നതാണ്. മെനിഞ്ചൈറ്റിസ്, എൻസെഫലൈറ്റിസ് തുടങ്ങിയ തലച്ചോറിനെ ബാധിക്കുന്ന അണുബാധരോഗങ്ങൾ കുട്ടികളിൽ അപസ്മാരരോഗവും മാനസിക രോഗങ്ങളും വളർച്ചാവൈകല്യങ്ങളും സൃഷ്ടിക്കുന്നതാണ്. അപസ്മാര രോഗികളിൽ മാനസികാരോഗ്യപ്രശ്നങ്ങളുടെ സാന്നിധ്യം ഏറും.

കുടുംബബന്ധങ്ങളിലെ പ്രശ്നങ്ങൾ കുട്ടികളിലും കൗമാരക്കാരിലും മാനസികരോഗാതുരത സൃഷ്ടിക്കുന്നതിൽ വലിയ പങ്കു വഹിക്കുന്നുണ്ട്. കുടുംബത്തിനുള്ളിലെ വൈകാരിക അന്തരീക്ഷമാണ് ഏറ്റവും മുഖ്യം. മാതാപിതാക്കളുടെ സ്വഭാവരീതികൾ, അവർക്ക് വളർന്നുവരുന്ന

കുട്ടിയോടുള്ള സമീപനം, അച്ഛൻ - അമ്മ (ഭർത്താവ് - ഭാര്യ) ബന്ധത്തിലെ വിവിധ പ്രശ്നങ്ങൾ, സംഘർഷം നിറഞ്ഞ കുടുംബാന്തരീക്ഷം, വേറിട്ടു ജീവിക്കുന്ന അച്ഛനമ്മമാരിൽ ആരെങ്കിലും ഒരാളോടൊപ്പം കഴിയേണ്ടിവരുന്ന അവസ്ഥ, ശരിയായ വികാര പ്രകടനങ്ങളില്ലാത്തതും പരസ്പരം അംഗീകരിക്കുകയോ വഴങ്ങുകയോ ചെയ്യാത്തതുമായ ജീവിത രീതി, കുടുംബത്തിന്റെ സാമ്പത്തികമായും സാമൂഹ്യമായും ഉള്ള പിന്നോക്കാവസ്ഥയും അതുമായി ബന്ധപ്പെട്ട പ്രശ്നങ്ങളും തുടങ്ങിയവ കുട്ടികളുടെ വ്യക്തിത്വരൂപീകരണത്തെ ദോഷകരമായി സ്വാധീനിക്കുന്നതാണ്.

കുട്ടികളുടെ വൈകാരികമായ വളർച്ച കുടുംബത്തിനുള്ളിലെ വൈകാരിക അന്തരീക്ഷവുമായി ബന്ധപ്പെട്ടുകിടക്കുന്നു. ആരോഗ്യകരമായ വികാരപ്രകടനത്തിനുള്ള കഴിവ് വളർത്തിയെടുക്കുന്നതിലുള്ള അപാകത, അതിരുകടന്ന ലാളനമോ ശിക്ഷണമോ, അതിതീവ്രമായ വികാരപ്രകടനങ്ങൾ, സ്നേഹപ്രകടനങ്ങളിലെ അപര്യാപ്തത, വിവിധ രീതിയിലുള്ള ശാരീരിക-മാനസിക-ലൈംഗിക പീഡനങ്ങൾ സൃഷ്ടിക്കുന്ന ആത്മവിശ്വാസക്കുറവ് തുടങ്ങിയവ വ്യക്തിത്വരൂപീകരണത്തേയും ശരിയായ വൈകാരികവളർച്ചയേയും തുടക്കം മുതൽ തന്നെ സാരമായി ബാധിക്കുന്നു. കുടുംബസാഹചര്യങ്ങളിലെ പോരായ്മ കുട്ടികളിൽ സ്വഭാവവൈകൃതത്തിനും വിഷാദരോഗത്തിനും ആത്മഹത്യാപ്രവണതയ്ക്കും പഠനപിന്നോക്കാവസ്ഥയ്ക്കും ഇടയാക്കും. താരതമ്യേന ആൺകുട്ടികളെയാണ് പ്രതികൂലസാഹചര്യം കൂടുതൽ ബാധിക്കുന്നത്. മധ്യ-ഉപരി വർഗത്തിന്റെ പൊള്ളയായ ജീവിതരീതി കുട്ടികളുടെ സ്വഭാവത്തിലും ദർശിക്കാവുന്നതാണ്.

മാതാപിതാക്കളിലും അടുത്ത ബന്ധുക്കളിലും ഉണ്ടാകുന്ന മാനസികരോഗങ്ങളും അതുമായി ബന്ധപ്പെട്ടുവരുന്ന സാമൂഹിക സാമ്പത്തികപ്രശ്നങ്ങളും കുട്ടികളുടെ വ്യക്തിത്വവികസനത്തെ ദോഷകരമായി ബാധിക്കുന്നതാണ്. മാതാപിതാക്കളിൽ, പ്രത്യേകിച്ച് അമ്മയിൽ ഉണ്ടാകുന്ന വിഷാദരോഗം, സ്കീസോഫ്രീനിയ തുടങ്ങിയ രോഗങ്ങൾ കുട്ടിയുടെ സ്വഭാവപ്രകടനങ്ങളിലും പഠനശേഷിയിലും വൈകാരിക ക്ഷമതയിലും പ്രകടമായ ന്യൂനതകൾ ഉളവാക്കുന്നതാണ്.

മാതാപിതാക്കളുടെ തൊഴിലില്ലായ്മ, അതിതീവ്രമായ ദാരിദ്ര്യം, അയൽബന്ധങ്ങളിലെ പോരായ്മകൾ, വർണവംശീയ പ്രശ്നങ്ങൾ തുടങ്ങിയ പാരിസ്ഥിതിക പ്രശ്നങ്ങൾ കുട്ടിയുടെ സ്വഭാവരീതിയിൽ വ്യതിയാനങ്ങൾ സൃഷ്ടിക്കും.

സ്കൂളുമായി ബന്ധപ്പെട്ട പ്രശ്നങ്ങളും കുട്ടികളിൽ വിവിധ തരത്തിലുള്ള മാനസികാരോഗ്യപ്രശ്നങ്ങൾ സൃഷ്ടിക്കുന്നുണ്ട്. കുട്ടികളെ പരസ്യമായി താരതമ്യം ചെയ്ത് വിവരിക്കുന്ന രീതി (scholastic demoralization) അവരിൽ ആത്മവിശ്വാസക്കുറവ് ജനിപ്പിക്കുന്നതിനും സഹ

വിദ്യാർത്ഥികളോട് സ്പർദ്ധ വളർത്തുന്നതിനും ഇടയാക്കും. ഇത്തരത്തിലുള്ള സമീപനം കൗമാരക്കാരിൽ കൂടുതൽ പ്രതിസന്ധികൾ സൃഷ്ടിക്കുന്നതാണ്. അവർ സ്കൂൾ വിട്ടിറങ്ങുന്നതിനും പുറത്ത് താരതമ്യേന തന്നേക്കാൾ മുതിർന്ന മോശപ്പെട്ട കൂട്ടുകെട്ടുകളിലും പ്രവണതകളിലും പെട്ട് തിരിച്ചുകിട്ടുവാനാകാത്തവിധം നഷ്ടമാകുന്നതിനും ഇടയാക്കിയ നിരവധി സംഭവങ്ങൾ സ്കൂളുമായി ബന്ധപ്പെട്ട് നമുക്കുണ്ട്. കുറച്ചു കുട്ടികളിൽ കാണുന്ന താരതമ്യേന കുറഞ്ഞ ബുദ്ധിനിലവാരം (sub-normal intelligence) അവരുടെ പഠനശേഷിയേയും കാര്യങ്ങൾ ഗ്രഹിക്കുന്നതിനുള്ള കഴിവിനേയും ബാധിക്കുന്നതാണ്. ബുദ്ധിനിലവാരത്തിലെ ഈ അപര്യാപ്തത പുറമേക്ക് മറ്റുള്ളവർക്ക് ബോധ്യമാകണമെന്നില്ല. അതിനാൽ അവർ കടുത്ത ശിക്ഷണത്തിന് വിധേയരാവുകയും ചെയ്യും. ഇവിടെ കാരണം കണ്ടെത്തുന്നതിനുള്ള ആത്മാർഥമായ ശ്രമമാണുണ്ടാകേണ്ടത്. ഇക്കാര്യത്തിൽ മാതാപിതാക്കളും അധ്യാപകരും പ്രത്യേകം ശ്രദ്ധിക്കേണ്ടതുണ്ട്. അതിരുകടന്ന ശിക്ഷണരീതികൾ കുട്ടിയുടെ പഠനശേഷി വർധിപ്പിക്കുകയില്ല. ഈ വിഷയം മറ്റൊരധ്യായത്തിൽ വിശദമായി പരിശോധിക്കുന്നുണ്ട്.

ഇന്നത്തെ അവസ്ഥയിൽ ദൃശ്യമാധ്യമങ്ങൾ കുട്ടികളിൽ ഉയർന്ന മാനസികരോഗാതുരത സൃഷ്ടിക്കുന്നതിൽ വലിയപങ്ക് വഹിക്കുന്നുണ്ട്. വിദേശീയ-ദേശീയ ദൃശ്യമാധ്യമങ്ങളുടെ സ്വാധീനം കുട്ടികളിലും കൗമാരക്കാരിലും അമിതമായ ഉപഭോഗസംസ്കാരവും തുടർന്നുള്ള പ്രശ്നങ്ങളും, മാനസിക ഉത്കണ്ഠ, ആക്രമണപ്രവണത, അതിരുകടന്ന ലൈംഗികപ്രവണത തുടങ്ങിയവയ്ക്ക് കാരണമാകുന്നുണ്ട്. ഇത് വിശദമായി മറ്റൊരധ്യായത്തിൽ പ്രതിപാദിക്കുന്നുണ്ട്.

നവലിബറൽ സാമ്പത്തികനയങ്ങളുടെ ഭാഗമായി കുടുംബ സാമൂഹികബന്ധങ്ങളിലും പുത്തൻ പ്രശ്നങ്ങളുണ്ടാകുന്നു. കുടുംബത്തിൽ സൃഷ്ടിക്കപ്പെടുന്ന നിരന്തരമായ മത്സരാന്തരീക്ഷവും ഉൽകണ്ഠയും കുട്ടികളുടെ സ്വഭാവരീതിയിലും പഠനത്തിലും പ്രകടമായി തുടങ്ങിയിട്ടുണ്ട്. ഇത്തരം മാനസികസമ്മർദങ്ങളെക്കുറിച്ച് അടുത്ത അധ്യായത്തിൽ പരിശോധിക്കുന്നുണ്ട്.

മാനസികാരോഗ്യപ്രശ്നങ്ങൾ എങ്ങനെ വിലയിരുത്താം?

മുതിർന്നവരിൽനിന്നും വ്യത്യസ്തമായി കുട്ടികളെ കൊണ്ടുവരുന്നത് രക്ഷിതാക്കളോ അധ്യാപകരോ ആയിരിക്കും. അതിനാൽ എന്താണ് പ്രശ്നം, അത് ഗൗരവമുള്ളതാണോ തുടങ്ങിയ കാര്യങ്ങളിന്മേൽ മാനസികാരോഗ്യവിദഗ്ദ്ധനും മറ്റും അധ്യാപകരെയോ രക്ഷിതാക്കളെയോ വലിയതോതിൽ ആശ്രയിക്കേണ്ടിവരും. മിക്കപ്പോഴും രക്ഷിതാക്കളുടെയും അധ്യാപകരുടെയും വീക്ഷണങ്ങൾ വ്യത്യസ്തമായിരിക്കും. കുട്ടി നിശ്ശബ്ദനായ ഒരു കാഴ്ചക്കാരനും. ചുരുക്കത്തിൽ അവരുടെ അഭിപ്രായത്തിലുള്ള നെല്ലും പതിരും വേർതിരിച്ചെടുക്കുകയെ

ന്നുള്ള ശ്രമകരമായ ജോലിയാണ് മാനസികാരോഗ്യ വിദഗ്ദ്ധനുള്ളത്. ഈ പ്രശ്നത്തെ മറികടക്കുവാൻ അയാൾക്ക് മാതാപിതാക്കളെയും കുടുംബത്തിലെ മറ്റംഗങ്ങളെയും അധ്യാപകരെയും ആവശ്യമെങ്കിൽ സുഹൃത്തുക്കളെയും പ്രത്യേകം പ്രത്യേകം ഇന്റർവ്യൂ ചെയ്യേണ്ടതായി വരും. എന്നാൽ ഇക്കാര്യത്തിൽ കുട്ടിയുടെ അമ്മയെയാണ് ഏറ്റവും പ്രധാനമായി കാണുന്നത്. ഈ അവസരത്തിൽ കാണേണ്ട ഒരു പ്രധാന വസ്തുത കുട്ടിയുടെ പ്രശ്നങ്ങളിൽ പലപ്പോഴും പ്രതി കുട്ടിയല്ല മറിച്ച് കുടുംബാന്തരീക്ഷം തന്നെയാണെന്നതാണ്. അതായത് കുടുംബാന്തരീക്ഷവും കുട്ടിയുമായി ബന്ധപ്പെട്ട ചുറ്റുപാടിലെ മറ്റ് പ്രശ്നങ്ങളും വിശകലനം ചെയ്തുകൊണ്ടുമാത്രമേ ഒരു കുട്ടിയുടെ യഥാർഥപ്രശ്നത്തിലേക്ക് കടന്നുചെല്ലുവാൻ കഴിയുകയുള്ളൂ. ഇക്കാര്യങ്ങളിൽ മാതാപിതാക്കൾ തരുന്ന കേവലമായ വിവരങ്ങൾ വിശകലനം ചെയ്ത് അവരുടെ പരസ്പരമുള്ള കുറ്റപ്പെടുത്തലുകളെ മുഖവിലയ്ക്കെടുക്കാതെ സ്വതന്ത്രമായ ഒരു തീരുമാനത്തിൽ എത്തേണ്ടതുണ്ട്. മദ്യപാനിയായ അച്ഛനും സ്വഭാവദൂഷ്യമുള്ള അമ്മയ്ക്കുമിടയിൽ ഒരു കുട്ടി എങ്ങനെയാണ് മെച്ചത്തിൽ വളർന്നുവരികയെന്ന് ചിന്തിക്കുക. കൂടാതെ ഇത്തരത്തിലുള്ള കുടുംബാന്തരീക്ഷത്തിൽനിന്നും വരുന്ന കുട്ടികളുടെ പ്രശ്നങ്ങളും മാതാപിതാക്കളുടെ പ്രതീക്ഷയ്ക്കൊത്ത് ഉയരുവാൻ കഴിയാതെ വരുന്ന കുട്ടികളുടെ പ്രശ്നങ്ങളും വ്യത്യസ്തമായിരിക്കും. അതായത് കുടുംബത്തേയും മൊത്തത്തിലുള്ള സാമൂഹിക ചുറ്റുപാടുകളേയും കണക്കിലെടുക്കാതെയുള്ള ഉപരിപ്ലവമായ കാഴ്ചപ്പാടുകൾ പ്രശ്നത്തെ കൂടുതൽ സങ്കീർണമാക്കുന്നതാണ്.

ഒരു സ്വഭാവം പ്രശ്നമുള്ളതാണോയെന്ന് തീരുമാനിക്കുന്നതിനായി അവരുടെ പ്രായവും വളർച്ചാഘട്ട സവിശേഷതകളുംകൂടി കണക്കിലെടുക്കേണ്ടതുണ്ട്. ഉദാഹരണമായി കിടക്കയിൽ മൂത്രമൊഴിക്കുന്ന സ്വഭാവം വളരെക്കൂടുതൽ കുട്ടികളിൽ കാണപ്പെടുന്നതാണ്. എന്നാൽ അതൊരു പ്രശ്നമായിട്ടെടുക്കേണ്ടത് അഞ്ചുവയസിനു ശേഷവും തുടരുന്നുവെങ്കിൽ മാത്രമാണ്. മറ്റൊരുദാഹരണം നോക്കാം. മാതാപിതാക്കളെ ചോദ്യം ചെയ്യുന്നതിനുള്ള പ്രവണത കൗമാരക്കാരിൽ പ്രകടമാണ്. എന്നാൽ മാതാപിതാക്കൾക്ക് അവരുടെ മാനസികാവസ്ഥയെ ശരിയായ അർഥത്തിൽ ഉൾക്കൊണ്ട് സമീപനങ്ങളിൽ മാറ്റം വരുത്തുവാൻ കഴിയാതെ വരുമ്പോഴാണ് പ്രശ്നങ്ങളുണ്ടാകുന്നത്.

കുട്ടികളുടെയും കൗമാരപ്രായക്കാരുടെയും മാനസികാരോഗ്യ പ്രശ്നങ്ങളെ ഏതെങ്കിലും ഒരു തരത്തിലുള്ള മാനസികരോഗത്തിന്റെ ലേബലിൽ ഉൾപ്പെടുത്തുവാൻ ഭഗീരഥപ്രയത്നം നടത്തുന്നതിനുപകരം ഒരു പ്രശ്നാധിഷ്ഠിത സമീപനം സ്വീകരിക്കുകയും ഓരോ കുട്ടിയുടെയും പ്രശ്നങ്ങളെ വ്യക്തിഗതവൽക്കരിച്ച് പരിഹാരത്തിന്റെ വഴി തേടാൻ ശ്രമിക്കുകയുമാണ് വേണ്ടത്. ഇവിടെ മാനസികരോഗങ്ങളെയും മാനസികാരോഗ്യപ്രശ്നങ്ങളെയും വേർതിരിച്ച് കാണേണ്ടതുണ്ട്.

മാനസിക പ്രശ്നങ്ങൾ തീവ്രതകുറഞ്ഞതും സാഹചര്യങ്ങളുടെ സൃഷ്ടിയുമായിരിക്കും. അതുകൊണ്ടുതന്നെ സാഹചര്യങ്ങളിൽ ഇടപെടലുകൾ നടത്തി മാറ്റംവരുത്തിയോ (environmental manipulation) കൗൺസിലിംഗ്, സൈക്കോതെറാപ്പി, ഫാമിലി തെറാപ്പി തുടങ്ങിയവയിലൂടെയോ പരിഹരിക്കാവുന്നതാണ്. എന്നാൽ മാനസികരോഗങ്ങൾ തീവ്രവും സ്ഥായീസ്വഭാവമുള്ളതുമായിരിക്കും. ജീവശാസ്ത്രപരമായ കാരണങ്ങൾ ഇതിനുണ്ടായിരിക്കും. മാനസിക രോഗങ്ങൾക്ക് മിക്കപ്പോഴും മരുന്നുകളുടെ ഉപയോഗവുംകൂടി വേണ്ടിവരുന്നതാണ്. ഇവ തമ്മിലുള്ള വേർതിരിവ് മാതാപിതാക്കൾക്കും അധ്യാപകർക്കും അടുത്ത ബന്ധുക്കൾക്കും കുട്ടിക്കും വിശദീകരിച്ചു കൊടുക്കേണ്ടതാണ്. ഇത് രോഗചികിത്സയുടെ പൂർണതയ്ക്കും വിജയത്തിനും അത്യന്താപേക്ഷിതമാണ്.

മാനസികാരോഗ്യപ്രശ്നങ്ങൾ വിവിധതരം

ഏകദേശം 22 ശതമാനം കുട്ടികളിൽ ഏതെങ്കിലും തരത്തിലുള്ള ഗൗരവമായ മാനസികാരോഗ്യ പ്രശ്നങ്ങൾ ഉള്ളതായിട്ടാണ് ശാസ്ത്രീയ പഠനങ്ങൾ സൂചിപ്പിക്കുന്നത്. കൗമാരപ്രായക്കാരിൽ പ്രശ്നത്തിന്റെ തീവ്രത ഇതിലുമധികമായിരിക്കും. കുട്ടികളിൽ പ്രധാനമായി കണ്ടുവരുന്ന മാനസികരോഗങ്ങൾ ADHD, സ്വഭാവവൈകൃതങ്ങൾ (conduct disorders), പഠന വൈകല്യങ്ങൾ (learning disability), ഹിസ്റ്റീരിയ (conversion disorder), സൈക്കോസൊമാറ്റിക്ക് ഡിസോർഡേഴ്സ് (psychosomatic disorders), സംസാരശേഷിയിലുള്ള അപാകത (communication disorders) തുടങ്ങിയവയാണ്.

ചെറിയ കുട്ടികളിൽ പ്രത്യേകമായുണ്ടാകുന്ന വൈകാരികാവസ്ഥ നഴ്സറിതലങ്ങളിൽ പ്രതിസന്ധി സൃഷ്ടിക്കുന്നതാണ്. കുട്ടി ഒരു സ്വതന്ത്രവ്യക്തിയായി വളർന്നുവരുന്നതിലുള്ള അപാകതയാണ് ഇവിടുത്തെ പ്രശ്നം. അമിതലാളനയും തീവ്രമായ ശിക്ഷാരീതികളും ഒഴിവാക്കേണ്ടതാണ്. ഇവകൂടാതെ പല തീവ്രതയിലുള്ള ബുദ്ധിമാന്ദ്യം, ഓട്ടിസം തുടങ്ങിയവ ആദ്യ വർഷങ്ങളിൽത്തന്നെ പ്രകടമാകുന്നതാണ്. പ്രൈമറി-അപ്പർ പ്രൈമറി ക്ലാസുകളിൽ ADHD, സ്വഭാവവൈകൃതങ്ങൾ, പഠന വൈകല്യങ്ങൾ തുടങ്ങിയവ പ്രകടമാകും.

കിടക്കയിൽ മൂത്രമൊഴിക്കൽ കുട്ടികളിലും മാതാപിതാക്കളിലും വലിയ വിഷമസ്ഥിതി ഉണ്ടാക്കുന്ന അവസ്ഥയാണ്. ഇത് അഞ്ചുവയസിനുശേഷവും തുടരുന്നുവെങ്കിൽ അതിനുള്ള കാരണം പ്രത്യേകമായി കണ്ടെത്തേണ്ടതാണ്. ഇത് പുതിയതായി ആരംഭിച്ചതാണെങ്കിൽ സാഹചര്യങ്ങൾ സൂക്ഷ്മമായി വിശകലനം ചെയ്തു കാരണം കണ്ടെത്താവുന്നതാണ്.

ADHD കുട്ടിയുടെ പ്രീപ്രൈമറിതലത്തിൽ തന്നെ പ്രകടമാകുന്നതാണ്. ഒരിടത്തും അടങ്ങിയൊതുങ്ങിയിരിക്കാത്ത പ്രകൃതം, ശ്രദ്ധ മാറിപ്പോവുക, മറ്റുള്ളവരെ ശല്യപ്പെടുത്തുക, ക്ലാസിൽ പ്രശ്നങ്ങളുണ്ടാ

ക്കുക, ആക്രമണപ്രവണത തുടങ്ങിയവയാണ് ലക്ഷണങ്ങൾ. എന്നാൽ 2-4 വയസുവരെയുള്ള പ്രായത്തിൽ കുട്ടികളിൽ ഇത്തരം സ്വഭാവരീതികൾ പ്രകടിപ്പിക്കുക സാധാരണമാണ് (terrible two). ഈ വളർച്ചാഘട്ട സവിശേഷതയെ ADHD യിൽനിന്ന് വേർതിരിച്ച് കാണേ ണ്ടതുണ്ട്. ജീവശാസ്ത്രപരമായ കാരണങ്ങൾ ആണ് ADHD യ്ക്ക് ആധാരം. കുട്ടികളുമായി അടുത്തിടപഴകാതെയുള്ള കുടുംബാന്തരീക്ഷം ADHD യുടെ സാധ്യത വർദ്ധിപ്പിക്കുന്നതാണ്.

സ്വഭാവവൈകൃതങ്ങൾ പ്രൈമറിഘട്ടത്തിന്റെ അവസാനം തൊട്ടാണ് പ്രകടമാകുന്നത്. മാതാപിതാക്കളുമായി തർക്കിക്കുക, അസഭ്യവാക്കുകൾ ഉപയോഗിക്കുക, ആക്രമണപ്രവണത, സ്കൂൾ വിട്ടുപോവുക, വീട്ടിൽനിന്ന് ഒളിച്ചോടുക, മോഷണസ്വഭാവം, മദ്യം, മയക്കുമരുന്ന് തുടങ്ങിയ ദു:ശീലങ്ങൾക്ക് വഴിപ്പെടുക എന്നിവ വ്യത്യസ്തമായ തീവ്രതയിൽ കുട്ടികളിൽ പ്രകടമാകുന്നതാണ്. സ്വഭാവവൈകൃതമുള്ള ഭൂരിപക്ഷം കുട്ടികളുടെയും കുടുംബാന്തരീക്ഷം ശിഥിലമാണ്. സ്വഭാവവൈകൃതങ്ങളുടെ മുന്നോട്ടുള്ള പോക്കും ആശാവഹമല്ല. ഏകദേശം പകുതിയോളം കുട്ടികൾ വളർന്നു വലുതാകുമ്പോൾ അവരിൽ വ്യക്തിത്വവൈകൃതമോ വിഷാദരോഗമോ മദ്യപാനം മയക്കുമരുന്നുപയോഗം തുടങ്ങിയവയോ ഉണ്ടാകുന്നതായി പഠനങ്ങൾ സൂചിപ്പിക്കുന്നു. ഇതിൽ കുറച്ചുപേർ സാമൂഹികഛിദ്രശക്തികൾക്ക് മുതൽക്കൂട്ടാകും. നിയമവ്യവസ്ഥയുമായി ഇടയുന്നതും ഇത്തരക്കാരാണ്.

കുട്ടികളിൽ പലവിധ കാരണങ്ങളാലുണ്ടാകുന്ന മാനസികമായ ഉൽകണ്ഠ അവരിൽ ശാരീരികരോഗമായാണ് പ്രകടമാകുന്നത് (psychosomatic disorders). പഠനവുമായി ബന്ധപ്പെട്ട പ്രശ്നങ്ങൾ, കടുത്ത ശിക്ഷണരീതികൾ, ശാരീരിക-ലൈംഗികപീഡനങ്ങൾ, ദൃശ്യമാധ്യമ രംഗങ്ങളിലെ വികാരതീവ്രമായ രംഗങ്ങൾ തുടങ്ങി കുട്ടിക്കു മുന്നിലുണ്ടാകുന്ന എല്ലാപ്രതിസന്ധികളും സൈക്കോസൊമാറ്റിക്ക് ഡിസോർഡറിനു കാരണമാകുന്നതാണ്. തലവേദന, വയറുവേദന, ഛർദ്ദി, തലകറക്കം തുടങ്ങി 'ബോധക്ഷയം' വരെ കുട്ടികളിൽ ഈ വേളയിൽ പ്രകടമാകും. പ്രശ്നം സ്കൂളുമായി ബന്ധപ്പെട്ടുള്ളതാണെങ്കിൽ സ്ക്കൂളിൽ പോകുന്നതിന് തൊട്ടുമുമ്പായോ സ്കൂളിൽ വച്ചോ ആയിരിക്കും ഇത്തരം രോഗലക്ഷണങ്ങൾ സാധാരണയായി പ്രകടമാകുക. തുടർന്ന് സാധാരണയായി സ്കൂളിൽ പോക്ക് ഒഴിവാക്കപ്പെടും. ഇത് മാസങ്ങൾ മുതൽ വർഷങ്ങൾ വരെ നീണ്ടുനിൽക്കുന്നതും മാതാപിതാക്കൾക്കും അധ്യാപകർക്കും ബുദ്ധിമുട്ട് സൃഷ്ടിക്കുന്നതുമാണ്. കുട്ടിയെ വ്യക്തിഗതമായി അഭിമുഖത്തിനുവിധേയമാക്കി കാരണം കണ്ടെത്താവുന്നതാണ്. ഇത് അടുത്ത അധ്യായത്തിൽ പ്രതിപാദിക്കുന്നുണ്ട്.

കുട്ടികളിലുണ്ടാകുന്ന അതിതീവ്രമായ മാനസികപിരിമുറുക്കമാണ് ഹിസ്റ്റീരിയയ്ക്ക് ആധാരം. പെൺകുട്ടികളിൽ പ്രത്യേകിച്ച് കൗമാരക്കാരിലാണ് ഹിസ്റ്റീരിയ അധികമായി കണ്ടുവരുന്നത്. 'ബോധക്ഷയം,' അപ

സ്മാരസദൃശമായ ലക്ഷണങ്ങൾ പ്രകടിപ്പിക്കുക തുടങ്ങിയവ മാതാപിതാക്കളിലും കണ്ടുനിൽക്കുന്നവരിലും ഭീതിപരത്തുന്നതാണ്. ലൈംഗിക പീഡനങ്ങൾ സൃഷ്ടിക്കുന്ന തീവ്രമായ മാനസികാഘാതമാണ് സാധാരണയായി ഇതുണ്ടാക്കുന്നത്. എന്നാൽ മറ്റുകാരണങ്ങൾ മൂലവും ഹിസ്റ്റീരിയ ഉണ്ടാകുന്നതാണ്. കുട്ടിയെ വ്യക്തിഗതമായി അഭിമുഖത്തിനുവിധേയമാക്കി കാരണം കണ്ടെത്തി തുടർചികിത്സയും കൗൺസിലിങ്ങും ലഭ്യമാക്കുകയാണ് വേണ്ടത്. കൗമാരക്കാരുടെ പ്രശ്നങ്ങൾക്ക് അവരുടെ വിശ്വാസം നേടുന്നതിനായി രഹസ്യസ്വഭാവം ഉറപ്പുവരുത്തുകയും വേണം.

കുട്ടികളിലും കൗമാരക്കാരിലും ആത്മഹത്യാപ്രവണത അടുത്തകാലത്തായി വർധിച്ചു വരുന്നു. പ്രൈമറി – അപ്പർപ്രൈമറി ക്ലാസുകളിലെ കുട്ടികളെ ആത്മഹത്യാശ്രമം നടത്തി ആശുപത്രികളിൽ കൊണ്ടുവരുന്ന പ്രവണത കഴിഞ്ഞ അഞ്ചുവർഷത്തിനുള്ളിൽ ക്രമാതീതമായി വർധിച്ചിട്ടുണ്ട്. പഠന വൈകാരിക പ്രശ്നങ്ങളാണ് പ്രധാന കാരണങ്ങൾ. ഇതുകൂടാതെയാണ് കൂട്ട ആത്മഹത്യകളുടെ വർധിതമായ വരവ്.

മദ്യം, മയക്കുമരുന്നുപയോഗം തുടങ്ങിയ ദു:ശീലങ്ങൾ ആരംഭിക്കുന്നത് കൗമാരകാലത്തിൽ സമപ്രായക്കാരുടെയോ മുതിർന്നവരുടെയോ സ്വാധീനത്തിലാണ്. കൗമാരകാലത്ത് ആകാംക്ഷയുടെ ഭാഗമായി ആരംഭിക്കുന്ന ഇത്തരം ദു:ശീലങ്ങൾ പിന്നീട് ഒഴിവാക്കുവാൻ കഴിയാത്ത സ്വഭാവരീതിയായി മാറുന്നു. വിവരസാങ്കേതികവിദ്യയുമായി ബന്ധപ്പെട്ട പുത്തൻ പ്രശ്നങ്ങളും സാധാരണമായിക്കഴിഞ്ഞു.

കൗമാരവേളയുടെ അവസാനഘട്ടത്തിലാണ് വ്യക്തിത്വവൈകൃതങ്ങൾ, വിഷാദരോഗം, സ്കീസോഫ്രീനിയ, ഉന്മാദരോഗം തുടങ്ങിയ ഗൗരവമായ മാനസികരോഗങ്ങൾ സാധാരണയായി ആരംഭിക്കുന്നത്. കൗമാരവേളയുടെ സ്വാഭാവികമായ പ്രതിഷേധ പ്രതിരോധസ്വഭാവത്തെയും സ്വഭാവവൈകൃതത്തെയും ഗൗരവമായ മാനസികരോഗാരംഭത്തിൽനിന്ന് വേർതിരിച്ചറിയുക ശ്രമകരമായ ജോലിയാണ്. ഇവിടെ തുടർച്ചയായ സൂക്ഷ്മനിരീക്ഷണം ആവശ്യമാണ്.

മാനസികാരോഗ്യ പ്രശ്നങ്ങളാണ് മാനസികരോഗങ്ങളെക്കാൾ അധികമായി കുട്ടികളിൽ കണ്ടുവരുന്നത്. കുട്ടികളിൽ മാനസികപിരിമുറുക്കമുണ്ടാക്കുന്ന വിഷയങ്ങൾ പ്രത്യേക പരാമർശം അർഹിക്കുന്നു. ഇത് മറ്റൊരധ്യായത്തിൽ വിശദമായി പരിശോധിക്കുന്നുണ്ട്.

ചികിത്സാരീതികൾ

കുട്ടികൾ ഗൗരവമായ മാനസികാരോഗ്യപ്രശ്നങ്ങൾ അഭിമുഖീകരിക്കുന്ന വേളയിൽ ഒരു ശിശുമാനസികാരോഗ്യവിദഗ്ധന്റെ സഹായം തേടുകയാണ് അഭികാമ്യം. സൂക്ഷ്മമായി നിരീക്ഷിച്ചുകൊണ്ട് കുട്ടിയുടെ മാനസികാവസ്ഥ തിരിച്ചറിയാവുന്നതാണ്. ദിനചര്യകൾ പാലി ക്കുന്നതിനുള്ള വൈമുഖ്യം, ഉറക്കക്കുറവ്, ആഹാരകാര്യങ്ങളിൽ താൽപ്പര്യ

ക്കുറവ്, പഠന സ്കൂൾ വിഷയങ്ങളിലുള്ള താൽപ്പര്യക്കുറവ് എന്നിവ കുട്ടി തീവ്രമായ മാനസിക ഉൽകണ്ഠ അനുഭവിക്കുന്നതിന്റെ സൂചനക ളാണ്. ഇത്തരം സാഹചര്യങ്ങളിൽ കുട്ടിയുടെ സാഹചര്യവുമായി ബന്ധ പ്പെടുത്തിയായിരിക്കും ശിശുമാനസികാരോഗ്യവിദഗ്ദ്ധൻ ഒരു നിഗമന ത്തിലെത്തിച്ചേരുന്നത്. കുട്ടി നേരിടുന്ന യഥാർഥ പ്രശ്നം കണ്ടെത്തുക യാണ് വേണ്ടത്. ഉദാഹരണമായി പഠന പിന്നോക്കാവസ്ഥയാണ് പ്രത്യ ക്ഷത്തിലുള്ള പ്രശ്നമെങ്കിലും അതിന് കാരണം പലതാകാം. അത് വിശ ദമായി വിശകലനം ചെയ്യേണ്ടതുണ്ട്. ഒരു പരിധിവരെ പ്രശ്നം പരിഹരി ക്കാവുന്നതായിരിക്കും.

മാനസികാരോഗ്യ പ്രശ്നങ്ങൾക്ക് പ്രധാനമായും രണ്ടു തരം ചികി ത്സാരീതികളാണുള്ളത്. ഇതിൽ അതിപ്രധാനമായ മാർഗം മാനസികവും സാമൂഹ്യവുമായ ഇടപെടലുകളാണ്. കൗൺസിലിങ്, സൈക്കോ തെറാപ്പി, ബിഹേവിയർതെറാപ്പി, ഫാമിലിതെറാപ്പി തുടങ്ങിയവ വളരെ ഫലവത്തായ മാനസിക ഇടപെടലുകളാണ്. മരുന്നുകൾകൊണ്ടുള്ള ചികിത്സയാണ് രണ്ടാമത്തേത്. വളരെ ചുരുക്കത്തിൽ ഇവ രണ്ടിനേയും കുറിച്ച് പരാമർശിക്കാം.

കുട്ടിക്ക് പ്രത്യേകമായി നൽകുന്ന കൗൺസിലിങ്, ബിഹേവിയർ തെറാപ്പി, പ്രശ്നപരിഹാരശേഷി തുടങ്ങിയവയ്ക്ക് നല്ല പ്രതികരണമാണ് ലഭിക്കുന്നത്.

സ്വഭാവവൈകൃതമുള്ള കുട്ടിക്ക് തന്റെ സ്വഭാവത്തേയും അത് മറ്റു ള്ളവരിലുണ്ടാക്കുന്ന പ്രതികരണത്തേയും സ്വയം നിരീക്ഷിക്കുന്നതി നുള്ള ശേഷി വർധിപ്പിക്കുന്നതിന് ബിഹേവിയർ തെറാപ്പി വലിയ പ്രയോ ജനം ചെയ്യുന്നതാണ്. ഇത് കുട്ടിക്ക് തന്റെ അതിവൈകാരികവും ആക്ര മണ പ്രവണതയുള്ളതുമായ സ്വഭാവരീതികളെ നിയന്ത്രിക്കുന്നതിന് സഹായകരമായിത്തീരും. പ്രശ്നങ്ങളെ ശരിയായി വിശകലനം ചെയ്ത് സാഹചര്യത്തിനനുസൃതമായി ബുദ്ധിപരമായ തീരുമാനങ്ങളെടുത്ത് മുന്നോട്ടു പോകുന്നതിനുള്ള കഴിവ് (problem solving skill therapy) വർ ധിപ്പിക്കുന്നതിനുമാണ് പ്രശ്നപരിഹാരശേഷിപരിശീലനം മുൻഗണന നൽകുന്നത്.

മാനസിക ഉൽകണ്ഠ, പരീക്ഷാരീതി തുടങ്ങിയവ കുട്ടിയുടെ ആത്മ വിശ്വാസം വർധിപ്പിച്ചുകൊണ്ട് നേരിടുന്നതിനുള്ള ശ്രമങ്ങളാണ് ഗുണ കരമായിത്തീരുന്നത്. അതിതീവ്രമായ ഉൽകണ്ഠയുള്ള സാഹചര്യത്തിൽ സൈക്കോതെറാപ്പിയോടൊപ്പം മരുന്നുചികിത്സകൂടി വേണ്ടിവരും.

കുട്ടികളിലും കൗമാരക്കാരിലും വിഷാദരോഗം പ്രശ്നം സൃഷ്ടിക്കു ന്നതാണ്. ഇവരിലുണ്ടാകുന്ന വികലമായ, ആത്മവിശ്വാസമില്ലാത്ത, സ്ഥായിയായ ചിന്താരീതിയാണ് വിഷാദാവസ്ഥയുടെ അടിസ്ഥാന കാരണം. ഇവിടെ മരുന്നു ചികിത്സയോടൊപ്പമോ ഒറ്റയ്ക്കോ സൈക്കോ തെറാപ്പി (cognitive behaviour therapy)നൽകുന്നത് കുട്ടിയുടെ അവ

സ്ഥയെ വേഗത്തിൽ മെച്ചപ്പെടുത്തുന്നതാണ്. ബുദ്ധിപരമായ സമീപനവും ശരിയായ ചിന്താരീതിയുമാണ് ഇവിടെ കുട്ടിക്ക് ആവശ്യമായി വരുന്നത്.

മാതാപിതാക്കൾക്ക് പ്രത്യേകമായി ഫാമിലിതെറാപ്പി നൽകേണ്ടി വരുന്ന സാഹചര്യങ്ങൾ നിരവധിയാണ്. കുട്ടിയുടെ യഥാർഥ അവസ്ഥ വിശദീകരിച്ചുകൊടുക്കുന്നതിനോടൊപ്പം പുതിയ സാഹചര്യത്തിൽ പെരുമാറുന്നതിനുള്ള പരിശീലനവും മാതാപിതാക്കൾക്ക് നൽകുന്നതിന് ഫാമിലിതെറാപ്പി സഹായകമാണ്. സ്വഭാവവൈകൃതങ്ങൾ, ഉത്കണ്ഠ, വിഷാദരോഗം, ആത്മഹത്യാപ്രവണത, കൗമാരക്കാരുടെ പ്രത്യേകപ്രശ്നങ്ങൾ തുടങ്ങിയവ പരിഹരിക്കുന്നതിന് ഫാമിലിതെറാപ്പി അത്യന്താപേക്ഷിതമാണ്. കുടുംബ ആത്മഹത്യകൾ കൂടിവരുന്ന സാഹചര്യത്തിൽ ഫാമിലി തെറാപ്പിയുടെ പ്രാധാന്യം വർധിച്ചുവരുന്നു.

മരുന്നുചികിത്സയുടെ കാര്യത്തിൽ ശിശുകൗമാരമാനസികരോഗ ചികിത്സ കഴിഞ്ഞ രണ്ട് ദശകത്തിനിടയിൽ ഏറെ മുന്നോട്ടു പോയിട്ടുണ്ട്. ഇത് അത്യന്തം സന്തോഷകരമാണ്. രോഗങ്ങളുടെ നിയന്ത്രണത്തിനും പൂർണമായ ശമനത്തിനും മരുന്നുചികിത്സ സഹായിക്കുന്നതാണ്. എന്നാൽ മരുന്നുകൾ വളരെ ശാസ്ത്രീയമായി ബോധപൂർവ്വം പരിമിതമായിട്ടാണ് ശിശുകൗമാരമാനസികരോഗചികിത്സയിൽ ഉപയോഗിക്കേണ്ടത്. മരുന്നുചികിത്സ തുടങ്ങുന്നതിന് മുൻപായി സൂക്ഷ്മവും നിരന്തരവുമായ നിരീക്ഷണം ആവശ്യമാണ്. പക്ഷേ മരുന്നുകൊണ്ടു മാത്രമുള്ള ചികിത്സയ്ക്ക് ശിശുകൗമാരമാനസികാരോഗ്യവിഭാഗത്തിൽ യാതൊരു പ്രസക്തിയുമില്ല. അതേസമയം മരുന്നുകളുടെ ഉപയോഗത്തെ സംബന്ധിച്ച് തെറ്റായ ധാരണകളും വിവാദങ്ങളും സമൂഹത്തിൽ നിലനിൽക്കുന്നുണ്ട്. മരുന്നുകളുപയോഗിച്ചാൽ ബുദ്ധികുറയുമെന്നും മാനസികരോഗമുണ്ടാകുമെന്നുമുള്ള അപകടകരമായ വിശ്വാസത്തിന്റെ സത്യാവസ്ഥ സമൂഹത്തിനു മുന്നിൽ തുറന്നുകാട്ടേണ്ടതുണ്ട്. ഇത് ദൂരീകരിക്കുന്നതിനുള്ള ബാധ്യത ശിശുകൗമാരമാനസികാരോഗ്യവിദഗ്ദ്ധർക്കാണ്.

മരുന്നുചികിത്സ ആവശ്യമായി വരുന്ന പ്രധാന സാഹചര്യങ്ങൾ സ്കീസോഫ്രീനിയ, വിഷാദരോഗം, ADHD, അപസ്മാരം, തീവ്രമായ മാനസിക ഉൽകണ്ഠ തുടങ്ങിയവയാണ്. ADHD യുടെ ചികിത്സ അറ്റോമോക്സറ്റിൻ തുടങ്ങിയ മരുന്നുകളുടെ വരവോടുകൂടി ഏറെ വിജയപ്രദമായി തീർന്നിട്ടുണ്ട്. ആക്രമണപ്രവണതയുള്ള സ്വഭാവവൈകൃതങ്ങളിൽ മരുന്നുചികിത്സ സഹായകരമാണ്.

4

കുട്ടികളിലെയും കൗമാരക്കാരിലെയും മാനസികപിരിമുറുക്കം കാരണങ്ങളും പരിഹാരമാർഗങ്ങളും

കേരളം സാമൂഹികാരോഗ്യരംഗത്ത് ആർജ്ജിച്ച നേട്ടങ്ങൾ വികസിതരാജ്യങ്ങളുടെ നിലവാരവുമായി തുലനം ചെയ്യാവുന്നതാണ്. എന്നാൽ ഇത്തരത്തിലുള്ള വികസിത സമൂഹത്തിലെ മത്സരാധിഷ്ഠിത സാഹചര്യത്തിൽ മാനസികാരോഗ്യപ്രശ്നങ്ങളും ഏറിവരുന്നതാണ്. ഇന്ത്യയിൽ ഏറ്റവും കൂടുതൽ മാനസികാരോഗ്യപ്രശ്നങ്ങളും മാനസികരോഗങ്ങളും കണ്ടുവരുന്നത് കേരളത്തിലാണ്. ഇവിടുത്തെ ആത്മഹത്യാനിരക്ക് ദേശീയ ശരാശരിയേക്കാൾ മൂന്നു മടങ്ങ് അധികവും വികസിത രാജ്യങ്ങളുടേതിന് തുല്യവുമാണ്. സാമ്പത്തിക-മാനസിക പ്രതിസന്ധികളുടെ സമ്മർദ്ദഫലമായി പിടിച്ചുനിൽക്കുവാനാകാതെ കുടുംബാംഗങ്ങളൊന്നടങ്കമായി ആത്മഹത്യ ചെയ്യുന്ന പ്രവണതയും കേരളത്തിൽ വർധിച്ചുവരുന്നു. കുട്ടികളുടെയും കൗമാരക്കാരുടെയും ഇടയിലും ആത്മഹത്യയും ആത്മഹത്യാപ്രവണതയും വർദ്ധിച്ചു വരുന്നതായാണ് സമീപകാല അനുഭവം. ഇത്തരമൊരു സാമൂഹിക പശ്ചാത്തലംകൂടി കണക്കിലെടുത്തുകൊണ്ടുവേണം കുട്ടികളുടെ മാനസികപിരിമുറുക്കത്തെയും അതിന്റെ കാരണങ്ങളെയും പ്രശ്നപരിഹാരത്തെയും കുറിച്ച് ചിന്തിക്കേണ്ടത്.

എന്താണ് മാനസികപിരിമുറുക്കം?

വ്യക്തിയും സമൂഹവും തമ്മിൽ നിരന്തരമായി നടന്നുവരുന്ന പ്രവർത്തന പ്രതിപ്രവർത്തനങ്ങൾക്കിടയിൽ തന്റെ പ്രശ്നപരിഹാരപാടവത്തേയും വെല്ലുന്ന പ്രതിസന്ധി ഘട്ടങ്ങളിൽ അയാൾ അനുഭവിക്കുന്ന

മാനസികവും വൈകാരികവുമായ അസ്വസ്ഥതയെയാണ് മാനസികപിരിമുറുക്കം എന്നു വിളിക്കുന്നത്. ഇത്തരം മാനസികാവസ്ഥ അയാളുടെ സാമൂഹികമായ സാമർഥ്യത്തെ ബാധിക്കുന്നതാണ്. ഇതുമൂലം അദ്ദേഹത്തോടൊപ്പം അദ്ദേഹവുമായി അടുത്തു സഹകരിക്കുന്ന കുടുംബ/പരിസര/സാമൂഹികപശ്ചാത്തലത്തിലുള്ള വ്യക്തികളും മാനസികമായ അസ്വസ്ഥത അനുഭവിക്കേണ്ടിവരുന്നു.

കുട്ടികളും മാനസികപിരിമുറുക്കവും

ഇന്നത്തെ മത്സരാധിഷ്ഠിതസാഹചര്യത്തിൽ ഏറ്റവുമധികം മാനസികസമ്മർദ്ദത്തിന് വിധേയമായിക്കൊണ്ടിരിക്കുന്നത് കുട്ടികളും കൗമാരക്കാരുമാണ്. ശാസ്ത്ര/വിവരസാങ്കേതികവിദ്യയുടെ വികസനഫലമായും സാമ്പത്തിക–സാമൂഹിക പരിഷ്കരണങ്ങളുടെ ഫലമായും അടിമുടി മാറ്റത്തിന് വിധേയമായിക്കൊണ്ടിരിക്കുന്ന വർത്തമാനകാല സാമൂഹിക സാഹചര്യത്തിൽ പ്രശ്നം വീണ്ടും സങ്കീർണമാവുകയാണ്. മത്സരാധിഷ്ഠിതമായ സമീപനം സാമൂഹികാന്തരീക്ഷത്തിൽനിന്നും കുടുംബാന്തരീക്ഷത്തിലേക്കുകൂടി അതിസൂക്ഷ്മമായ രീതിയിൽ വ്യാപകമായിക്കഴിഞ്ഞു. ഓരോ കുട്ടിക്കും തന്റെ സുഹൃത്തിലും കൂടപ്പിറപ്പിലും തനിക്ക് ലഭിക്കാവുന്ന അവസരങ്ങൾ പരിമിതപ്പെടുത്തുവാൻ സാധ്യതയുള്ള മത്സരാർഥിയെ (ശത്രു) കാണേണ്ടിവരുന്നു. ഇത് സാഹോദര്യസ്പർദ്ധയുടെ പുത്തൻ മന:ശാസ്ത്രമാണ്. യുദ്ധത്തിൽ ശത്രുവിനെ എങ്ങനേയും കീഴടക്കുക എന്നാണല്ലോ പ്രമാണം. അങ്ങനെ ശത്രുസംഹാരത്തിനുവേണ്ടിയുള്ള മാർഗങ്ങൾ കണ്ടുപിടിച്ച് അവ സ്വായത്തമാക്കുന്നതിനുള്ള പരക്കംപാച്ചിലിനിടയിൽ കുട്ടിക്ക് തന്റെ മധുരതരവും വിജ്ഞാനപ്രദായകവുമായ തനത് ബാല്യകാലം എന്നേ നഷ്ടമായിരിക്കുന്നു.

മാനസികപിരിമുറുക്കത്തിന്റെ തലങ്ങളും കാരണങ്ങളും

കുട്ടി മാനസികസമ്മർദ്ദവും അസ്വസ്ഥതയും അനുഭവിക്കേണ്ടിവരുന്നത് പ്രധാനമായും കുടുംബം, സ്കൂൾ, അധ്യാപകർ, സുഹൃത്തുക്കൾ, സാമൂഹികസാഹചര്യം എന്നിങ്ങനെ പരസ്പരം ബന്ധപ്പെട്ടുകിടക്കുന്ന അഞ്ചു തലങ്ങളിലാണ്. കുടുംബസാഹചര്യങ്ങളിലെ പ്രശ്നങ്ങളും ഏറ്റക്കുറച്ചിലുകളും മറ്റിടങ്ങളിലേക്കും തിരിച്ചും അനുഭവപ്പെടുന്നതാണ്. അച്ഛനമ്മമാർ തമ്മിലുള്ള വഴക്ക്, പഠന പിന്നോക്കാവസ്ഥ, സുഹൃത്തുക്കൾ നഷ്ടപ്പെടുമെന്ന ചിന്ത, സഹിക്കുവാനാകാത്ത ശിക്ഷാരീതികൾ, ഉദ്ദേശിച്ചകാര്യം നടക്കാതെ വരിക തുടങ്ങിയ സംഭവങ്ങളാണ് കുട്ടികളിൽ അധികമായി മാനസിക പിരിമുറുക്കം സൃഷ്ടിക്കുന്നത്.

കുട്ടിയുടെ വ്യക്തിത്വവികസനത്തിൽ ഏറ്റവും നിർണായകമായ സ്വാധീനം ചെലുത്തുന്നത് കുടുംബവും പരിസരവുമാണ്. ശിശുപരിപാലനരീതി, കുട്ടിയുടെ പഠനകാര്യങ്ങളിൽ അച്ഛനമ്മമാർ പ്രത്യേ

കിച്ച് അമ്മ, പുലർത്തുന്ന ശ്രദ്ധയും പ്രതീക്ഷകളും, ജീവിതമൂല്യങ്ങളെക്കുറിച്ച് കുടുംബാംഗങ്ങളൊറ്റയ്ക്കും പൊതുവിലും വച്ചുപുലർത്തുന്ന ബോധം എന്നിവ കുട്ടിയുടെ ബൗദ്ധിക-മാനസിക-വൈകാരിക-നൈതിക വളർച്ചയെ രൂപപ്പെടുത്തുകയും നിയന്ത്രിക്കുകയും നിലനിർത്തുകയും ചെയ്യുന്നു. അച്ഛനമ്മമാർ തമ്മിലുള്ള പ്രശ്നങ്ങൾ, മദ്യപാനം എന്നിവ കുടുംബാന്തരീക്ഷത്തിൽ സ്ഥിരമായ സംഘർഷാവസ്ഥ സൃഷ്ടിക്കുന്നു. പ്രതിസന്ധിഘട്ടങ്ങളിൽ പ്രശ്ന പരിഹാരത്തിനായി അച്ഛനമ്മമാർ സ്വീകരിക്കുന്ന സമീപനം കുട്ടിയുടെ ഉപബോധമനസിൽ നിലനിൽക്കുന്നുണ്ട്. ഭാവിയിൽ സമാന പ്രതിസന്ധിഘട്ടങ്ങളിൽ കുട്ടി അച്ഛനമ്മമാരെപ്പോലെതന്നെ പ്രതികരിക്കുന്നതായാണ് പഠനങ്ങൾ സൂചിപ്പിക്കുന്നത്. താൻ നേടിയ അക്കാദമികമായ കഴിവ് പലപ്പോഴും അയാൾക്ക് ഇത്തരം ഘട്ടങ്ങളിൽ സഹായകരമായി തീരുന്നില്ല.

കുട്ടിയുടെ ഉയർന്ന പഠനനിലവാരത്തിനും അതുവഴി നേടുവാൻ കഴിയുന്ന അംഗീകാരത്തിനും വേണ്ടിയുള്ള ശ്രമങ്ങൾക്കിടയിൽ മാതാപിതാക്കൾ; ഈ ഭാരം തന്റെ കുട്ടിക്ക് താങ്ങുവാൻ കഴിയുന്നതാണോ, അവന്റെ യഥാർഥ നിലവാരം എന്ത്, പരിശ്രമിച്ചാൽ എവിടം വരെപോകാം, നിലവിലുള്ള പരിശ്രമം എങ്ങനെയുണ്ട്, എന്നിങ്ങനെ ശാസ്ത്രീയമായി ചിന്തിക്കുന്നില്ല. തന്മൂലം കുട്ടി സ്വയം അനുഭവിക്കുന്ന ആന്തരികമായ മാനസികസംഘർഷങ്ങളുടെ ആഴവും വ്യാപ്തിയും മനസ്സിലാക്കുവാൻ അവർക്കു കഴിയുന്നില്ല. എന്നാൽ തങ്ങളുദ്ദേശിക്കുന്ന നിലവാരത്തിലേക്ക് കുട്ടിയെ എത്തിക്കുവാൻ അവർ നിരന്തരം ശ്രമിച്ചുകൊണ്ടിരിക്കും. അതിനായി അവർ അവലംബിക്കുന്ന മാർഗങ്ങൾ കുട്ടിയുടെ ആത്മവിശ്വാസത്തെ കെടുത്തുന്നതും മാനസികസംഘർഷം വീണ്ടും വർധിപ്പിക്കുന്നതുമാണ്. "അമ്മേ, ഇന്ന് മലയാളത്തിന്റെ മാർക്ക് പറഞ്ഞു" എന്ന് അറിയിച്ചുകൊണ്ട് സന്തോഷപൂർവ്വം കയറിവരുന്ന കുട്ടിയോട് അമ്മ ചോദിക്കുന്നത് "ശരി, ആർക്കാണ് ഫസ്റ്റ്? " എന്നാകും. ഒരുപക്ഷേ, ഒരു മാർക്കിന് ഫസ്റ്റ് നഷ്ടപ്പെട്ട കുട്ടി തുടർന്ന് വിഷാദചിത്തനാകും. ഇവിടെ പ്രശ്നത്തിനുത്തരവാദി ആരാണ്? ആന്ധ്രയിലെ റസിഡൻഷ്യൽ എൻട്രൻസ് ട്രെയിനിംഗ് ക്യാമ്പുകളിൽ ചുരുങ്ങിയ കാലത്തിനുള്ളിൽ നൂറുകണക്കിന് ആത്മഹത്യകൾ നടക്കുകയുണ്ടായി. അവരുടെ ആത്മഹത്യാകുറിപ്പുകളിൽ "കഠിനമായ ഈ പഠന-പരിശീലന-പ്രവർത്തനം താങ്ങുവാനാകുന്നില്ല. അതിനാൽ ജീവനൊടുക്കുന്നു" എന്നാണുണ്ടായിരുന്നത്. അതേ സമയം പ്രവേശനപ്പരീക്ഷയിൽ വിജയിക്കാതെ ക്യാമ്പിൽനിന്നും രക്ഷപ്പെട്ട് തിരികെ അച്ഛനമ്മമാരുടെ അടുത്തെത്തുവാനും കഴിയില്ല. അപ്പോൾ പിന്നെ മരണം തന്നെ ശരണം. അംഗീകാരം നഷ്ടപ്പെട്ടുകഴിഞ്ഞാൽ തനിക്ക് കുടുംബത്തിൽ പഴയ സ്ഥാനം ഇല്ലാതെ വരുമെന്ന് കുട്ടിയെ ചിന്തിപ്പിക്കുന്ന സാഹചര്യം എങ്ങനെയുണ്ടായി?

അച്ഛനമ്മമാർ നൽകുന്ന അമിതലാളനപ്രവണത, അമിത സംരക്ഷണപ്രവണത തുടങ്ങിയവ പ്രതിസന്ധിഘട്ടങ്ങളിൽ പിടിച്ചുനിൽക്കുവാനുള്ള നൈസർഗികമായ കഴിവ് കുട്ടികളിൽ രൂപപ്പെട്ടു വരുന്നതിനും വികസിക്കുന്നതിനും തടസം നിൽക്കുന്നു. ഇത്തരം കുട്ടികൾ അംഗൻവാടി, നഴ്സറി തുടങ്ങിയ പുതിയ സാഹചര്യങ്ങളിൽ മറ്റുള്ളവരുമായി ഫലപ്രദമായി ഇഴുകിച്ചേർന്നു പോകുന്നതിന് ബുദ്ധിമുട്ടാറുണ്ട്. കുട്ടികളിലുള്ള സ്വാഭാവികമായ കഴിവിന്റെ മേഖലകൾ കണ്ടെത്തി അവ വികസിപ്പിച്ചെടുക്കുന്നതിനുപകരം അവരെ അവർക്ക് താൽപ്പര്യമില്ലാത്ത കച്ചവടമൂല്യമുള്ള രംഗങ്ങളിലേക്ക് ശാരീരികവും മാനസികവുമായ ബലപ്രയോഗങ്ങളിലൂടെ തിരിച്ചുവിടുന്ന മാതാപിതാക്കളുടെ പ്രവണത കുട്ടിയുടെ ഭാവിക്ക് ഗുണകരമല്ല.

സ്കൂളിൽ അധ്യാപകരുടെ സമീപനം വളരെ പ്രധാനമാണ്. തനിക്ക് പ്രതീക്ഷിച്ച മാർക്ക് (അംഗീകാരം) ഇല്ലാതെ വരുമ്പോൾ തനിക്കുണ്ടായിരുന്ന വിശ്വാസ്യതയും അംഗീകാരവും നഷ്ടമാകുമെന്ന ചിന്ത കുട്ടിയിൽ അപകർഷതാബോധം ജനിപ്പിക്കും. പഠനവൈകല്യ മുള്ള കുട്ടികളിൽ സ്ഥിരമായുള്ള അടച്ചാക്ഷേപം കൂടിയാകുമ്പോൾ സ്പർദ്ധയും വൈരാഗ്യവും വീണ്ടും വർധിക്കും. അത് എല്ലാത്തിനെയും എതിർക്കുവാനുള്ള വാസനയുണ്ടാക്കും. “എന്തായാലും ഞാൻ എല്ലാപേർക്കും കൊള്ളരുതാത്തവനാണല്ലോ; ഇനിയെന്തു വരാനാണ്?”.. .. .. എന്നിങ്ങനെയുള്ള സമീപനം രൂപപ്പെട്ടു വരുന്നതെങ്ങനെയെന്ന് ചിന്തിക്കുക. അതിരുകടന്ന കോപം, ആക്രമണപ്രവണത, കള്ളം പറയുക, മോഷണപ്രവണത, ഒളിച്ചോടുക, വിഷാദചിന്ത, ആത്മഹത്യാ പ്രവണത, പുകവലി, മയക്കുമരുന്നുപയോഗം തുടങ്ങിയവ സ്വഭാവവൈ കൃതമുള്ള കുട്ടികളിൽ തുടർച്ചയായി കണ്ടുവരുന്നു.

മാനസികപിരിമുറുക്കത്തിന്റെ ലക്ഷണങ്ങൾ

അതിതീവ്രമായ മാനസികസംഘർഷം അനുഭവിക്കുന്ന കുട്ടിയെ അനുഭാവപൂർവ്വം സമീപിച്ചുകൊണ്ടുമാത്രമേ അതിന്റെ കാരണങ്ങളിലേക്കു കടക്കുവാൻ കഴിയുകയുള്ളൂ. തന്റെ പ്രശ്നങ്ങൾ പറഞ്ഞാൽ മാനസികവിക്ഷോഭത്തിനടിപ്പെടാതെ ക്ഷമയോടെ കേൾക്കുമെന്നും പരിഹാരങ്ങൾക്കുള്ള മാർഗനിർദ്ദേശങ്ങൾ നൽകുമെന്നും വിശ്വാസമുള്ളവരോട് കുട്ടി കാര്യങ്ങൾ വെളിപ്പെടുത്തുവാൻ തയ്യാറാകും. ഇത്തരത്തിലുള്ള വിശ്വാസ്യത നേടിയെടുക്കുവാൻ മാതാപിതാക്കൾക്കും അധ്യാപകർക്കും മാനസികാരോഗ്യവിദഗ്ദർക്കും കഴിയേണ്ടതാണ്.

ആന്തരികമായ മാനസികസംഘർഷം ശാരീരികമായ അസ്വസ്ഥതകളായാണ് കുട്ടികളിൽ സാധാരണ പ്രകടമാകുന്നത് (സൈക്കോസൊമാറ്റിക് ഡിസോർഡേഴ്സ്). സ്കൂൾസമയമാകുമ്പോഴേക്ക് വയറുവേദന, ഛർദ്ദി, തലവേദന എന്നിവ വരിക, സ്കൂളിൽ പോക്ക് ഒഴിവാക്കുമ്പോൾ

എല്ലാ അസ്വസ്ഥതകളും വിട്ടുമാറുക, ഈ രീതിയിലുള്ള പ്രശ്നങ്ങൾ കുറേയധികം കുട്ടികളിൽ സാധാരണയാണ്. സ്കൂൾ-പഠനപ്രശ്നങ്ങളുമായി ബന്ധപ്പെട്ട കാരണങ്ങളാണ് ഇവിടെ പ്രധാനം. ചോദ്യം ചോദിക്കുമ്പോൾ ഉത്തരം അറിയാമെങ്കിലും എഴുന്നേറ്റു നിന്ന് പറയുവാൻ കഴിയാത്ത ഉൽകണ്ഠ, ഉത്തരം മറന്നു പോവുക, പരീക്ഷാഭീതി തുടങ്ങിയവ കുട്ടികളിൽ സാധാരണമാണ്. കൂടുതൽ തീവ്രമായ മാനസികസംഘർഷത്തിന്റെ അവസരങ്ങളിൽ ബോധം നഷ്ടപ്പെട്ടതുപോലെ, ഹിസ്റ്റീരിയ ബാധിച്ച് കുട്ടികളെ ആശുപത്രിയിൽ കൊണ്ടുവരാറുണ്ട്. ലൈംഗിക പീഡനത്തിന് വിധേയമാകുന്ന പെൺകുട്ടികളിൽ ഇത് സാധാരണമാണ്.

കൗമാരക്കാരിലെ മാനസികപിരിമുറുക്കം പ്രത്യേക ശ്രദ്ധയർഹിക്കുന്നു. വളരെ വേഗത്തിൽ അവർ ശാരീരികവും മാനസികവും സാമൂഹികവുമായ വളർച്ചയ്ക്ക് വിധേയമാകുന്നു. ഇതിന്റെ ഫലമായുണ്ടാകുന്ന അതിശയവും വൈകാരിക-ലൈംഗികചിന്തകളും അവരെ ഉൽകണ്ഠാകുലരാക്കുന്നു. എന്നാൽ അവരിൽനിന്നും മാതാപിതാക്കളും അധ്യാപകരും മെച്ചപ്പെട്ട പഠനനിലവാരവും, സമൂഹം നല്ല സ്വഭാവമുള്ള ഒരു കുട്ടിയേയും പ്രതീക്ഷിക്കുന്നു. ഇത്തരത്തിൽ തികച്ചും പരസ്പര വിരുദ്ധമായ മനോരാജ്യത്തിനും യാഥാർഥ്യ ത്തിനുമിടയിൽ കൗമാരക്കാർ അതിതീവ്രമായ മാനസികസംഘർഷം അനുഭവിക്കുന്നു. എന്നാൽ അവർക്കിത് ആരോടും ചർച്ചചെയ്യുവാൻ അവസരവും ലഭിക്കുന്നില്ല. ഈ സാഹചര്യത്തിൽ പ്രശ്ന പരിഹാരത്തിനായി അവർ തങ്ങളുടെതന്നെ അവസ്ഥയിലുള്ള സുഹൃത്തുക്കളെ സമീപിക്കുന്നു. ഇതാണ് പലപ്പോഴും അവരെ അപകടത്തിലേക്കു നയിക്കുന്നത്. തന്നെ ആരും മനസിലാക്കുന്നില്ല, അച്ഛനമ്മമാർ തനിക്കെതിരാണ് എന്നിങ്ങനെയാണ് അവരുടെ ചിന്ത. പുസ്തകമെടുത്താൽ ഉറക്കം വരുന്നു, ഓർമ്മ നിൽക്കുന്നില്ല, ശ്രദ്ധ മാറിപ്പോകുന്നു എന്നിങ്ങനെയാണ് അവരുടെ പരാതികൾ. ഇത് അവരുടെ വൈകാരികാവസ്ഥയെയാണ് സൂചിപ്പിക്കുന്നത്.

പരിഹാരമാർഗങ്ങൾ

കുട്ടിക്ക് ശാരീരികമായ അസുഖം വരുമ്പോൾ നൽകുന്ന ശ്രദ്ധയും പരിചരണവും അവരുടെ മാനസികാരോഗ്യപ്രശ്നങ്ങൾ പരിഹരിക്കുന്നതിനായി നൽകാറില്ല. തുടർച്ചയായി ശാരീരികാസ്വാസ്ഥ്യവും ഉൽകണ്ഠയും പ്രകടിപ്പിക്കുമ്പോൾ യഥാർഥ പ്രശ്നം മനസിലാക്കുന്നതിന് പ്രത്യേകം ശ്രമിക്കേണ്ടതാണ്. കുട്ടികളുടെയും കൗമാരക്കാരുടെയും പ്രശ്നത്തിൽ പ്രത്യേക പരിചയം നേടിയിട്ടുള്ള ഒരു മാനസികാരോഗ്യ വിദഗ്ദ്ധന്റെ സേവനം ഇത്തരം അവസരങ്ങളിൽ ഉപയോഗപ്പെടുത്തുക. തീവ്രമായ മാനസികപിരിമുറുക്കത്തിന്റെ ഭാഗമായി കുട്ടി വിഷാദരോഗത്തിന്റെ പിടിയിൽ അമർന്നിട്ടുണ്ടോയെന്ന് വിലയിരുത്തേണ്ടതുണ്ട്. എങ്കിൽ അത് ഗൗരവത്തോടെ പ്രത്യേകം കൈകാര്യം ചെയ്യേണ്ട വിഷ

യമാണ്. ഫാമിലി സൈക്കോതെറാപ്പി, കൗൺസിലിങ്, ബിഹേവിയർ തെറാപ്പി തുടങ്ങിയ ചികിത്സാവിധികൾ വഴി കാര്യങ്ങൾ മനസിലാക്കുന്നതിനും പ്രശ്നപരിഹാരത്തിനുള്ള മാർഗങ്ങൾ കണ്ടെത്തുന്നതിനും കഴിയുന്നതാണ്. സ്കൂൾതലത്തിൽ കുട്ടികളുടെയും കൗമാരക്കാരുടെയും മാനസികാരോഗ്യപ്രശ്നങ്ങളെക്കുറിച്ച് അധ്യാപകർക്കും മാതാപിതാക്കൾക്കും ബോധവൽക്കരണ ക്ലാസുകൾ നടത്തുക, പ്രശ്നപരിഹാരത്തിനുള്ള കഴിവ് വർധിപ്പിക്കുന്നതിനായി കുട്ടികൾക്ക് ശിൽപ്പശാലകൾ സംഘടിപ്പിക്കുക എന്നിവ ഫലപ്രദമായ ഇടപെടലുകളാണ്. പരീക്ഷാഭീതി തുടങ്ങിയ പ്രശ്നങ്ങളിൽ മാതാപിതാക്കളും അധ്യാപകരും അനുഭാവപൂർവ്വം കുട്ടിയുമായി സഹകരിച്ച് പ്രവർത്തിക്കേണ്ടതാണ്.

അച്ഛനമ്മമാർ പൊതുവിൽ സ്വീകരിക്കേണ്ട ചില പൊതുസമീപനങ്ങൾ

1. എല്ലാത്തരം തർക്കവിഷയങ്ങളും, പ്രത്യേകിച്ച് കുട്ടിയെ സംബന്ധിക്കുന്നവ, കുട്ടിയുടെ അഭാവത്തിൽ ചർച്ചചെയ്യുക.
2. കുടുംബത്തിലുണ്ടാകുന്ന സംഘർഷാവസ്ഥകൾ സമാധാനപരമായി പരിഹരിക്കുവാൻ പരസ്പരം വിട്ടുവീഴ്ചകൾ ചെയ്യുക.
3. പഠനകാര്യങ്ങളിൽ കുട്ടിയുടെ ശരിയായ ബോധനിലവാരം മനസിലാക്കി അതിനനുസരിച്ച് കാര്യങ്ങൾ നീക്കുക.
4. കുട്ടികളെ താരതമ്യംചെയ്യുന്ന രീതി ഒഴിവാക്കി പ്രോത്സാഹജനകമായ അന്തരീക്ഷം സൃഷ്ടിക്കുക.
5. കുട്ടിക്ക് നിയന്ത്രിതമായ സ്വാതന്ത്ര്യം അനുവദിച്ചുകൊണ്ട് സ്വതന്ത്രമായി വളരുന്നതിനും ഭയവും സങ്കോചവുമില്ലാതെ അഭിപ്രായം പ്രകടിപ്പിക്കുന്നതിനുമുള്ള സാഹചര്യം സൃഷ്ടിക്കുകയും നിലനിർത്തുകയും ചെയ്യുക.
6. എത്ര ഗൗരവമേറിയ പ്രശ്നമായാലും അത് ക്ഷമാപൂർവ്വം ചർച്ച ചെയ്യുന്നതിനായി തങ്ങളെ സമീപിക്കാമെന്ന വിശ്വാസം കുട്ടിയിൽ ജനിപ്പിക്കുവാൻ മാതാപിതാക്കൾക്ക് കഴിയേണ്ടതാണ്.
7. പഠനവേളയിലല്ലാതെയും കുട്ടിയുമായി സമയം ചെലവഴിക്കുന്നതിന് മാതാപിതാക്കൾ പ്രത്യേകം ശ്രദ്ധിക്കുക.
8. കൗമാരക്കാരായ കുട്ടികളുമായി സംവാദാത്മകമായ സമീപനമാണ് മാതാപിതാക്കൾ സ്വീകരിക്കേണ്ടത്. അവർക്ക് മുൻകാലങ്ങളിലേക്കാൾ അധികമായ നിയന്ത്രിതസ്വാതന്ത്ര്യവും അംഗീകാരവും നൽകുക. ഏതു വിഷയവും തങ്ങളോടൊപ്പം ചർച്ച ചെയ്യാവുന്ന അന്തരീക്ഷം മാതാപിതാക്കൾ കുടുംബത്തിൽ ഒരുക്കുന്നുവെങ്കിൽ അവർ ഉപദേശങ്ങൾക്കായി മറ്റുള്ളവരെ സമീപി

ക്കുന്നതും അതുവഴിയുണ്ടാകുന്ന പ്രശ്നങ്ങളും ഒഴിവാക്കാൻ കഴിയുന്നതാണ്. മാസമുറ, സ്വയംഭോഗം തുടങ്ങിയ കാര്യങ്ങളെക്കുറിച്ചുള്ള ശാസ്ത്രീയ വീക്ഷണം അവർക്ക് ലഭ്യമാക്കുന്നതിൽ മാതാപിതാക്കൾ ശ്രദ്ധിക്കേണ്ടതാണ്.

9. ഗൗരവമായ പ്രശ്നങ്ങൾ അഭിമുഖീകരിക്കുന്നുവെന്ന് തോന്നുന്ന കുട്ടികൾക്ക് ഒരു ശിശുകൗമാര മാനസികാരോഗ്യവിദഗ്ദ്ധന്റെ സേവനം ലഭ്യമാക്കുക.

5

പഠനപ്രശ്നങ്ങൾ

കാരണങ്ങളും പരിഹാരമാർഗങ്ങളും

കുട്ടിയുടെ വിദ്യാഭ്യാസകാര്യങ്ങൾക്ക് ഏറ്റവുമധികം ശ്രദ്ധയും പണവും ചെലവഴിക്കുന്ന സമൂഹമാണ് കേരളത്തിലുള്ളത്. താരതമ്യേന ദരിദ്രവിഭാഗങ്ങളിലുള്ളവരും കഴിയുന്നിടങ്ങളിൽനിന്നെല്ലാം പണം കണ്ടെത്തി അവരുടെ കുട്ടികളെ അൺഎയ്ഡഡ് സ്കൂളുകളിലേക്ക് അയയ്ക്കുന്ന പ്രവണത അതിന്റെ പാരമ്യതയിൽ എത്തി നിൽക്കുന്നു. എന്നാൽ ഇതുകൊണ്ടുമാത്രം കുട്ടിയുടെ പഠനനിലവാരം മെച്ചപ്പെടുമെന്ന് പ്രതീക്ഷിക്കുവാൻ കഴിയില്ല. അൺഎയ്ഡഡ് സ്കൂളുകളിലെ കുട്ടികളുടെ പൊതുപഠനനിലവാരം മെച്ചപ്പെട്ടിരിക്കുന്നതിനും ഒരു കുട്ടിയുടെ പഠന നിലവാരം രൂപപ്പെട്ടുവരുന്നതിനും വെവ്വേറെയായ കുടുംബ -സാമ്പത്തിക-സാമൂഹ്യ-ജാതി-മത-വംശീയ കാരണങ്ങളാണുള്ളത്. ഓരോ കുട്ടിയേയുംകുറിച്ച് സൂക്ഷ്മമായ വിശകലനം നടത്തിക്കൊണ്ടുമാത്രമേ ആ കുട്ടിയുടെ പഠനപിന്നോക്കാവസ്ഥയുടെ ശരിയായ കാരണങ്ങളിലേക്ക് എത്തിച്ചേരുന്നതിനും അവ പരിഹരിക്കുന്നതിനുള്ള ശ്രമങ്ങൾ നടത്തുന്നതിനും കഴിയുകയുള്ളൂ. ഇത് നിരന്തരവും ശ്രമകരവുമായ ഒരു തുടർപ്രക്രിയയാണ്.

എന്താണ് പഠനനിലവാരം?

ഒരു കുട്ടി നിയതമായ പാഠ്യക്രമത്തിലൂടെ കടന്നുപോകുമ്പോൾ ആർജ്ജിക്കുന്ന വിജ്ഞാനത്തേയും വികസിപ്പിച്ചെടുക്കുന്ന പ്രത്യേകമായ കഴിവുകളേയുമാണ് ആ കുട്ടിയുടെ പഠനനിലവാരം എന്നു പറയുന്നത്. പരമ്പരാഗതരീതിയനുസരിച്ച് കൃത്യമായി നടത്തപ്പെടുന്ന പരീക്ഷയിൽ ലഭിക്കുന്ന മാർക്കിനെ കുട്ടിയുടെ പഠനനിലവാരമായി കണക്കാക്കുന്നു.

ഓരോ വിഷയത്തിനും ലഭിക്കുന്ന മാർക്ക്/ഗ്രേഡ് ക്ലാസ് ശരാശരിയിൽ താഴെയാണെങ്കിൽ ആ കുട്ടിക്ക് പഠനപിന്നോക്കാവസ്ഥയുള്ളതായി കണക്കാക്കാവുന്നതാണ്. സാധാരണഗതിയിൽ പഠനപിന്നോക്കാവസ്ഥയുടെ കാരണങ്ങളിലേക്കു പോകാതെ ലഭിക്കുന്ന മാർക്കിന്റെ അടിസ്ഥാനത്തിൽ കുട്ടി പഠിക്കുന്നവനെന്നും (ബുദ്ധിമാൻ) പഠിക്കാത്തവനെന്നുമായി (മണ്ടൻ) വർഗീകരിക്കപ്പെടുന്നു. തുടർന്ന് പഠിക്കുന്നവന് കൂടുതൽ ശ്രദ്ധയും വിഭവങ്ങളും മാറ്റിവയ്ക്കപ്പെടുന്നു. പഠിക്കാത്തവൻ കൂടുതൽ അപമാനവീകരണത്തിന് വിധേയനാവുകയും ഓരങ്ങളിലേക്ക് ഒതുക്കപ്പെടുകയും ചെയ്യുന്നു. കുടുംബ-സ്കൂൾ-സാമൂഹിക അന്തരീക്ഷത്തിൽ ഇത് ഏറ്റക്കുറച്ചിലുകളോടെ നിരന്തരമായി സംഭവിച്ചുകൊണ്ടിരിക്കുന്നു. അവൻ എന്തുകൊണ്ട് പഠനത്തിൽ പിന്നോക്കം പോകുന്നുവെന്ന് പ്രത്യേകമായ ശാസ്ത്രീയവിശകലനം ചെയ്യുന്നതിന് ആരും തയ്യാറാകുന്നില്ല.

മാതാപിതാക്കളും അധ്യാപകരും തങ്ങളുടെ കുട്ടികളെ പരസ്യമായി താരതമ്യം ചെയ്യുന്ന പ്രവണത ഗുണകരമല്ല. ഇത് മെച്ചപ്പെട്ട നിലയിൽ നിൽക്കുന്ന കുട്ടിയിൽ സ്ഥിതി നിലനിർത്തുന്നതിനു വേണ്ടിയുള്ള നിരന്തരമായ ശ്രമത്തിന്റെ ഭാഗമായി വലിയ മാനസികസംഘർഷവും കൂടുതൽ താൻപോരിമയും സൃഷ്ടിക്കുന്നതിന് ഇടയാക്കുന്നതാണ്. പിന്നോക്കാവസ്ഥയിൽ നിൽക്കുന്ന കുട്ടിയുടെ കാര്യത്തിലാകട്ടെ, ആത്മവിശ്വാസം നഷ്ടപ്പെടുന്നതിനും ശത്രുതയും അപകർഷതാബോധവും സൃഷ്ടിക്കുന്നതിനുമാണ് ഇത് ഇടയാക്കുക. ഇത് പഠനാന്തരീക്ഷത്തിനും പുറത്തേക്ക് നീളുന്നരീതിയിൽ പ്രശ്നങ്ങളെ കൂടുതൽ സങ്കീർണമാക്കുകയും ചെയ്യുന്നു.

പരീക്ഷയിൽ ലഭിക്കുന്ന മാർക്ക് പ്രധാനമായും കുട്ടിയുടെ ഓർമ്മശക്തിയെ പ്രതിഫലിപ്പിക്കുന്നു. കാര്യങ്ങൾ മനസിൽ ശേഖരിച്ച് നിലനിർത്തുന്നതിനും പുനരാവർത്തിക്കുന്നതിനുമുള്ള ശേഷിയാണ് ഓർമ്മശക്തി. പഠനരീതിയും പരിസരവും ഓർമ്മശക്തിയെ രൂപപ്പെടുത്തു ന്നതിൽ പ്രധാന പങ്കുവഹിക്കുന്നു. ഓർമ്മശക്തി വർധിപ്പിക്കുന്നതിന് നിരന്തരമായ ശ്രമങ്ങൾ ആവശ്യമാണ്. ഏതെങ്കിലും മരുന്ന് കഴിച്ചുകൊണ്ട് വർധിപ്പിക്കാവുന്ന ഒന്നല്ല അത്. ഓർമ്മശക്തിയേയും ബുദ്ധിശക്തിയേയും ഒന്നായി കാണുന്ന പ്രവണത അക്കാദമികരംഗത്ത് പരമ്പരാഗതമായി നിലനിൽക്കുന്നു. ഇത് അശാസ്ത്രീയമാണ്. ഓർമ്മശക്തി ബുദ്ധിശക്തിയുടെ ഒരു പ്രധാന ഘടകമാണ്. എന്നാൽ ബുദ്ധിശക്തിയെന്നാൽ ഓർമ്മശക്തി മാത്രമല്ല. എന്താണ് ബുദ്ധിശക്തി? നിലവിലുള്ള സാധ്യതയും പരിമിതികളും വിലയിരുത്തിക്കൊണ്ട് മുന്നിലുള്ള പ്രശ്നത്തെ വിജയകരമായി നേരിടുന്നതിന് ശ്രമിക്കുന്നതിനുള്ള ശേഷിയെ ബുദ്ധിശക്തിയെന്നു പറയുന്നു. പ്രതിസന്ധിയെ മറികടക്കാൻ ഒരു വേള കഴിഞ്ഞില്ലെന്നും വരാം. എന്നാൽ അതിനു തയ്യാറായി ശ്രമിച്ചിട്ടുണ്ടോയെന്നതാണ് പ്രശ്നം. ബുദ്ധിശക്തി ഏകശിലാരൂപമായ പ്രതിഭാസമല്ല; മറിച്ച് അതിന് ബഹുമുഖ സ്വഭാവമാണുള്ളത്. കേവലം ഒരു പരീക്ഷയിൽ ലഭിക്കുന്ന മാർക്കിന്റെ അടിസ്ഥാനത്തിൽ ബുദ്ധിമാനായും മണ്ടനായും വേർതിരിക്ക

പ്പെടുമ്പോൾ കുറവുകൾ പരിഹരിച്ച് കൂടുതൽ മെച്ചപ്പെട്ടു പോകുന്നതിനുള്ള സാധ്യതയാണ് ഇല്ലാതാക്കപ്പെടുന്നത്. മാത്രവുമല്ല കുട്ടിയിലുള്ള പാഠ്യേതരമായ ശേഷികൾ തനതായി വികസിച്ചു വരുന്നതിനേയും അത് തടസപ്പെടുത്തും. വ്യക്തിത്വത്തെപ്പോലെ ഓർമ്മശക്തിയെയും ബുദ്ധിശക്തിയെയും രൂപപ്പെടുത്തുകയും നിയന്ത്രിക്കുകയും ചെയ്യുന്നത് ജനിതക-ജനിതകേതര ഘടകങ്ങളാണ്. ഓരോ കുട്ടിയും നിശ്ചിത അളവ് ഓർമ്മശക്തിയും ബുദ്ധിശക്തിയുമായി ജനിക്കുകയല്ല. എന്നാൽ ജനിതകമായ ഒരു ഭാഗം അതിനുണ്ടാകും. ഇത് ഫലപ്രദമായ രീതിയിൽ പ്രകടമാകുന്ന കാര്യത്തിൽ ജനിതകേതരമായ ഘടകങ്ങൾ നിർണായകമായ സ്വാധീനം ചെലുത്തുന്നു.

മാർക്കടിസ്ഥാനത്തിലുള്ള പഠന മൂല്യനിർണയസമ്പ്രദായത്തിൽ നിന്നും ഗ്രേഡിംഗ് സമ്പ്രദായത്തിലേക്കുള്ള മാറ്റം ബുദ്ധിശക്തിയുടെ ഈ ബഹുമുഖസ്വഭാവത്തെ അടിസ്ഥാനമാക്കിയുള്ളതാണ്. ചുരുക്കത്തിൽ കുട്ടിയുടെ ഓർമ്മശക്തി, ബുദ്ധിശക്തി, പഠനനിലവാരം എന്നിവ പരസ്പര ബന്ധിതമാണെങ്കിലും അവ ഒന്നല്ല എന്ന് കാണേണ്ടതുണ്ട്. പഠനപ്രക്രിയയെ ശാസ്ത്രീയമായി വിലയിരുത്തുന്നതിനും ഫലപ്രദമായി ഇടപെടുന്നതിനും പരിഹാരമാർഗങ്ങൾ അവലംബിക്കുന്നതിനും ഇത് അത്യന്താപേക്ഷിതമാണ്.

കുട്ടിയുടെ പഠനനിലവാരം രൂപപ്പെടുന്നതെങ്ങനെ?

ഒരു കുട്ടിയുടെ പഠനനിലവാരം രൂപപ്പെടുത്തുന്നതിൽ പ്രധാനമായും നാല് ഘടകങ്ങളാണ് നിർണായകമായിവരുന്നത്. കുട്ടിയുമായി ബന്ധപ്പെട്ടവ, കുടുംബം, സ്കൂൾ, മാധ്യമം എന്നിവ പഠന-ബോധന പ്രക്രിയയെ സ്വാധീനിക്കുന്നു. പഠന-ബോധനപ്രക്രിയ വ്യക്തിഗതമായ ഒരു പ്രതിഭാസം മാത്രമല്ലെന്നർഥം. കുട്ടിയും പരിസരവും തമ്മിലുണ്ടാകുന്ന പ്രവർത്തനപ്രതിപ്രവർത്തനങ്ങളുടെ പ്രധാന ഉൽപ്പന്നങ്ങളിലൊന്നാണ് ആ കുട്ടിയുടെ പഠനനിലവാരം. അതുകൊണ്ട് കുട്ടിയുടെ പഠനനിലവാരത്തെ വിലയിരുത്തുമ്പോൾ കുട്ടിയെയും പരിസരത്തെയും ഒരേപോലെ വിശകലനത്തിന് വിധേയമാക്കേണ്ടതുണ്ട്.

കുട്ടിയുമായി ബന്ധപ്പെട്ട ഘടകങ്ങൾ

കുട്ടിയുടെ ഓർമ്മശക്തി, ബുദ്ധിശക്തി, പഠനരീതി, വളർച്ചാഘട്ട വ്യക്തിത്വസവിശേഷതകൾ, സ്വഭാവ-വൈകാരികപ്രശ്നങ്ങൾ, ശാരീരികാരോഗ്യപ്രശ്നങ്ങൾ എന്നിവ വസ്തുനിഷ്ഠമായി വിലയിരുത്തേണ്ടതുണ്ട്. മുൻപ് സൂചിപ്പിച്ചതുപോലെ കുട്ടിയുടെ വ്യക്തിത്വവും ഓർമ്മശക്തിയും ബുദ്ധിശക്തിയും രൂപപ്പെടുത്തുന്നതിൽ ജനിതക-ജനിതകേതരഘടകങ്ങൾ നിർണായക പങ്കുവഹിക്കുന്നു. ജനിതകമായ സവിശേഷതകൾ പ്രകടമാകുന്നരീതിയെ ജനിതകേതരമായ സാഹചര്യമാണ് നിർണയിക്കുന്നത്. മാതാപിതാക്കളുടെ വിദ്യാഭ്യാസം, അവർ അവലംബിക്കുന്ന ശിശുപരിപാലനരീതി, കുട്ടിയുടെ പഠന-ബോധനപ്രക്രിയുടെ

ആരംഭഘട്ടം മുതൽ അമ്മ അവലംബിക്കുന്ന രീതി തുടങ്ങിയവ കുട്ടിയുടെ വ്യക്തിത്വത്തെയും ഓർമ്മശക്തിയെയും ബുദ്ധിശക്തിയെയും രൂപപ്പെടുത്തുന്നതിൽ നിർണായകമായ പങ്കു വഹിക്കുന്നു. ഭാവിയിൽ കുട്ടി ഉപയോഗിക്കുന്ന പഠനരീതി രൂപപ്പെടുന്നത് പ്രധാനമായും കുട്ടിക്കാലത്ത് അമ്മയിൽനിന്നും ലഭിച്ച പഠനാനുഭവങ്ങളിൽനിന്നാണ്. ജനിതകേതരമായ ഇത്തരം ഘടകങ്ങളിൽ ഇടപെടൽ നടത്തിക്കൊണ്ട് പഠന-ബോധനപ്രക്രിയയെ ഫലപ്രദമായി സ്വാധീനിക്കുവാൻ കഴിയുന്നതാണ്.

പഠനരീതി

ഇവിടെ നിർണായകമായി വരുന്ന ഘടകങ്ങൾ കുട്ടിയുടെ പഠനസമയം, പഠനത്തിനായി ചെലവഴിക്കുന്ന സമയം, ടൈംടേബിൾ, വിഷയങ്ങൾക്ക് മുൻഗണനാക്രമം നിശ്ചയിക്കൽ, സ്കൂളിൽ പരാമർശിക്കുന്ന വിഷയങ്ങൾ അന്നുതന്നെ വായിക്കുക, വായനയോടൊപ്പം ചെറിയ കുറിപ്പ് തയ്യാറാക്കുക, പ്രയാസമേറിയ വിഷയങ്ങൾ സ്വയം വിലയിരുത്തി അവയ്ക്ക് പ്രത്യേക ശ്രദ്ധ നൽകുക, ദിനചര്യ, പഠനത്തിലും പാഠ്യേതരകാര്യങ്ങളിലുമുള്ള ചിട്ടയും ശീലങ്ങളും എന്നിവയാണ്. പ്രത്യേകമായ പഠനമുറിയോ പഠനമൂലയോ തടസമില്ലാത്ത പഠനപ്രക്രിയയ്ക്ക് ആവശ്യമാണ്. പഠനപിന്നോക്കാവസ്ഥയുമായി സമീപിക്കുന്ന ചില കേസുകളിൽ കുട്ടി പഠിക്കാനിരിക്കുന്നത് സ്വീകരണമുറിയിലാണെന്ന് മനസ്സിലാക്കാൻ കഴിഞ്ഞിട്ടുണ്ട്. നിശ്ചിതസമയത്തെ പഠനത്തിനുശേഷം കുടുംബാംഗങ്ങളുമായി കുറച്ചു സമയം ചെലവഴിക്കുന്നതുവഴി അവരുമായുള്ള വൈകാരികബന്ധം ഊട്ടിയുറപ്പിക്കുന്നതിനും പഠനവുമായി ബന്ധപ്പെട്ട ഉൽക്കണ്ഠ ലഘൂകരിക്കുന്നതിനും കഴിയുന്നതാണ്.

കുട്ടിയുടെ വളർച്ചാഘട്ടം

കുട്ടിയുടെ വളർച്ചയുടെ ആദ്യഘട്ടങ്ങൾ പഠന-ബോധനപ്രക്രിയയെ നിർണായകമായി സ്വാധീനിക്കുന്നു. കുട്ടിയുടെ പഠനനിലവാരം സ്ഥായീസ്വഭാവമാർജ്ജിക്കുന്നത് പ്രൈമറിവിദ്യാഭ്യാസകാലയളവിന്റെ അവസാനഘട്ടത്തിലാണ്. എന്നാൽ ഭാവിയിലെ ബുദ്ധിനിലവാരത്തെ സംബന്ധിച്ച സൂചനകൾ നഴ്സറിഘട്ടത്തിൽത്തന്നെ വായിച്ചെടുക്കാവുന്നതാണ്. വളർച്ചാഘട്ടത്തിലെ വ്യതിയാനങ്ങൾ, കുട്ടിയുടെ സംസാരശേഷി, പടം വരയ്ക്കുന്നതിനുള്ള വാസന തുടങ്ങിയവ കുട്ടിയുടെ ഭാവിനിലവാരത്തെ സംബന്ധിച്ച സൂചനകളാണ്. പഠന പിന്നോക്കാവസ്ഥയുള്ള കുട്ടികളെ നിശ്ചയമായും പ്രൈമറി ഘട്ടത്തിൽ തന്നെ വിശകലനത്തിന് വിധേയമാക്കേണ്ടതാണ്. ചില കുട്ടികളിൽ കൗമാരപ്രായമെത്തുമ്പോഴേക്കും അവരുടെ പഠന നിലവാരത്തിൽ മാറ്റം സംഭവിക്കുന്നതായി കാണാവുന്നതാണ്. അമ്മമാർ സാധാരണയായി പറയുന്നത് ശ്രദ്ധിക്കുക, "അവൾ ഏഴാം ക്ളാസ് വരെ മിടുക്കിയായിരുന്നു. പറയുന്നതെന്തും അനുസരിക്കും. എന്നാൽ എട്ടാം ക്ലാസിലായതിനു ശേഷം മുൻകോപമാണ്. എന്തുപറ

ഞ്ഞാലും എനിക്കറിയാമെന്നാണ് ഉത്തരം. ടെക്സ്റ്റും തുറന്നുവച്ച് ഇരുന്നുറങ്ങും. ചോദിച്ചാൽ ദേഷ്യപ്പെടും. ഞാനെന്തു ചെയ്യും?" ഇതേ അവസരത്തിൽ കുട്ടി പറയുന്നതെന്താണെന്ന് ശ്രദ്ധിക്കുക, "ഒന്നും ഓർമ്മ നിൽക്കുന്നില്ല. ഒന്നിലും ശ്രദ്ധിക്കുവാൻ കഴിയുന്നില്ല. ചിന്തകൾ മാറിപ്പൊയ്ക്കൊണ്ടിരിക്കുന്നു. ബുക്കെടുത്താൽ ഉറക്കം വരും. ഞാനെന്തു ചെയ്യും?" മാതാപിതാക്കളും അധ്യാപകരും കുട്ടിയിൽനിന്ന് മെച്ചപ്പെട്ട പഠന നിലവാരം പ്രതീക്ഷിക്കുമ്പോൾ കുട്ടി ആന്തരികമായ വൈകാരിക പ്രതിസന്ധിയിലാണ്. എന്നാൽ പരസ്പരം ഈ വൈരുധ്യങ്ങൾ മനസിലാക്കുന്നതുമില്ല. കൗമാരകാലഘട്ടത്തിലുള്ള കുട്ടികളുടെ ശാരീരിക-വൈകാരികസവിശേഷതകളെ സംബന്ധിച്ച് ശരിയായ വിലയിരുത്തൽ മാതാപിതാക്കൾക്കും അധ്യാപകർക്കും ഉണ്ടാകേണ്ടതുണ്ട്. വൈകാരിക ലൈംഗികവിഷയങ്ങൾ കൗമാരപ്രായത്തിലുള്ള കുട്ടികളുടെ പഠന നിലവാരത്തിൽ നിർണായക സ്വാധീനം ചെലുത്തുന്ന ഘടകങ്ങളാണ്. ഇത് മറ്റൊരധ്യായത്തിൽ പരിശോധിക്കുന്നുണ്ട്. സ്വതന്ത്രമായി പ്രശ്നങ്ങൾ ചർച്ചചെയ്യുന്നതിനുള്ള അവസരം കൗമാരക്കാർക്ക് നിർബന്ധമായും സൃഷ്ടിച്ചു കൊടുക്കേണ്ടതുണ്ട്.

കുട്ടിയുടെ സ്വഭാവ വൈകാരികപ്രശ്നങ്ങളും പഠനപ്രക്രിയയെ കാര്യമായി സ്വാധീനിക്കുന്നു. സഹവിദ്യാർഥികളുമായുള്ള ബന്ധം, സഹകരണമനോഭാവം, വൈകാരികക്ഷമത എന്നിവ പ്രധാനമാണ്. ചില കുട്ടികളിൽ പ്രകടമായുള്ള അപകർഷതാബോധം, പരീക്ഷാഭീതി എന്നിവ മൊത്തം നിലവാരത്തെ ബാധിക്കുന്നു. അതീവ ഉൽക്കണ്ഠയാർന്ന സ്വഭാവമുള്ള കുട്ടികൾ പഠനവേളയിൽ പുലർത്തുന്ന അതേ നിലവാരം മൂല്യനിർണയവേളയിൽ പ്രകടിപ്പിക്കണമെന്നില്ല. ഇത് പ്രത്യേകം പരിശോധിക്കേണ്ട വിഷയമാണ്. ആക്രമണപ്രവണത, ഒളിച്ചോട്ടം, മോഷണശീലം, പുകവലി, മയക്കുമരുന്നുപയോഗം, കൂട്ടംകൂടിയുള്ള ദുശ്ശീലങ്ങൾ തുടങ്ങിയവ കുട്ടിയുടെ തീവ്രമായ സ്വഭാവവൈകൃതത്തെയാണ് കാണിക്കുന്നത്. ഇത് പ്രത്യേകമായി പരിഗണിക്കേണ്ട വിഷയമാണ്. ശാരീരിക രോഗങ്ങൾ ഒരുപക്ഷേ, ആ ടേമിലെ പ്രകടനത്തെ ബാധിക്കുമെങ്കിലും ദീർഘകാലാടിസ്ഥാനത്തിൽ പഠന നിലവാരത്തെ കാര്യമായി ബാധിക്കുകയില്ല.

കുടുംബം

അച്ഛനമ്മമാരുടെ വിദ്യാഭ്യാസനിലവാരം, തൊഴിൽ, വരുമാനം, കുടുംബത്തിലെ ഭൗതികസാഹചര്യം, വൈകാരിക അന്തരീക്ഷം എന്നിവ കുട്ടിയുടെ പഠനനിലവാരം രൂപപ്പെടുത്തുന്നതിൽ നിർണായക സ്വാധീനം ചെലുത്തുന്ന കുടുംബഘടകങ്ങളാണ്. മുൻപ് സൂചിപ്പിച്ചതുപോലെ കുട്ടിയുടെ പഠനസ്വഭാവം കുടുംബസാഹചര്യത്തിന്റെകൂടി അടിസ്ഥാനത്തിൽ രൂപപ്പെട്ടുവരുന്നതാണ്. പഠനകാര്യങ്ങളിൽ മാതാപിതാക്കൾ പുലർത്തുന്ന ശരിയായ താൽപ്പര്യവും ശ്രദ്ധയും കുട്ടിക്ക് പ്രോത്സാഹജനക

മായി വരുന്നതാണ്. കുട്ടിക്ക് തടസങ്ങളില്ലാത്ത സ്ഥായിയായ ഒരു പഠന അന്തരീക്ഷം, പഠനമൂല എന്നിവ പ്രധാനമാണ്. കുടുംബ ദിനചര്യ, കുടുംബത്തിലെ മറ്റംഗങ്ങളുടെ വരവും പോക്കും എന്നിവയും കുട്ടിയുടെ പഠനദിനചര്യയെ ബാധിക്കുന്നതാണ്. ഒരിക്കൽ ഒൻപതാം ക്ലാസ് വിദ്യാർഥിനിയായ മകളുമായി ഒരമ്മ ഈ ലേഖകനെ സമീപിക്കുകയുണ്ടായി. കുട്ടി പഠിക്കുന്നില്ല എന്നതായിരുന്നു അവരുടെ പ്രശ്നം. കുടുംബാന്തരീക്ഷം പരിശോധിച്ചു നോക്കിയപ്പോൾ കാര്യം മനസ്സിലായി. സ്കൂളും ട്യൂഷനും കഴിഞ്ഞ് വരുമ്പോൾ സന്ധ്യയാകുന്നതുകൊണ്ട് കുട്ടി അടുത്ത ബന്ധുവീട്ടിലേക്കാണ് പോകുന്നത്. ഏകദേശം എട്ടു മണിയാകുമ്പോഴേക്ക് അമ്മയുംകൂടി ബന്ധുവീട്ടിലേക്ക് എത്തും. പൊതുക്കാര്യതൽപ്പരനായ അച്ഛൻ രാത്രി ഏകദേശം പത്തിനും പതിനൊന്നിനും ഇടയ്ക്കാണ് എത്തുക. അതിനുശേഷം എല്ലാവരുംകൂടി സ്വന്തം വീട്ടിലേക്ക് പോകും. ഇത്തരമൊരു സാഹചര്യത്തിൽ കുട്ടിക്ക് നിർബാധം പഠനപ്രക്രിയയിൽ മുഴുകുവാൻ കഴിയുന്നതെങ്ങനെ? കുട്ടിയെ ട്യൂഷന് വിടുന്നുണ്ടല്ലോ എന്നായിരുന്നു അമ്മയുടെ പ്രതികരണം. ട്യൂഷന് പോകുന്നതുകൊണ്ടു മാത്രം കുട്ടിക്ക് പഠനപ്രക്രിയ നന്നായി കൊണ്ടുപോകുവാൻ കഴിയണമെന്നില്ല.

കുട്ടി ഓരോ ഘട്ടത്തിലും പ്രകടിപ്പിക്കുന്ന മോശപ്പെട്ട പഠനനിലവാരത്തെ സംബന്ധിച്ച് പഴിചാരുക, താരതമ്യം ചെയ്യുക, "നിന്നെയെന്തിനു കൊള്ളാം" തുടങ്ങിയ പ്രയോഗങ്ങൾ നടത്തുക എന്നിവ കുട്ടിയെ വീണ്ടും പഠനപ്രക്രിയയിൽ ആത്മവിശ്വാസത്തോടെ ഇടപെടുന്നതിന് സഹായിക്കുകയില്ല. അച്ഛനമ്മമാർ അധ്യാപകരുമായി നിരന്തര സമ്പർക്കം പുലർത്തിയിരുന്നതായി മെച്ചപ്പെട്ട പഠനനിലവാരം പുലർത്തുന്ന കുട്ടികളെ സംബന്ധിച്ച് നടത്തിയ പഠനങ്ങളിൽ വെളിവായിട്ടുണ്ട്. എന്നാൽ ഇത് ആരോഗ്യകരമായി പുലർത്തേണ്ട ബന്ധമാണ്. കുട്ടിയുടെ വളർച്ചാഘട്ടം മനസിലാക്കി അവരോടുള്ള സമീപനത്തിൽ മാറ്റം കൊണ്ടുവരുന്നതിന് അച്ഛനമ്മമാർ പ്രത്യേക ശ്രദ്ധ വച്ചുപുലർത്തേണ്ടതുണ്ട്.

സ്കൂൾ

സ്കൂളിന്റെ പൊതുഅന്തരീക്ഷം, അധ്യാപകരുടെ അർപ്പണബോധവും സമീപനവും എന്നിവ ഓരോ കുട്ടിയുടെയും പഠനനിലവാരത്തെയും ബുദ്ധിശക്തിയെയും നിർണയിക്കുന്നതിൽ വളരെ പ്രാധാന്യമർഹിക്കുന്നു. ക്ലാസിലെ ഓരോ കുട്ടിയെയും സംബന്ധിച്ച വ്യക്ത്യധിഷ്ഠിതമായ വിലയിരുത്തൽ അധ്യാപകർക്ക് ഉണ്ടായിരിക്കേണ്ടതാണ്. ഓരോ കുട്ടിയെ സംബന്ധിച്ചും എന്താണ് പ്രശ്നം, എവിടെയാണ് പോരായ്മ, എങ്ങനെ പരിഹരിക്കാം എന്നിങ്ങനെ വിശകലനം ചെയ്യുന്നതിന് മികച്ച അധ്യാപകന് കഴിയുന്നതാണ്. കുറേയധികം അധ്യാപകരെങ്കിലും മുൻപ് അച്ഛനമ്മമാരെപ്പറ്റി സൂചിപ്പിച്ചതുപോലെ കുട്ടികളെ പരസ്യമായി താരതമ്യം ചെയ്യുക, 'മരമണ്ടൻ' പ്രയോഗം നടത്തുക തുടങ്ങിയ രീതികൾ

(scholastic demoralisation) വച്ചുപുലർത്തുന്നുണ്ട്. അധ്യാപകർ ബോധപൂർവ്വമല്ലെങ്കിൽക്കൂടി കുറച്ചു വിദ്യാർഥികളുടെയെങ്കിലും പഠനനിലവാരത്തെയും കഴിവുകളെയും വിലകുറച്ചുകാണുന്ന സമീപനം സ്വീകരിച്ചു കാണുന്നുണ്ട്. ഇത് കുട്ടികളിൽ ആത്മവിശ്വാസം കുറയുന്നതിനും സഹപാഠികളോട് വിദ്വേഷം ജനിക്കുന്നതിനും ഇടയാക്കുന്നതാണ്.

സ്കൂളുകളിലെ അക്കാദമികേതരമായ അന്തരീക്ഷവും കുട്ടിയുടെ പഠന/പാഠ്യേതരവികസനപ്രക്രിയയിൽ തുല്യ പ്രാധാന്യമർഹിക്കുന്നു. സ്കൂളുകളിലെ ജനാധിപത്യപരമായ അന്തരീക്ഷം, അഭിപ്രായങ്ങൾ തടസമില്ലാതെ പ്രകടിപ്പിക്കുന്നതിനുള്ള പ്രോത്സാഹനം, പാഠ്യേതര പ്രവർത്തനങ്ങളിൽ മുഴുകുന്നതിനുള്ള സാഹചര്യം, മറ്റു സാമൂഹിക പ്രശ്നങ്ങളെക്കുറിച്ചുള്ള ചർച്ചാക്ലാസുകൾ എന്നിവ കുട്ടിയുടെ സമഗ്രവ്യക്തിത്വ വികസനത്തിന് അത്യന്താപേക്ഷിതമാണ്. സ്കൂൾ ലൈബ്രറികൾ കഴിയുന്നത്ര പരമാവധി മെച്ചപ്പെട്ട രീതിയിൽ സംഘടിപ്പിക്കുന്നതിനും ഉപയോഗപ്പെടുത്തുന്നതിനും കഴിയുന്നുണ്ടോയെന്ന് ചിന്തിക്കുക.

കുട്ടിയുടെ വളർച്ചാഘട്ടത്തിനനുസരിച്ചുള്ള മാറ്റം അധ്യാപകരുടെ സമീപനങ്ങളിൽ വരേണ്ടതാണ്. അധ്യാപകർക്ക് കുട്ടികളുടെ സ്വഭാവ വൈകാരിക പ്രശ്നങ്ങളിലുള്ള പരിമിതമായ അവബോധം സ്കൂൾ അന്തരീക്ഷത്തിൽ വലിയ പ്രശ്നങ്ങൾ സൃഷ്ടിക്കുന്നുണ്ട്. ഒരിക്കൽ സ്കൂളിൽനിന്ന് പുറത്താക്കപ്പെട്ട പതിനൊന്നാം ക്ലാസ് വിദ്യാർഥിയായ മകനെയുംകൊണ്ട് ഒരച്ഛൻ എന്നെ സമീപിക്കുകയുണ്ടായി. അധ്യാപിക അടിച്ചപ്പോൾ കുട്ടി വടിയിൽ പിടിച്ചുവത്രെ. ഇത് അധ്യാപികയോടുള്ള അനാദരവായി അവർ പരാതിപ്പെട്ടതിനെത്തുടർന്ന് പ്രിൻസിപ്പാൾ കുട്ടിയെ സ്കൂളിൽ നിന്നുപുറത്താക്കി. അങ്ങനെയാണ് കുട്ടിയുമായി അച്ഛൻ മാനസികാരോഗ്യവിദഗ്ദ്ധന്റെ അടുത്തെത്തിയത്. പുതുതായി കുറേയധികം ഹൈസ്കൂളുകളിൽ ഹയർസെക്കണ്ടറി തുടങ്ങിയ കാലമായിരുന്നു അത്. അധികയോഗ്യതയുള്ള ടീച്ചർമാർക്ക് ഹൈസ്കൂളിൽനിന്ന് ഹയർസെക്കണ്ടറിയിലേക്ക് മാറ്റം ലഭിക്കുകയുണ്ടായി. അങ്ങനെ ടീച്ചർ പഴയ കമ്പുമായി പത്താം ക്ലാസിൽനിന്ന് പതിനൊന്നാം ക്ലാസിലേക്ക് എത്തിയപ്പോൾ കുട്ടിയും പത്തിൽനിന്ന് ജയിച്ച് പതിനൊന്നിലെത്തി. സ്വാഭാവികമായും പഴയ വടി പ്രയോഗം പതിനൊന്നിലും ആവർത്തിക്കുകയാണുണ്ടായത്. ഇവിടെ എന്താണ് യഥാർഥത്തിൽ സംഭവിച്ചത്? ആരുടെ ഭാഗത്താണ് പോരായ്ക? ഇവിടെ പ്രശ്നത്തെ സമീപിച്ചരീതി ശരിയാണോ? ചിന്തിക്കുക. ഇത്തരം നിരവധി സംഭവങ്ങൾ കുട്ടികളുടെ സ്കൂൾ മാറ്റത്തിനും വിട്ടുപോക്കിനും ഇടയാക്കുന്നതായി മാനസികാരോഗ്യചികിത്സകനെന്നനിലയിൽ ഈ ലേഖകന് ബോധ്യപ്പെട്ടിട്ടുണ്ട്.

മാധ്യമം

ഓരോ കുട്ടിയുടെയും സ്വഭാവ പഠനസവിശേഷതകൾ രൂപപ്പെടുത്തുകയും അതിനെ സ്വാധീനിക്കുകയും ചെയ്യുന്ന പ്രക്രിയയിൽ മാധ്യ

മങ്ങൾ നിർണായകമായ പങ്കു വഹിക്കുന്നു. കുട്ടികളുടെസ്വഭാവ രൂപീകരണത്തിൽ ടെലിവിഷൻ പരിപാടികളും പരസ്യങ്ങളും വലിയ സ്വാധീനം ചെലുത്തുന്നു. വൈകാരിക/ലൈംഗികവിഷയങ്ങളിൽ ചെറിയ കുട്ടികളിൽപോലും കൂടുതൽ അറിവും താൽപ്പര്യവുമുണ്ടാക്കുന്ന കാര്യത്തിൽ ദൃശ്യമാധ്യമങ്ങൾ വലിയ പങ്കു വഹിക്കുന്നു. ദൃശ്യ മാധ്യമങ്ങൾ കുടുംബാന്തരീക്ഷത്തിലും വലിയ സ്വാധീനം ചെലുത്തുന്നു. ടിവി പരിപാടികൾ വളരെ കൂടുതലായി കാണുമ്പോൾതന്നെ മാതാപിതാക്കളെ അലട്ടുന്ന പ്രശ്നം അത് തങ്ങളുടെ കുട്ടികളുടെ പഠന സമയം അപഹരിക്കുന്നുവെന്നതാണ്. ദൃശ്യമാധ്യമങ്ങളുടെ സ്വാധീനത്തെക്കുറിച്ച് മറ്റൊരു ലേഖനത്തിൽ വ്യക്തമാക്കിയിട്ടുണ്ട്.

മാധ്യമങ്ങളുടെ ഗുണകരമായ സാധ്യതയെ കുറച്ചുകാണുവാൻ കഴിയില്ല. പഠന പാഠ്യേതരകാര്യങ്ങളിൽ ദൃശ്യമാധ്യമത്തെ ഫലവത്തായി ഉപയോഗപ്പെടുത്തുവാൻ കഴിയുന്നതാണ്. പുത്തൻ രീതിയിലുള്ള പഠന മൂല്യനിർണയ സമ്പ്രദായത്തിൽ സിലബസിനു പുറത്തേക്ക് നീളുന്ന വിഷയജ്ഞാനവും ആശയവിനിമയശേഷിയും പ്രധാനമാണ്. അഭിമുഖ പരീക്ഷകൾ പരമ്പരാഗതരീതിയിൽനിന്നും ഗ്രൂപ്പ് ചർച്ചയിലേക്ക് മാറിയിട്ടുണ്ട്. ഇവിടെ ദൃശ്യമാധ്യമങ്ങളുടെ സാധ്യത വലുതാണ്.

ചുരുക്കത്തിൽ 'മരമണ്ടന്മാർ' ഉണ്ടാകുന്നത് വിവിധങ്ങളായ ഘടകങ്ങളുടെ സമ്മിളിതഫലമായാണെന്നു സാരം.

പഠനനിലവാരത്തെ ശാസ്ത്രീയമായി വിലയിരുത്തുന്നതെങ്ങനെ?

ആദ്യമായി കുട്ടിയുടെ നിലവിലുള്ള പഠനനിലവാരത്തെ വിലയിരുത്തുക. കുട്ടിക്ക് പഠനപിന്നോക്കാവസ്ഥയുണ്ടെങ്കിൽ എന്താണ് പ്രശ്നം, എവിടെയാണ് പോരായ്ക, എങ്ങനെ പരിഹരിക്കാം, എന്നിങ്ങനെയാണ് കുട്ടി, മാതാപിതാക്കൾ, അധ്യാപകർ, മാനസികാരോഗ്യവിദഗ്ദ്ധർ തുടങ്ങിയവർ ചിന്തിക്കേണ്ടത്. അത് സ്ഥായിയായി നിലനിന്നിരുന്നതാണോ പുതുതായി ഉണ്ടായതാണോയെന്ന് നോക്കുക. പുതിയതായി ഉണ്ടായതാണെങ്കിൽ എങ്ങനെ സാഹചര്യവുമായി ബന്ധപ്പെട്ടിരിക്കുന്നുവെന്ന് പരിശോധിക്കുക. അടുത്തതായി കുട്ടിയുടെ പഠനരീതി, പഠനസമയം, പഠനാന്തരീക്ഷം, പഠനമൂല, പ്രയത്നം എന്നിവ വിലയിരുത്തുക. കുട്ടിക്ക് ലഭിക്കുന്ന മാർക്ക്/ ഗ്രേഡ് ഇതുമായി യോജിച്ചുപോകുന്നുണ്ടോ, പഠനവേളകളിലും പരീക്ഷയ്ക്കും തയ്യാറെടുക്കുമ്പോഴുള്ള നിലവാരം പരീക്ഷാവേളയിൽ പ്രകടമാകാതെ വരുന്നുണ്ടോ, വായനയിലോ എഴുത്തിലോ സ്ഥിരമായ അക്ഷരത്തെറ്റ് പ്രകടമാണോ, വായനയും എഴുത്തും തമ്മിൽ അന്തരമുണ്ടോ, ഭാഷ, സയൻസ്, കണക്ക് എന്നിങ്ങനെയുള്ള വിഷയങ്ങളിൽ പൊതുവിലോ അവയിൽ ഏതിലെങ്കിലുമൊന്നിലോ സ്ഥിരമായ പിന്നോക്കാവസ്ഥ നില നിൽക്കുന്നുണ്ടോ എന്നീ കാര്യങ്ങൾ പരിശോധിക്കുക. ഇത്തരത്തിൽ കുട്ടിയുടെ പഠനപ്രക്രിയയെ വിലയിരുത്തുക.

നിലവിലുള്ള പഠനനിലവാരം വിലയിരുത്തിയശേഷം പുതിയതായി ശ്രമിച്ചാൽ എവിടെവരെ പോകാം, എങ്ങനെ ശ്രമിക്കാം, എന്താണ് മാർഗങ്ങൾ, പുതിയ സഹായം ആവശ്യമുണ്ടോ, എങ്കിൽ ഏതേതു വിഷയങ്ങൾക്ക്, എങ്ങനെ, എവിടെനിന്ന്, എന്നിങ്ങനെയുള്ള വിശകലനം കുട്ടിക്കും മാതാപിതാക്കൾക്കും അധ്യാപകർക്കും കൂട്ടായും ഒറ്റതിരിഞ്ഞും നടത്താവുന്നതാണ്. വിലയിരുത്തലിലുണ്ടാകുന്ന വൈരുധ്യത്തെ പരസ്പരം പരിശോധനയ്ക്ക് വിധേയമാക്കുക. പ്രശ്നമുള്ള കുട്ടികളെ വിലയിരുത്തി ശരിയായ നിഗമനങ്ങളിൽ എത്തിച്ചേരുകയെന്ന ശ്രമകരമായ ജോലിയാണ് കുട്ടികളുടെയും കൗമാരക്കാരുടെയും ഇടയിൽ പ്രവർത്തിക്കുന്ന മാനസികാരോഗ്യവിദഗ്ധന് മുന്നിലുള്ളത്. തുടർന്ന് ഓരോ കുട്ടിയുടെയും പരിസരത്തിനും സാഹചര്യത്തിനും അനുയോജ്യമായ പ്രത്യേക മാർഗങ്ങൾ കണ്ടെത്തി അവ പ്രവൃത്തിയിൽ വരുത്തുതിനുള്ള പരിപാടി ആസൂത്രണം ചെയ്യുക.

കുട്ടിയുടെ പഠനനിലവാരത്തോടൊപ്പം സ്വഭാവരീതിയും വിശകലനത്തിനു വിധേയമാക്കുക. സഹപാഠികളുമായുള്ള ബന്ധം, വൈകാരിക ക്ഷമത, പാഠ്യേതരമായ ശീലങ്ങൾ, സുഹൃത്തുക്കളുടെ ശീലങ്ങൾ എന്നിവ വിലയിരുത്തുക. പരീക്ഷാകാലങ്ങളിൽ അതിയായ ഭീതി, ഉൽക്കണ്ഠ, പനി, വയറുവേദന, ഛർദ്ദി തുടങ്ങിയവ പ്രകടമാകാറുണ്ടോ, തുടർന്നോ അല്ലാതെയോ പരീക്ഷയ്ക്ക് പോകാതെ ഇരിക്കുന്ന പ്രവണതയുണ്ടോ, കുട്ടിക്ക് എന്തെങ്കിലും പ്രത്യേക പ്രശ്നങ്ങളുണ്ടോ, പുകവലി, മദ്യപാനം, മയക്കുമരുന്നുപയോഗം, മോഷണം, ക്ലാസിൽ കയറാതെ നടക്കുക, വീട്ടിൽനിന്ന് ഒളിച്ചോടുക, ശണ്ഠകൂടുക തുടങ്ങിയ ഗൗരവമായ പ്രശ്നങ്ങൾ ഒറ്റക്കോ കൂട്ടായോ പ്രകടിപ്പിക്കുന്നുണ്ടോ, എന്നിങ്ങനെ വിലയിരുത്തുക.

പഠനപിന്നോക്കാവസ്ഥയുടെ കാരണങ്ങൾ

ഒരു കുട്ടിയുടെ പഠനപിന്നോക്കാവസ്ഥയ്ക്ക് കുട്ടിയും പരിസരവുമായി ബന്ധപ്പെട്ടു നിൽക്കുന്ന ഘടകങ്ങളിലെ ഏറ്റക്കുറച്ചിലുകളനുസരിച്ച് ബഹുമുഖങ്ങളായ കാരണങ്ങളാണുള്ളത്. കുട്ടികളിലെ പഠനപിന്നോക്കാവസ്ഥയുടെ കാരണങ്ങൾ കണ്ടെത്തുന്നതിനായി ഈ ലേഖകൻ ഒരു പഠനം നടത്തുകയുണ്ടായി. പഠന പിന്നോക്കാവസ്ഥയുടെ പേരിൽ മാതാപിതാക്കൾ കൊണ്ടുവന്ന ഏഴാം ക്ലാസ് വരെയുള്ള കുട്ടികളിൽനിന്നും നൂറുപേരെയാണ് പഠനഗ്രൂപ്പിൽ ഉൾപ്പെടുത്തിയത്. പഠനത്തിലെ കണ്ടെത്തൽപ്രകാരം മാനസികരോഗാതുരത (42%), വളർച്ചാഘട്ടത്തിലെ വൈകല്യങ്ങൾ (34%), ശാരീരികരോഗങ്ങൾ (30%), പ്രശ്നബാധിതമായ കുടുംബ/സാമൂഹിക സാഹചര്യം (31%) എന്നിങ്ങനെയായിരുന്നു ഉണ്ടായിരുന്നത്. പ്രകടമായ ബുദ്ധിമാന്ദ്യവും തലച്ചോർ സംബന്ധമായ രോഗവുമുള്ള കുട്ടികളെ പഠനഗ്രൂപ്പിൽനിന്നും ഒഴിവാക്കിയിരുന്നു. മാനസികരോഗാതുരതയിൽ പ്രധാനമായി സ്വഭാവ വൈകൃതങ്ങൾ (19%),

ശ്രദ്ധക്കുറവും ഒരിടത്തും അടങ്ങിയിരിക്കാത്ത പ്രകൃതവുമുള്ള അവസ്ഥ (ADHD–9%), വിഷാദവും സ്വഭാവവൈകൃതവും കൂടിച്ചേർന്ന അവസ്ഥ (5%), ചെറിയകുട്ടികളിൽ പ്രത്യേകമായുണ്ടാകുന്ന വൈകാരികാവസ്ഥ (9%) എന്നിവയാണുണ്ടായിരുന്നത്.

കുട്ടികളുടെ പ്രായവ്യത്യാസമനുസരിച്ച് അവരിലെ മാനസിക രോഗാതുരതയും വ്യത്യാസപ്പെട്ടിരിക്കുന്നു. നഴ്സറി/പ്രൈമറി ക്ലാസിലെ കുട്ടികളിൽ ഹൈപ്പർആക്ടിവിറ്റിയും ചെറിയകുട്ടികളിൽ പ്രത്യേകമായു ണ്ടാകുന്ന വൈകാരികാവസ്ഥയുമാണ് കൂടുതലായി ഉണ്ടായിരുന്നത്. വൈകാരികാവസ്ഥയിൽ പ്രധാനമായി അപരിചിതരോടുള്ള ഭയം, അമ്മയെ പിരിഞ്ഞിരിക്കുവാൻ കഴിയാത്ത അവസ്ഥ, കൂടപ്പിറപ്പിനോടുള്ള (പ്രത്യേകിച്ചും ഇളയ കുട്ടിയോട്) വിദ്വേഷം എന്നിവയാണ് പ്രധാനം. ഇത്തരം അവസ്ഥകൾ കുട്ടികളുടെ സ്കൂളിൽ പോകുവാനുള്ള താൽപ്പര്യ ത്തെയും സ്കൂളിലുള്ള അവരുടെ സ്വഭാവത്തെയും പഠനത്തിൽ ശ്രദ്ധി ക്കുന്നതിനുള്ള ശേഷിയെയും ബാധിക്കുന്നു. സ്കൂളിൽ ഇത്തരം കുട്ടി കളെയും വച്ചുകൊണ്ട് ക്ലാസ് നടത്തിക്കൊണ്ടു പോവുകയെന്നത് അധ്യാ പകർക്ക് ഏറ്റവും ശ്രമകരമായ ജോലിയാണ്. ഇത്തരം കുട്ടികളെ തുട ക്കത്തിൽത്തന്നെ അധ്യാപകർ തിരിച്ചറിയുകയും അവരെ സ്കൂളിൽ നിന്ന് ഒഴിവാക്കുകയും ചെയ്യുന്ന പ്രവണതയും പ്രകടമാണ്.

അപ്പർ പ്രൈമറി തലത്തിൽ സ്വഭാവവൈകൃതങ്ങളും വിഷാദവും കൂടിച്ചേർന്ന അവസ്ഥയുമാണ് കൂടുതലായി ഉണ്ടായിരുന്നത്. ഇത് കുട്ടിയും മാതാപിതാക്കളും സഹപാഠികളും അധ്യാപകരും തമ്മിലുള്ള ദൈനംദിനപ്രവർത്തനങ്ങളിൽ പ്രശ്നങ്ങൾ സൃഷ്ടിക്കുന്നു. ഇവരെയാണ് പരമ്പരാഗതമായി മാതാപിതാക്കളും അധ്യാപകരും സഹപാഠികളും, സർവ്വോപരി സമൂഹവും, 'പ്രശ്നക്കാരനായ കുട്ടി'കളായി കാണുന്നത്. സ്കൂളിൽ പോകുവാൻ വിമുഖത, കൂട്ടം കൂടിയുള്ള ദുഷ്പ്രവണതകൾ, ആക്രമണസ്വഭാവം, മോഷണസ്വഭാവം, ഒളിച്ചോട്ടം, ആത്മഹത്യാശ്രമം തുടങ്ങിയ പ്രവണതകളാണ് സ്വഭാവവൈകൃതമുള്ള കുട്ടികളിൽ കാണു ന്നത്. അപ്പർ പ്രൈമറി / ഹൈസ്കൂൾ തലത്തിലുള്ള കുട്ടികളിലാണ് സ്വഭാവവൈകൃതം പ്രകടമായി ത്തുടങ്ങുന്നത്. ഇത് ഭൂരിപക്ഷം അവ സ്ഥകളിലും അവരുടെ പഠന നിലവാരത്തെ ഗൗരവതരമായി ബാധി ക്കുന്നു. പ്രശ്നക്കാരനായ കുട്ടിയായി മുദ്രകുത്തപ്പെടുന്നതുമൂലം കുട്ടി യുടെ ആത്മവിശ്വാസം കൂടുതൽ നഷ്ടപ്പെടുകയും അത് പുത്തൻ വൈകാരികപ്രശ്നങ്ങൾ സൃഷ്ടിക്കുകയും പഠനപ്രക്രിയയെയും സ്വഭാ വരീതിയെയും ചാക്രികമായി ബാധിക്കുകയും ചെയ്യുന്നു. "എന്തായാലും ഞാൻ മോശക്കാരനാണല്ലോ! ഇനിയിപ്പോൾ പഠിച്ചിട്ടെന്തുകാര്യം....." എന്ന രീതിയിലായിരിക്കും കുട്ടിയുടെ ചിന്ത. ചികിത്സാവേളയിലും ഏറ്റവും കൂടുതൽ പ്രതിസന്ധിയുണ്ടാക്കുന്ന അവസ്ഥയാണിത്.

വളർച്ചാഘട്ടത്തിലെ വൈകല്യങ്ങളിൽ പ്രധാന അവസ്ഥ പഠന വൈകല്യമാണ് (ഡിസ്ലെക്സിയ). കുട്ടിയുടെ ബുദ്ധിശക്തി സാധാര

ണരീതിയിലായിരിക്കുമെങ്കിലും വായനയിലോ എഴുത്തിലോ കണക്കിലോ പിന്നോക്കമായിരിക്കും. ഇത്തരത്തിലുള്ള കുട്ടികൾ പഠന വേളയിൽ പ്രകടിപ്പിക്കുന്ന നിലവാരം പരീക്ഷയെഴുതുമ്പോൾ പ്രകടിപ്പിക്കുകയില്ല. പരീക്ഷാവേളയിൽ സമയം തികയാതെ വരും. നിറയെ അക്ഷരത്തെറ്റ് എന്നായിരിക്കും അധ്യാപകരുടെ പരാതി. ഇക്കൂട്ടർ ഭാഷാ വിഷയങ്ങളിൽ സ്ഥിരമായി പിന്നോക്കം നിൽക്കുമെങ്കിലും ശാസ്ത്ര വിഷയങ്ങളിൽ താരതമ്യേന മെച്ചപ്പെട്ട നിലവാരം പുലർത്തുന്നതാണ്.

കുടുംബ/സാമൂഹ്യസാഹചര്യങ്ങളിലെ പ്രശ്നങ്ങളിൽ പ്രധാനപ്പെട്ടവ സംഘർഷം നിറഞ്ഞ കുടുംബാന്തരീക്ഷം, മദ്യപാനം, പ്രോത്സാഹജനകമല്ലാത്ത അന്തരീക്ഷം, അമിതപ്രതീക്ഷ, ഭൗതികസാഹചര്യങ്ങളിലെ പോരായ്ക, പഠനപ്രക്രിയയിൽ തടസം സൃഷ്ടിക്കുന്ന തരത്തിലുള്ള കുടുംബാംഗങ്ങളുടെ ദിനചര്യ എന്നിവയാണ്.

പഠനപിന്നോക്കാവസ്ഥയുള്ള കുട്ടികളിൽ, വർഷാവസാനപരീക്ഷയിൽ തോറ്റവിഭാഗത്തിൽ, മാനസികരോഗാതുരത, വളർച്ചാഘട്ടത്തിലെ വൈകല്യങ്ങൾ, കുടുംബ/സാമൂഹികസാഹചര്യത്തിലെ പോരായ്മകൾ എന്നിവ ഗണ്യമായതോതിൽ കൂടുതലായിരുന്നു. കുട്ടിയുടെ മാനസികാരോഗ്യ പ്രശ്നങ്ങൾ പഠനപ്രക്രിയയെയും പഠനപ്രക്രിയ കുട്ടിയുടെ മാനസികാവസ്ഥയെയും പരസ്പരപൂരകമായി ബാധിക്കുന്നുവെന്നാണ് ഇതിന്റെ അർഥം.

പ്രശ്നപരിഹാരനിർദ്ദേശങ്ങൾ

കുട്ടി കുടുംബ-സ്കൂൾ തലങ്ങളിൽ പ്രത്യേകംപ്രത്യേകമായി സ്വീകരിക്കേണ്ട സമീപനങ്ങളാണ് ഇവിടെ പ്രതിപാദിക്കുന്നത്.

1. പഠനരീതി: കൃത്യമായ ദിനചര്യ, പഠനസമയത്തിന്റെ ക്രമീകരണം, പാഠ്യവിഷയങ്ങൾ അന്നുതന്നെ വായിച്ചുതീർക്കുക, പ്രയാസമേറിയ വിഷയങ്ങൾക്ക് മുൻഗണനാക്രമം നിശ്ചയിക്കുക, ആവശ്യമെങ്കിൽ അധികസഹായം ഉറപ്പാക്കുക, പഠനവേളയിൽ വിശ്രമത്തിന് സമയം കണ്ടെത്തുക, ആഴ്ചതോറും വിഷയങ്ങൾ പുനരാവർത്തനം നടത്തുക എന്നിവ നിർബന്ധമായും പഠനപ്രക്രിയയിൽ ഉറപ്പുവരുത്തുക.

2. ഓർമ്മശക്തി: ഒന്നിലധികം തവണ വായിക്കുന്നതുവഴി പാഠ്യഭാഗം കൂടുതലായി ഓർത്തിരിക്കുന്നതാണ്. ഓരോ അധ്യായത്തിലും വരുന്ന പ്രധാനവാക്കുകളുടെയും തത്വങ്ങളുടെയും സംക്ഷിപ്തരൂപം പഠനവേളയിൽത്തന്നെ തയ്യാറാക്കുക. നിശ്ചിതഭാഗം വായിച്ചതിനുശേഷം പഠനം അവസാനിപ്പിക്കുന്നതിന് മുൻപായി പഠനവേളയിൽ തയ്യാറാക്കിയ നോട്ടിലൂടെ ഒരു നിമിഷം കടന്നുപോകുക. ഇത് കുട്ടിയുടെ ഓർമ്മശക്തിയെ വലിയതോതിൽ വർധിപ്പിക്കുന്നതാണ്. പരീക്ഷാകാലങ്ങളിൽ അവസാന തയ്യാറെടുപ്പു നടത്തുമ്പോൾ സ്വയം തയ്യാറാക്കിയ ഇത്തരം കുറിപ്പുകൾ ഉപയോഗപ്പെടുത്തുക.

3. ഉറക്കപ്രശ്നം: രാവിലെയോ രാത്രിയൊ കുട്ടിയുടെ ശീലത്തിന്റെ അടിസ്ഥാനത്തിൽ പഠനസമയം ക്രമീകരിക്കുക. നിർബന്ധമായും ഒരു കുട്ടി എട്ടുമണിക്കൂർ ഉറങ്ങിയിരിക്കണം. പഠനസമയം കൃത്യമായി നിലനിർത്തുന്നതിന് പ്രത്യേകം ശ്രദ്ധിക്കുക. നിശ്ചിത പഠനസമയം നിലനിർത്തിക്കൊണ്ടുപോകുവാനാകാതെ ഉറക്കം വരുമ്പോൾ പാഠ്യേതരമായ മറ്റെന്തെങ്കിലും ഹോബിയിലേർപ്പെട്ട് ഉറക്കം അകറ്റുക. അതിനു ശേഷം വീണ്ടും പഠനപ്രവർത്തനത്തിലേക്ക് വരിക. വീണ്ടും ഉറക്കം വരുമ്പോൾ ഈ പ്രക്രിയ പുനരാവർത്തിക്കുക. അങ്ങനെ പഠനപ്രവർത്തനത്തിൽ മുഴുകുവാൻ കഴിഞ്ഞില്ലെങ്കിൽക്കൂടി മറ്റു പ്രവൃത്തികളിൽ ഏർപ്പെട്ടുകൊണ്ട് ഉറങ്ങാതെയിരുന്ന് നിശ്ചിത പഠനസമയം പാലിക്കുക. ഈ രീതി രണ്ടാഴ്ചക്കാലം അഭംഗുരം തുടരുക. അങ്ങനെ പഠനവേളയിലെ ഉറക്കശല്യം സ്ഥായിയായി ഒഴിവാക്കാവുന്നതാണ്.

4. പരീക്ഷാഭീതി, ഉൽക്കണ്ഠ: ചിട്ടയായ പഠനപ്രവർത്തനം, പഠനവേളയിൽ തയ്യാറാക്കിയ നോട്ടുവഴി പുനരാവർത്തനം ഉറപ്പുവരുത്തുക, മാതൃകാചോദ്യങ്ങൾ ഉപയോഗപ്പെടുത്തുക, മാതൃകാപരീക്ഷകൾ ആസൂത്രണം ചെയ്യുക എന്നിവവഴി പരീക്ഷാഭീതി ഒരു പരിധിവരെ പരിഹരിക്കാവുന്നതാണ്. കണക്കുകൾ ചെയ്തുതന്നെ പഠിക്കുക. മറ്റു ദിനചര്യകൾ പരീക്ഷാകാലങ്ങളിലും അതേപോലെ നിലനിർത്തുക.

5. ശാരീരികവ്യായാമം: ദിവസേന നിശ്ചിതസമയം വ്യായാമം ചെയ്യുന്നത് പഠനപ്രക്രിയയേയും സഹായിക്കുന്നതാണ്.

6. കുടുംബാന്തരീക്ഷം: മെച്ചപ്പെട്ട കുടുംബാന്തരീക്ഷം, വൈകാരിക ബന്ധം, അഭിപ്രായപ്രകടനത്തിനുള്ള സാഹചര്യം, പഠനപ്രവർത്തനത്തിൽ നേതൃത്വപരമായ സമീപനം എന്നിവ കുടുംബാന്തരീക്ഷത്തിൽ ഉറപ്പുവരുത്തുക.

7. പഠനാന്തരീക്ഷത്തിന്റെ സൃഷ്ടി: ഇത് കുടുംബാന്തരീക്ഷത്തിന്റെ ഉത്തരവാദിത്വമാണ്. പഠനമുറി/മൂല, പഠനസമയക്രമം പാലിക്കുന്നതിനുള്ള സഹായം, പ്രോത്സാഹജനകമായ അന്തരീക്ഷം, കുട്ടിയുടെ പഠനസമയക്രമവുമായി താദാത്മ്യം പ്രാപിച്ചു പോകുന്ന കുടുംബദിനചര്യ എന്നിവ ഉറപ്പുവരുത്തുന്നതിൽ മാതാപിതാക്കൾ പ്രത്യേകം ശ്രദ്ധിക്കുക.

8. ടിവി സമയം: വൈകുന്നേരം ഏഴരയ്ക്കു ശേഷമുള്ള ടിവി കാണൽ കുടുംബത്തിലെ മുഴുവൻ അംഗങ്ങളും പൂർണമായി ഒഴിവാക്കി പഠനപ്രവർത്തനത്തെ സഹായിക്കുക. ദിവസം അരമണിക്കൂർ വാർത്തയ്ക്കും പരമാവധി ഒരു മണിക്കൂർ മറ്റ് വിനോദപരിപാടികൾ കാണുന്നതിനുമായി ടിവി കാണുന്നതിനുള്ള സമയം നിജപ്പെടുത്തുക. ഇത് കുട്ടികൾക്കൊപ്പം മറ്റുള്ളവരും കൃത്യമായി പാലിക്കുക. ആഴ്ചയിലൊരിക്കൽ ഒരു സിനിമ, മറ്റ് വാരാന്ത്യ വാർത്താധിഷ്ഠിതപരിപാടികൾ എന്നിവ ഇതിൽ ഉൾപ്പെടുത്തുക. നിർബന്ധമായും കുടുംബാംഗങ്ങളുടെ ടിവി

കാണൽ സമയം കുട്ടിയുടെ പഠനസമയത്തിന് തടസമാകരുത്. ഇത് സംബന്ധിച്ച വിശദാംശങ്ങൾ മറ്റൊരു അധ്യായത്തിൽ ചർച്ചചെയ്യുന്നുണ്ട്.

9. പാഠ്യേതരവായനയും മറ്റ് ഹോബികളും: ഇവ കുട്ടിയുടെ സമഗ്രമായ വ്യക്തിത്വവികസനത്തിന് അത്യന്താപേക്ഷിതമാണ്. ഇതിനുള്ള താൽപ്പര്യവും അന്തരീക്ഷവും സൃഷ്ടിക്കുതിനുള്ള ഉത്തരവാദിത്വം കുടുംബാന്തരീക്ഷത്തിനാണ്.

10. വളർച്ചാഘട്ടം: ഓരോ ഘട്ടത്തിന്റെയും പ്രത്യേകതകൾ മനസിലാക്കി കുട്ടികളോടുള്ള സമീപനം പ്ലാൻ ചെയ്യുക. കൗമാരപ്രായത്തിലുള്ള കുട്ടിക്ക് നിയന്ത്രിതമായ സ്വാതന്ത്ര്യം ആവശ്യമാണ്. അവർക്ക് പ്രശ്നങ്ങൾ ചർച്ച ചെയ്യുന്നതിനുള്ള സാഹചര്യം ഉറപ്പുവരുത്തുക. കൗമാരക്കാരിൽ അവരുടെ പ്രാഥമികലക്ഷ്യം പഠനമാണെന്ന ഉത്തരവാദിത്വബോധം ഉണ്ടാക്കിയെടുക്കുതിനായി പ്രത്യേകം ശ്രദ്ധിക്കുക.

11. പഠനപിന്നോക്കാവസ്ഥയുള്ള കുട്ടികളെ അതിന്റെ പേരിൽ നിരന്തരമായി വിമർശിക്കുന്നതിനുപകരം പ്രശ്നപരിഹാരത്തിനായി മാതാപിതാക്കളുടെയും അധ്യാപകരുടെയും കൂട്ടായ സഹായം ഉണ്ടാകുമെന്ന് ഉറപ്പു വരുത്തുക. ഇത് കുട്ടിയുടെ ആത്മവിശ്വാസം വർധിപ്പിക്കുന്നതാണ്.

12. സ്കൂൾ അന്തരീക്ഷം: ഓരോ കുട്ടിയെയും സംബന്ധിച്ച് പഠനപാഠ്യേതരകാര്യങ്ങളിലുമുള്ള ശേഷിയുടെ വസ്തുനിഷ്ഠ വിലയിരുത്തൽ ഉണ്ടായിരിക്കുക, കുട്ടികൾക്ക് തുല്യമായ പരിഗണന ഉറപ്പുവരുത്തുകയും അവർക്ക് അനുഭവപ്പെടുകയും ചെയ്യുക എന്നിവ പ്രധാനമാണ്.

13. ആവശ്യമെങ്കിൽ പഠനവൈകല്യമുള്ള വിദ്യാർഥികൾക്ക് നിശ്ചിത വിഷയങ്ങളിൽ അധികക്ലാസ് സംഘടിപ്പിക്കുക.

14. പഠന/പാഠ്യേതരവൈകാരികപ്രശ്നങ്ങൾ വ്യക്തിഗതമായി ചർച്ചചെയ്യുന്നതിനും പരിഹാരം കണ്ടെത്തുന്നതിനുമായി പ്രത്യേക താൽപ്പര്യമുള്ള അധ്യാപകരുടെ സഹായത്തോടുകൂടി കൗൺസിലിങ് പരിപാടി വ്യാപകമാക്കുക.

15. സ്കൂൾതലത്തിൽ ഫലപ്രദമായി കൈകാര്യം ചെയ്യുവാൻ കഴിയാതെ വരുന്ന വൈകാരികപ്രശ്നങ്ങൾ, പഠനവൈകല്യങ്ങൾ എന്നിവയ്ക്ക് കുട്ടികളുടെ ഇടയിൽ പ്രവർത്തിക്കുന്ന ഒരു മാനസികാരോഗ്യ വിദഗ്ധന്റെ സഹായം തേടുക.

6

ഗ്രേഡിങ് സമ്പ്രദായത്തിലെ വിദ്യാഭ്യാസ മന:ശാസ്ത്രവും വെല്ലുവിളികളും

സ്കൂൾ വിദ്യാഭ്യാസമേഖല നിരന്തരമായ പരീക്ഷണങ്ങൾക്ക് വിധേയമായിക്കൊണ്ടിരിക്കുകയാണ്. സ്കൂൾതലത്തിൽ നടപ്പിലാക്കിയ പുത്തൻ മൂല്യനിർണയരീതി ഹയർ സെക്കണ്ടറി തലത്തിലേക്കുകൂടി വ്യാപിപ്പിച്ചുകഴിഞ്ഞിട്ടുണ്ട്. അതിനുവേണ്ടിയുള്ള തയ്യാറെടുപ്പുകൾ നടന്നുവരുന്നു. എന്നാൽ ഗ്രേഡിങ് സമ്പ്രദായത്തെക്കുറിച്ചും അതിലടങ്ങിയിരിക്കുന്ന ദർശനത്തെയും വിദ്യാഭ്യാസ മന:ശാസ്ത്രത്തെയും കുറിച്ചും ഈ സമ്പ്രദായത്തിന്റെ ലക്ഷ്യങ്ങളെക്കുറിച്ചുമുള്ള ശാസ്ത്രീയാവബോധം മാതാപിതാക്കളിലും അധ്യാപകരിലും പൊതുവിൽ സമൂഹത്തിൽതന്നെയും പൂർണമായി ഇനിയും രൂപപ്പെട്ടുവന്നിട്ടില്ല. പുത്തൻ സമ്പ്രദായത്തെക്കുറിച്ചുള്ള ആശങ്കകൾ നിരവധിയാണ്.

ഗ്രേഡിങ് സമ്പ്രദായത്തെക്കുറിച്ച് മാതാപിതാക്കളെ അലട്ടുന്ന പ്രധാനപ്രശ്നങ്ങൾ എന്തൊക്കെയാണെന്നു നോക്കാം. ഗ്രേഡിങ് സമ്പ്രദായം ഏർപ്പെടുത്തിയത് എന്തിനുവേണ്ടിയാണ്? ഇത് കുട്ടിയുടെ പഠനശേഷി കുറയ്ക്കുമോ? പാഠഭാഗങ്ങൾ ഉരുവിട്ട് പഠിക്കുന്നതിനു പകരം അവർ തൊടിയിലും പരിസരങ്ങളിലുമൊക്കെ കറങ്ങിനടന്നാൽ മതിയോ? റാങ്ക് വാങ്ങുന്നതിനുള്ള അവരുടെ അവസരങ്ങൾ ഇതുവഴി നഷ്ടമാകില്ലേ? പരമ്പരാഗതമൂല്യനിർണരീതിയിൽ മുന്നിട്ടുനിൽക്കുന്ന കുട്ടികളുടെ അച്ഛനമ്മമാരാണ് കൂടുതൽ ഉൽക്കണ്ഠാകുലരായിത്തീർന്നിട്ടുള്ളത്. അതേപോലെ പഠനത്തിൽ കുട്ടികളെ നിരന്തരമായി സഹായിക്കുന്ന അമ്മമാരും ബുദ്ധിമുട്ടിലാണ്. പുത്തൻ രീതിയിൽ കുട്ടികളെ മെച്ചപ്പെട്ടനിലയിൽ പരിശീലിപ്പിക്കുന്നതെങ്ങനെയെന്നതാണ് അവരുടെ മുന്നി

ലുള്ള പ്രധാന പ്രശ്നം. സർഗാത്മകതയ്ക്കും വ്യക്തിത്വഗുണങ്ങൾക്കും അക്കാദമികമായ പ്രാധാന്യം നൽകി വിലയിരുത്തേണ്ടതുണ്ടോ, എങ്കിൽ അവ കുട്ടികളിൽ എങ്ങനെയുണ്ടാക്കിയെടുക്കാം.... എന്നിങ്ങനെ പോകുന്നു മാതാപിതാക്കളുടെ ആശങ്കകൾ.

ഗ്രേഡിങ് സമ്പ്രദായത്തിന്റെ നടത്തിപ്പുകാരായ അധ്യാപകരിലും പുത്തൻ മൂല്യനിർണയരീതിയുടെ ബഹുമുഖവും വിശാലവുമായ സങ്കൽപ്പത്തെക്കുറിച്ചും അതിന്റെ പ്രായോഗികരൂപത്തെക്കുറിച്ചുമുള്ള സംശയങ്ങൾ ബാക്കിനിൽപ്പുണ്ട്. പുതിയ സമ്പ്രദായത്തിന്റെ സാധ്യത കളെക്കുറിച്ചുള്ള ചർച്ചകൾ അക്കാദമിക തലത്തിൽ ഒതുക്കിനിർത്താതെ പൊതുസമൂഹത്തിലാകെ വ്യാപകമാക്കേണ്ടതുണ്ട്. പുതിയ സമ്പ്രദായത്തിലടങ്ങിയിരിക്കുന്ന വിദ്യാഭ്യാസവീക്ഷണത്തെ പൊതുമണ്ഡലത്തിൽ അരക്കിട്ടുറപ്പിക്കുവാൻ നമുക്ക് കഴിഞ്ഞിട്ടുണ്ടോയെന്ന് ചിന്തിക്കുക?

പുത്തൻ മൂല്യനിർണയസമ്പ്രദായത്തിൽ എല്ലാവരെക്കാളും പ്രാധാന്യമർഹിക്കുന്ന കൂട്ടർ കുട്ടികളാണ്. കുട്ടിയുടെ വളർച്ചാഘട്ട സവിശേഷതകൾക്ക് അനുസൃതമായി അവരുടെ ആകാംക്ഷയെയും താൽപ്പര്യങ്ങളെയും പുതിയ തലങ്ങളിലേക്ക് ഉയർത്തിക്കൊണ്ടുവരുന്ന തിന് സഹായകരമായ തനത് അന്തരീക്ഷം സൃഷ്ടിക്കുവാൻ കുടുംബ - സ്കൂൾ-സാമൂഹിക പരിസരങ്ങൾക്ക് കഴിയുന്നുണ്ടോയെന്ന് ചിന്തിക്കുക. ഓർമ്മശക്തിയെ മാത്രം അടിസ്ഥാനമാക്കിയുള്ള പരമ്പരാഗതമൂല്യനിർണയരീതിയിൽനിന്നും ബഹുമുഖമൂല്യനിർണയരീതിയിലേക്കുള്ള മാറ്റം കേവലമായ ഒന്നല്ല. അത് വിഭാവനചെയ്യുന്ന വിശാലമായ വീക്ഷണം ഒരു സംസ്കാരമായി വളർത്തിയെടുക്കേണ്ടതുണ്ട്. പുത്തൻ മൂല്യനിർണയരീതിയിലടങ്ങിയിരിക്കുന്ന അടിസ്ഥാനപരമായ കാഴ്ചപ്പാടുകളെക്കുറിച്ചും അവ നടപ്പിലാക്കിയതിനുശേഷം മേഖലയിലുണ്ടായ മാറ്റങ്ങളെക്കുറിച്ചും എങ്ങനെ കൂടുതൽ കുറ്റമറ്റരീതിയിൽ മുന്നോട്ട് പോകാമെന്നതിനെക്കുറിച്ചും വിശദമായ പരിശോധനയും തുടർപഠനവും നടത്തേണ്ടതുണ്ട്.

വിദ്യാഭ്യാസമെന്നാൽ എന്ത്?

പഠിതാവിൽ നിയതവും ഗുണപരവുമായ സ്വഭാവവ്യതിയാനമുണ്ടാക്കുന്ന പ്രക്രിയയെ വിദ്യാഭ്യാസമെന്നു വിളിക്കാം. പഠനബോധനപ്രക്രിയ വഴി വ്യതിയാനത്തിനു വിധേയമാകുന്ന സ്വഭാവത്തിന് വിദ്യാഭ്യാസ മന:ശാസ്ത്രമനുസരിച്ച് മൂന്നുതലങ്ങളാണുള്ളത്. ഇവയിലാദ്യത്തേതിനെ ബൗദ്ധികതല (cognitive domain) മെന്നു പറയുന്നു. പുത്തൻ കാര്യങ്ങൾ ഗ്രഹിക്കുന്നതിനും ഓർമ്മിച്ചുവയ്ക്കുന്നതിനും ആവശ്യമുള്ളപ്പോൾ പുനരുൽപ്പാദിപ്പിക്കുന്നതിനുമുള്ള ശേഷി, അപഗ്രഥനശേഷി, തീരുമാനമെടുക്കുന്നതിനുള്ള കഴിവ് തുടങ്ങിയവ ഇതിലുൾപ്പെടും. മാനസിക – ശരീരചലനപരമായ ശേഷിയാണ് (psychomotor domain)

സ്വഭാവത്തിന്റെ രണ്ടാമത്തെ തലം. കുട്ടിയുടെ സർഗാത്മകമായ കഴിവുകൾ, ശാരീരികശേഷികൾ തുടങ്ങിയവ ഇതിലുൾപ്പെടും. വ്യക്തിത്വ–വൈകാരികതലമാണ് (affective domain) മൂന്നാമത്തേത്. സംവേദനശേഷി, മറ്റുള്ളവരുടെ വൈകാരികാവസ്ഥയെ മനസിലാക്കുന്നതിനുള്ള ശേഷി, സ്വന്തം കഴിവുകളെയും പോരായ്മകളെയും കുറിച്ചുള്ള ബോധം, പ്രകൃതി–പരിസരബോധം തുടങ്ങിയവയാണ് സ്വഭാവത്തിന്റെ മൂന്നാമത്തെ തലത്തിലുൾപ്പെടുന്നത്. ഇത്തരത്തിൽ ഒരു വ്യക്തിയുടെ സ്വഭാവത്തിൽ അനിവാര്യമായി ഉണ്ടാകേണ്ട സമഗ്രവും ബഹുമുഖവുമായ വളർച്ചയും അതുവഴി സമൂഹത്തിന്റെ പുരോഗതിയുമാണ് വിദ്യാഭ്യാസപ്രക്രിയ മുന്നോട്ടു വയ്ക്കുന്ന ആത്യന്തികമായ ലക്ഷ്യം. അങ്ങനെയാണ് വിദ്യാഭ്യാസപ്രക്രിയ വിശാലമായ ഒരു രാഷ്ട്രീയപ്രക്രിയ കൂടിയാകുന്നത്.

ബുദ്ധിശക്തിയുടെ ബഹുമുഖസ്വഭാവം (മൾട്ടിപ്പിൾ ഇന്റലിജെന്റ്സ് തിയറി)

വിദ്യാഭ്യാസപ്രക്രിയയെ വിശാലമായ അർഥത്തിൽ ഒരു രാഷ്ട്രീയ പ്രക്രിയയായി വിലയിരുത്തുമ്പോൾത്തന്നെ ബൗദ്ധികമനഃശാസ്ത്രമനുസരിച്ച് (cognitive psychology) വിദ്യാഭ്യാസംവഴി പഠിതാവിന്റെ സ്വഭാവത്തിലുണ്ടാകുന്ന ഗുണപരമായ വ്യതിയാനത്തെ ബൗദ്ധിക വളർച്ചയായിട്ടാണ് വിലയിരുത്തുന്നത്. എന്നാൽ പഠന/ബോധന പ്രക്രിയയിൽ പഠിതാവിന്റെ ബുദ്ധിശക്തിയെ വിലയിരുത്തുമ്പോൾ ബുദ്ധിശക്തിയെ ഏകശിലാരൂപമായ ഒരു പ്രതിഭാസമായിട്ടാണ് നാമിതേവരെ കണ്ടുവന്നിട്ടുള്ളത്. അതായത് പരമ്പരാഗത മൂല്യനിർണയ രീതിയിൽ യഥാർഥത്തിൽ കുട്ടിയുടെ ഓർമ്മശക്തിയെ മാത്രമാണ് ബുദ്ധിശക്തിയെന്ന പേരിൽ ഇതേവരെ പരിഗണിച്ചിരുന്നതെന്നർഥം. ഓർമ്മശക്തി ബുദ്ധിശക്തിയുടെ ഒരു പ്രധാന ഘടകമാണെങ്കിലും ബുദ്ധിശക്തിയെന്നാൽ ഓർമ്മശക്തി മാത്രമല്ല. മനഃശാസ്ത്രപരമായി ബുദ്ധിശക്തിയെന്നാൽ നിലവിലുള്ള സാധ്യതകളും പരിമിതികളും വിലയിരുത്തി ഉൾക്കൊണ്ടുകൊണ്ട് മുന്നിലുള്ള പ്രശ്നത്തെ/പ്രതിസന്ധിയെ വിശകലനം ചെയ്ത് വിജയകരമായി മറികടക്കുവാൻ ശ്രമിക്കുന്നതിനുള്ള കഴിവാണ്. പ്രതിസന്ധി മറികടക്കുന്നതിൽ ഒരുപക്ഷേ, പരാജയപ്പെട്ടുവെന്നുവരാം. എങ്കിലും പ്രശ്നത്തെ എങ്ങനെ സമീപിച്ചുവെന്നതാണ് മുഖ്യവിഷയം. ഇവിടെയാണ് ബുദ്ധിശക്തിയുടെ ബഹുമുഖസ്വഭാവം അനാവൃതമാകുന്നത്. ബുദ്ധിശക്തി ഏകശിലാരൂപമല്ലെന്നും അതിന് ബഹുമുഖസ്വഭാവമാണുള്ളതെന്നും അതിലോരോ വ്യക്തിയുടെയും ബഹുമുഖമായ വ്യക്തിത്വസവിശേഷതകളെ പ്രതിനിധാനം ചെയ്യുന്ന വിവിധ ഘടകങ്ങളുണ്ടെന്നുമുള്ള മൾട്ടിപ്പിൾ ഇന്റലിജെന്റ്സ് തിയറി ഇന്ന് വ്യാപകമായി അംഗീകരിക്കപ്പെട്ടു കഴിഞ്ഞിട്ടുണ്ട്.

എന്തൊക്കെയാണ് ബുദ്ധിശക്തിയുടെ ബഹുമുഖസ്വഭാവം? ഭാഷാ നൈപുണ്യം, ഗണിതയുക്തിബോധം, ദൃശ്യസ്ഥലപരമായ ബോധം, സർഗാത്മകമായ കഴിവ്, ശാരീരികചലനപരമായ കഴിവ്, സാമൂഹിക വൈകാരിക വികസനം (സഹജീവികളോടുള്ള അനുതാപം, പരസ്പരം ഇടപഴകുന്നതിനുള്ള കഴിവ്, മറ്റുള്ളവരുടെ പ്രശ്നങ്ങൾ മനസിലാക്കുവാനും ബോധ്യപ്പെടുവാനുമുള്ള കഴിവ് തുടങ്ങിയവ), പ്രകൃതിപരമായ ബോധം (പ്രകൃതിയുടെ സാന്നിധ്യത്തെക്കുറിച്ചുള്ള ബോധം, പ്രകൃതിയോടും ജീവജാലങ്ങളോടുമുള്ള സമീപനം തുടങ്ങിയവ) ഇങ്ങനെ തുടരുന്നു ബുദ്ധിശക്തിയുടെ ബഹുമുഖതലങ്ങൾ. ഈ ബഹുമുഖതലത്തെയാണ് സംക്ഷിപ്തരൂപത്തിൽ സ്വഭാവത്തിന്റെ ത്രിമാനതലമായി മുൻപ് സൂചിപ്പിച്ചത്. എന്നാൽ ഓരോ കുട്ടിയിലും ബുദ്ധിശക്തിയുടെ ഈ വിഭിന്നതലങ്ങളെല്ലാം ഒരേപോലെ തുല്യമായി വികസിച്ചിട്ടുണ്ടാകുമെന്നോ വികസിച്ചുവരണമെന്നോ പ്രതീക്ഷിക്കേണ്ടതില്ല. ഒരു കുട്ടിയിൽ ഒന്നോ രണ്ടോ തലം കൂടുതലായി പ്രകടമാകുമ്പോൾ മറ്റേതലം അതേ അളവിൽ ബോധ്യമാകണമെന്നില്ല. ഒരുപക്ഷേ മൂന്നുതലങ്ങളും ഒരേപോലെ പ്രകടമായെന്നും വരാം (ബഹുമുഖപ്രതിഭ). എന്തുകൊണ്ടാണിങ്ങനെ സംഭവിക്കുന്നത്? കുട്ടിയുടെ വ്യക്തിത്വരൂപീകരണ–വികസന പ്രക്രിയയെ നിർണയിക്കുന്ന ഘടകങ്ങൾ തന്നെയാണ് അവന്റെ ബുദ്ധിശക്തിയുടെ ബഹുമുഖസ്വഭാവത്തേയും രൂപപ്പെടുത്തുന്നത്. ഈ ഘടകങ്ങളിൽ പ്രധാനപ്പെട്ടവ കുട്ടിയുടെ ജനിതക സ്വഭാവം (മാതാപിതാക്കളുടെയും കുടുംബത്തിന്റെയും പാരമ്പര്യമായ അംശം), ജനിതകേതരമായ കുടുംബാന്തരീക്ഷം, ഭൗതികസാഹചര്യം, രോഗാവസ്ഥകൾ, സമൂഹിക-പരിസര-പ്രശ്നങ്ങൾ (സ്കൂൾ അന്തരീക്ഷം, സാമൂഹിക ശ്രേണി, ജാതി മത-വംശീയപ്രശ്നങ്ങൾ തുടങ്ങിയവ) എന്നിവയാണ്. ഇവയിലുണ്ടാകുന്ന ഏറ്റക്കുറച്ചിലുകൾ കുട്ടിയുടെ ബുദ്ധിശക്തിയുടെ ബഹുമുഖതലത്തെയും അതുവഴി വ്യക്തിത്വത്തെയും ബാധിക്കുമെന്നർഥം. അതായത് ഒരു കുട്ടി സംഗീതത്തിൽ പ്രത്യേകമായ കഴിവ് പ്രകടിപ്പിക്കുന്നുവെന്നിരിക്കട്ടെ; ഇതിൽ ജനിതകവും ജനിതകേതരവുമായ സ്വാധീനമുണ്ടെന്ന് കാണേണ്ടതുണ്ട്. കേവലമായ ഭൗതിക സാഹചര്യം ഒരു കുട്ടിയിൽ പഠിക്കുവാനുള്ള കഴിവ് സൃഷ്ടിക്കുകയോ ഇല്ലായ്മചെയ്യുകയോ ചെയ്യുന്നതല്ല. മറിച്ച് അതിനെ സഹായിക്കുക മാത്രമേയുള്ളൂവെന്ന് അനുഭവങ്ങളും പഠനങ്ങളും സൂചിപ്പിക്കുന്നു.

പഠിതാവിന്റെ ഓർമ്മശക്തിയെമാത്രം കേന്ദ്രീകരിച്ച് നടത്തിവന്ന പരമ്പരാഗതമൂല്യനിർണയസമ്പ്രദായം യഥാർഥത്തിൽ അവരിൽ തനതായി പ്രകടമായിരുന്നതോ വികസിച്ചുവരേണ്ടിയിരുന്നതോ ആയ സർഗാത്മകവ്യക്തിത്വസാമൂഹ്യതലങ്ങളെക്കുറിച്ച് അജ്ഞരായിരുന്നു; അല്ലെങ്കിൽ കണ്ടില്ലെന്ന് നടിക്കുകയായിരുന്നു. ബുദ്ധിശക്തിയുടെ ഈ ബഹുമുഖതലത്തെ അനിവാര്യമായ ഒരു പ്രതിഭാസമായി ഈ സമ്പ്ര

ദായം കണക്കാക്കിയിരുന്നില്ലെന്ന് പറയുന്നതാവും കൂടുതൽ ശരി. അതുകൊണ്ടുതന്നെ ബുദ്ധിശക്തിയുടെ ബഹുമുഖതലത്തിന്റെ തനതായ വികസനത്തിനുതകുന്ന കുടുംബ–സ്കൂൾ–സാമൂഹിക അന്തരീക്ഷം സൃഷ്ടിച്ചെടുക്കുന്നതിന് നമ്മുടെ വിദ്യാഭ്യാസസമ്പ്രദായത്തിനും സമൂഹത്തിനും ഇതുവരെ കഴിഞ്ഞിട്ടില്ല. തന്മൂലം നാമിതേവരെ തുടർന്നുവന്ന വിദ്യാഭ്യാസസമ്പ്രദായത്തിന്റെ പരിണിതഫലമെന്ത്? പഠിതാവ് കേവലമായ ഓർമ്മശക്തിയുടെ അടിസ്ഥാനത്തിൽ 'പഠിക്കുന്നവനെന്നും' 'പഠിക്കാത്തവനെന്നു' മായി തുടക്കത്തിൽത്തന്നെ വേർതിരിക്കപ്പെടുന്നു. തുടർന്ന് 'മിടുക്കന്മാർ'ക്കുവേണ്ടി സമ്പ്രദായം അതിന്റെ മുഴുവൻ വിഭവവും പാടവവും നീക്കിവയ്ക്കുന്നു. ഇത്തരം മിടുക്കന്മാരിൽ ഓർമ്മശക്തിയെ മാത്രം മുന്നിൽ കണ്ടുകൊണ്ടുള്ള തുടർ വികസനം സാധ്യമാക്കുവാനാണ് സമ്പ്രദായം തുടർന്നങ്ങോട്ട് ശ്രമിക്കുന്നത്. അതേസമയം തന്നെ 'മിടുക്കന്മാര'ല്ലാത്തവരെല്ലാം സമ്പ്രദായത്തിൽനിന്നും പുറത്താക്കപ്പെടുകയോ ഓരങ്ങളിലേക്ക് ഒതുക്കപ്പെടുകയോ ചെയ്യുന്നു. തുടർന്ന് ഇത്തരം 'മണ്ടന്മാർ' ക്കുവേണ്ടി ചിന്തിച്ച് തലപുണ്ണാക്കുവാൻ സമ്പ്രദായം മിനക്കെടുന്നില്ല. നിലവിലുള്ള വിദ്യാഭ്യാസസമ്പ്രദായത്തിൽ അരാഷ്ട്രീയവൽക്കരണം തുടങ്ങുന്നതിവിടെ നിന്നാണ്. വ്യക്തിനിഷ്ഠമായ നേട്ടങ്ങളിൽ മാത്രം കേന്ദ്രീകരിച്ചുകൊണ്ട് മിടുക്കന്മാർ മുന്നേറുകയും ഒന്നാമന്മാരായി ഉയരങ്ങൾ കയ്യടക്കുകയും ചെയ്യും. ഈ പ്രക്രിയയ്ക്ക് ആനുപാതികമായി കുടുംബത്തിൽ നിന്നും തന്റെ ചുറ്റുപാടുകളിൽ നിന്നുമുള്ള അയാളുടെ അന്യവൽക്കരണവും സംഭവിച്ചുകൊണ്ടേയിരിക്കും. അയാളുടെ മാനുഷിക-സർഗാത്മക-സാമൂഹികതലം തുലോം ശൂന്യമായിരിക്കും. ഇതാണ് ഇക്കാലമത്രയും ഉന്നത– പ്രൊഫഷണൽ വിദ്യാഭ്യാസരംഗത്ത് സംഭവിച്ചുകൊണ്ടിരുന്നത്. അങ്ങനെയാണ് പൊതുസമൂഹത്തിന്റെ ഉന്നമനത്തിനായുള്ള തനത് സംഭാവനകൾ നൽകുവാൻ ഇക്കൂട്ടർക്ക് കഴിയാതെ പോയത്. വ്യക്തികളെ ഉയരത്തിലെത്തിച്ചതുകൊണ്ടുമാത്രം ഒരു സമ്പ്രദായം മെച്ചമെന്നോ സമൂഹമാകെ പുരോഗതിയിലേക്ക് നീങ്ങുമെന്നോ കണക്കാക്കുക വയ്യ. നാമിതുവരെ തുടർന്നുവന്ന വിദ്യാഭ്യാസസമ്പ്രദായത്തിൽ സംഭവിച്ച അരാഷ്ട്രീയവൽക്കരണ പ്രക്രിയയുടെ അനന്തരഫലമാണിത്.

പുത്തൻ മൂല്യനിർണയസമ്പ്രദായം

ബുദ്ധിശക്തിയുടെ ബഹുമുഖസ്വഭാവത്തെ (ത്രിമാനതലം) പൂർണമായും ഉൾക്കൊള്ളുവാൻ പുത്തൻ മൂല്യനിർണയ സമ്പ്രദായത്തിന് കഴിഞ്ഞിട്ടുണ്ട്. ഇതുതന്നെയാണ് പുത്തൻ രീതിയെ മഹത്തരമാക്കുന്നത്. വികസിതരാജ്യങ്ങളിൽ ഈ സമ്പ്രദായം വിജയകരമായി നിലനിൽക്കുന്നു. കുട്ടിയുടെ ഓർമ്മശക്തിക്കൊപ്പം ബുദ്ധിശക്തിയുടെ മറ്റുതലങ്ങൾക്കും തുല്യപ്രാധാന്യം പുത്തൻ രീതിയിൽ നൽകിയിട്ടുണ്ട്. പാഠഭാഗങ്ങൾ ഉരുവിട്ടു പഠിച്ച് കാണാതെ പറയുവാൻ കഴിയുന്ന കേവലം

യന്ത്രമെന്ന തലത്തിൽനിന്നുമുയർത്തി പഠന-ബോധനപ്രക്രിയയിൽ സംവാദാത്മകമായി സംഭാവന ചെയ്യുവാൻ കഴിയുന്ന തുല്യപങ്കാളിയായി പഠിതാവ് പുത്തൻ സമ്പ്രദായത്തിൽ മാറ്റപ്പെട്ടിരിക്കുന്നു. സഹപഠിതാവിനെ ഏതുസമയത്തും തന്റെ സ്ഥാനം കയ്യടക്കുവാൻ ശ്രമിക്കുന്ന ശത്രുവായി (potential enemy) കാണുവാൻ പ്രേരിപ്പിക്കുന്ന ഒന്നാമൻ/റാങ്ക് സങ്കൽപ്പം പൂർണമായി ഇല്ലാതായിരിക്കുന്നു. പുത്തൻ വിദ്യാഭ്യാസ മൂല്യനിർണയ രീതിയുടെ മറ്റൊരു മഹത്തായ സവിശേഷതയാണിത്.

പുത്തൻ വിദ്യാഭ്യാസ/മൂല്യനിർണയ സമ്പ്രദായത്തിൽ ബുദ്ധിശക്തിയുടെ മുൻപ് സൂചിപ്പിച്ച ത്രിമാന തലങ്ങളെ ഏകോപിപ്പിച്ചാണ് വൈജ്ഞാനികമേഖല (ഭാഗം I), സഹവൈജ്ഞാനിക മേഖല (ഭാഗം II), വ്യക്തിത്വ സാമൂഹികതലം (ഭാഗം III) എന്നിങ്ങനെ മൂന്നു മേഖലകളായി തിരിച്ചിട്ടുള്ളത്.

വൈജ്ഞാനികമേഖല (ഭാഗം I)

വിഷയബന്ധിതമായി പഠിതാവ് ആർജ്ജിക്കുന്ന ശേഷികളാണ് വൈജ്ഞാനികമേഖലയിൽ ഉൾപ്പെടുത്തിയിട്ടുള്ളത്. ഓരോ വിഷയത്തിനും നിരന്തര മൂല്യനിർണയ പ്രക്രിയയും (സി ഇ) ടെർമിനൽ മൂല്യനിർണയവും (ടി ഇ) ഉണ്ടായിരിക്കുന്നതാണ്. നിരന്തരമൂല്യനിർണയ പ്രക്രിയ ക്ലാസ് തലത്തിൽ വച്ച് നടത്തപ്പെടുന്നു. ഓരോ വിഷയത്തിനും വർഷത്തിൽ മൂന്നു ടേമുകളിലായി നീണ്ടുനിൽക്കുന്ന നിരന്തരമൂല്യനിർണയപ്രക്രിയയിൽ ടെർമിനൽ മൂല്യനിർണയവും പ്രത്യേകമായി നടത്തേണ്ടതുണ്ട്. ഈ പ്രക്രിയയിൽ ഓരോ വിഷയത്തിനും പരമാവധി സ്കോർ 10 + കമ്പ്യൂട്ടർ പ്രാക്ടിക്കൽ സ്കോർ 20 എന്ന ക്രമത്തിൽ പഠിതാവിന് ലഭിക്കുന്ന മൊത്തം സ്കോർ 150 ആണ്. ഇതിനെ ഇന്റേണൽ അസെസ്മെന്റ് എന്നുവിളിക്കാം. വർഷാവസാനം സംസ്ഥാനാടിസ്ഥാനത്തിൽ നടത്തുന്ന പൊതുപരീക്ഷയിൽ (ടി ഇ) ഓരോ വിഷയത്തിനും പരമാവധി സ്കോർ 50 എന്ന ക്രമത്തിൽ മൊത്തം സ്കോർ 610 (600 + കമ്പ്യൂട്ടർസ്കോർ 10) ആണ്. സി ഇയും ടി ഇയും കൂടി ചേർത്ത് ഒരു പഠിതാവിന് ലഭിക്കുന്ന പരമാവധി സ്കോർ 760 ആണ് (പട്ടിക 1 കാണുക). ഓരോ വിഷയത്തിനും ലഭിക്കുന്ന മൊത്തം സ്കോർ ശതമാനമായി കണക്കാക്കിയശേഷം അതിന് ആനുപാതികമായ ഗ്രേഡിങ് ആയിരിക്കും എസ്എസ്എൽസി ബുക്കിൽ രേഖപ്പെടുത്തുക. ഇതിനായി 9 പോയിന്റ് ഗ്രേഡിങ് സമ്പ്രദായമാണ് നിർദ്ദേശിക്കപ്പെട്ടിട്ടുള്ളത് (പട്ടിക 2 കാണുക). വിജയമോ പരാജയമോ സർട്ടിഫിക്കറ്റിൽ രേഖപ്പെടുത്തുകയില്ല. ഓരോ വിഷയത്തിനും പ്രത്യേകമായി ഡി+എങ്കിലും ആർജ്ജിച്ചാൽ മാത്രമേ പഠിതാവ് ഉപരിപഠനത്തിന് അർഹത നേടുകയുള്ളൂ. ഡി+ന് താഴെയുള്ള ഗ്രേഡുകൾ ലഭിച്ചവർക്ക് വീണ്ടും പരീക്ഷയെഴുതി മെച്ചപ്പെടുവാൻ അവസരമുണ്ട്. ഓരോ ടേമിലും പഠിതാവ് ഓരോ വിഷയത്തിലും ആർജ്ജിച്ച ശേഷികളുടെയും ഗ്രേഡിങ് മുൻപ് സൂചിപ്പിച്ചതുപോലെയാണ് നടത്തുന്നത്.

പുത്തൻ മൂല്യനിർണയരീതിയിൽ ഉണ്ടായ കാതലായ മാറ്റം ക്ലാസിൽ പഠിതാവ് ഒന്നാമനായോ രണ്ടാമനായോ മാറ്റപ്പെടുന്ന മത്സരാന്തരീക്ഷം ഒഴിവാക്കപ്പെട്ടതുതന്നെയാണ്. 'പഠിക്കുന്നവനെന്നും' ' പഠിക്കാത്തവനെ'ന്നുമുള്ള വേർതിരിവിന്റെ അതിർവരമ്പ് നേർത്ത് ഇല്ലാതായിരിക്കുന്നു. റാങ്ക്ജേതാക്കളുടെ ഊതിപ്പെരുപ്പിച്ച വാർത്തകൾ ആഘോഷിക്കുന്നതിനുള്ള അവസരം മാധ്യമങ്ങൾക്ക് ഇല്ലാതായിരിക്കുന്നു. യഥാർഥത്തിൽ റാങ്കുജേതാക്കളെപ്പറ്റിയുള്ള പൊലിപ്പിച്ച വാർത്തകൾ ആഘോഷിക്കുന്ന മാധ്യമങ്ങളും സമൂഹവും തന്നെയാണ് പ്രതീക്ഷിച്ച ഫലം ലഭിക്കാതെ പോയ വിദ്യാർഥികളെ ആത്മഹത്യയിലേക്ക് തള്ളിവിടുന്നതും.

നിരന്തരമൂല്യനിർണയപ്രക്രിയയിൽ പ്രോജക്ട്, അസൈൻമെന്റ്, പ്രാക്ടിക്കൽ/സെമിനാർ, റിക്കാർഡ്/കളക്ഷൻ എന്നിങ്ങനെ നാലിനങ്ങൾ ഉൾപ്പെടുത്തിയിട്ടുണ്ട്. ഒരു ടേമിൽ വലിയ പ്രോജക്ടിന്റെ ഒരുഭാഗമോ ഒരു ചെറിയ പ്രോജക്ടോ ആയിരിക്കും മൂല്യനിർണയത്തി നായി പരിഗണിക്കുന്നത്. നിരന്തരമൂല്യനിർണയപ്രക്രിയയുടെ ഭാഗമായി പഠിതാവിന് പഠന–ബോധന പ്രക്രിയയിൽ തനതായി ഇടപെടുന്നതിനുള്ള അവസരം ലഭിക്കുന്നു. ഇതുവഴി പഠിതാവിന് ആസൂത്രണത്തിനും നിരീക്ഷണത്തിനുമുള്ള കഴിവ്, അപഗ്രഥനശേഷി, ഉചിതമായ ഭാഷാശൈലി, തന്റേതായ അഭിപ്രായങ്ങൾ ആരോടും വിദ്വേഷമില്ലാതെ വ്യക്തമായി നിസ്സങ്കോചം അവതരിപ്പിക്കുന്നതിനുള്ള അവസരവും കഴിവും തുടങ്ങിയവ തനതായി വികസിച്ചുവരുന്നതിന് സാധ്യമാണ്. എന്നാൽ കുടുംബ/സ്കൂൾ അന്തരീക്ഷങ്ങളിൽ ഇതിനുള്ള അവസരം കുട്ടിക്ക് ലഭിക്കേണ്ടതുണ്ട്. ഇത് ഭാവിയിൽ തൊഴിൽശാലയിലും ജീവിതത്തിലും, സർവോപരി, അയാളുടെ വ്യക്തിത്വ/വൈകാരിക തലത്തിലുമുണ്ടാക്കുന്ന കാഴ്ചപ്പാടുകളിലെ മാറ്റം അനിർവചനീയമായിരിക്കും.

സഹവൈജ്ഞാനികമേഖല (ഭാഗം II)

കുട്ടിയിൽ അന്തർലീനമായിട്ടുള്ള സർഗാത്മകതയുമായി ബന്ധപ്പെട്ട തലങ്ങളാണ് ഇവിടെ പരിഗണിച്ചിട്ടുള്ളത്. പ്രവൃത്തിപരിചയം, കലാപഠനം, ആരോഗ്യവും കായികവിദ്യാഭ്യാസവും എന്നിങ്ങനെ മൂന്നിനങ്ങളിലായാണ് ഭാഗം II ൽ മൂല്യനിർണയം നടത്തുന്നത്. പ്രവൃത്തിപരിചയത്തിൽ പഠനോപകരണം, സ്കൂൾ സ്റ്റേഷനറി, വിൽപ്പനയ്ക്കുതകുന്ന വസ്തുക്കൾ, കലാപരമായും പരിസ്ഥിതിപരമായും ഉള്ള വസ്തുക്കൾ എന്നീ നാലിനങ്ങളുടെ നിർമ്മാണമാണ് ഉള്ളത്. ഇവയിൽ ഏതെങ്കിലും രണ്ടുവിഭാഗത്തിൽ കുട്ടി പരിചയം നേടിയിരിക്കണം. കലാപഠനത്തിൽ ചിത്രരചന, സംഗീതം, അഭിനയം, നൃത്തം എന്നിങ്ങനെ നാല് ഉപവിഭാഗങ്ങളുള്ളതിൽ ഏതെങ്കിലും രണ്ടെണ്ണത്തിൽ കഴിവുകൾ ആർജിക്കേണ്ടതുണ്ട്. എന്നാൽ സർഗാത്മകതലത്തിൽ ഓരോ കുട്ടിയി

ലുമുള്ള കഴിവുകളുടെ ഏറ്റക്കുറച്ചിൽ ഉൾക്കൊള്ളേണ്ടതുണ്ട്. ആരോഗ്യ -കായികവിദ്യാഭ്യാസം നിർബന്ധമാണ്. ഭാഗം രണ്ടിലെ മൂന്നിനങ്ങളിലായി ആറ് ഉപവിഭാഗങ്ങളിൽ പ്രത്യേക സ്കോറിങ് നടത്തി അതിന്റെ ശരാശരിക്ക് ആനുപാതികമായ ഗ്രേഡിങ് നൽകേണ്ടതാണ്. അഞ്ചു പോയിന്റ് ഗ്രേഡിങ് ആണ് നിർദ്ദേശിച്ചിട്ടുള്ളത്.

കുട്ടിയിൽ തനതായുള്ള സർഗാത്മകമായ കഴിവുകൾ ഇന്നത്തെ മത്സരാധിഷ്ഠിത അന്തരീക്ഷത്തിൽ മുരടിച്ചു പോവുകയാണ് ചെയ്യുന്നത്. പത്താംക്ലാസിലെത്തുമ്പോഴേക്കും താനതേവരെ തുടർന്നുവന്ന സർഗാത്മകമികവുകളുടെ പ്രകടനം നിർത്തിവയ്ക്കുന്നതിനോ ഒഴിവാക്കുന്നതിനോ കുട്ടി നിർബന്ധിതനാകുന്നത് സർവസാധാരണമാണ്. പഠനത്തോടൊപ്പം മറ്റേതെങ്കിലും സർഗാത്മകമേഖലയിൽക്കൂടി വ്യാപരിച്ചാൽ കുട്ടിയുടെ അക്കാദമികനിലവാരം കുറഞ്ഞുപോകുമെന്ന ചിന്തയാണ് ഭൂരിപക്ഷം മാതാപിതാക്കളെയും അധ്യാപകരെയും ഭരിക്കുന്നത്. മറിച്ച് കൗമാരവേളയിൽ തന്നിൽ അന്തർലീനമായ ഊർജം ക്രിയാത്മകമായി ഏതെങ്കിലും ഒരു മേഖലയിൽക്കൂടി പ്രയോഗിക്കുന്നതുവഴി കുട്ടിക്ക് വഴിപിഴച്ച കൂട്ടുകെട്ട്/പ്രതിഭാസങ്ങളിൽപ്പെടാതെ പിടിച്ചുനിൽക്കുന്നതിനുള്ള സ്വയം പ്രതിരോധശേഷി നേടുവാൻ കഴിയുന്നതാണ്. സ്കൂളിൽ നേടുന്ന പ്രവൃത്തിപരിചയം ഒരുപക്ഷേ കുട്ടിക്ക് ഭാവിജീവിതത്തിന്റെ വഴികാട്ടിയായി മാറിയേക്കാം. ആരോഗ്യ കായികവിദ്യാഭ്യാസം കുട്ടിയിൽ ഇന്നത്തേക്കാളും ആരോഗ്യപരിസരശുചിത്വബോധം വർധിപ്പിക്കുന്നതാണ്. ഇതുവരെ തുടർന്നുവന്ന വിദ്യാഭ്യാസസമ്പ്രദായത്തിൽ ഇത്തരം തലങ്ങൾക്ക് യാതൊരു സ്ഥാനവും ഉണ്ടായിരുന്നില്ല. ഇത് വലിയൊരു അപാകതയായി വിദ്യാഭ്യാസ വിചക്ഷണർ നിരന്തരമായി ചൂണ്ടിക്കാട്ടിയിട്ടുള്ളതാണ്.

വ്യക്തിത്വസവിശേഷതകളും സാമൂഹ്യകാഴ്ചപ്പാടുകളും (ഭാഗം III)

ഭാഗം മൂന്നിൽ പഠിതാവിന്റെ വ്യക്തിത്വസവിശേഷതകളും സാമൂഹ്യമായ കാഴ്ചപ്പാടുകളുമാണ് വിലയിരുത്തപ്പെടുന്നത്. ആശയവിനിമയനൈപുണി, സ്വഭാവവും പെരുമാറ്റവും, കൃത്യനിഷ്ഠ, സംഘപ്രവർത്തനനൈപുണി, നേതൃത്വഗുണം, സ്കൂൾ ക്ലബ്ബ് പ്രവർത്തനങ്ങൾ എന്നിങ്ങനെ ആറിനങ്ങളാണ് ഇവിടെ കൊടുത്തിട്ടുള്ളത്. നേരിട്ടുള്ള അഞ്ചു പോയിന്റ് ഗ്രേഡിങ് ആണ് നിർദ്ദേശിച്ചിട്ടുള്ളത്.

കുട്ടിയിൽ വികസിച്ചുവരുന്ന വ്യക്തിത്വത്തിന്റെ വിവിധതലങ്ങളാണ് ഇവിടെ നിരീക്ഷണത്തിന് വിധേയമാക്കപ്പെടുന്നത്. നിരീക്ഷണം വ്യക്തിനിഷ്ഠമാകുവാനുള്ള സാധ്യത അധികമായതിനാൽ ക്ലാസ് ടീച്ചർ, മറ്റധ്യാപകർ എന്നിവരുൾപ്പെട്ട ഒരു ഗ്രൂപ്പാണ് ഭാഗം മൂന്നിലെ മൂല്യനിർണയം നടത്തേണ്ടത്. രക്ഷിതാക്കളിൽനിന്നും മറ്റുമുള്ള പരാതികൾ പരിശോധിക്കുന്നതിന് ക്ലാസ് ടീച്ചറും സീനിയർ ടീച്ചറും ഹെഡ്മാസ്റ്ററുമുൾപ്പെട്ട സ്കൂൾതല ബോർഡ് രൂപീകരിക്കാവുന്നതാണ്.

പഠനത്തോടൊപ്പം വ്യക്തിത്വഗുണങ്ങളും വിശാലമായ സാമൂഹ്യ വീക്ഷണവും രൂപപ്പെട്ടു വരേണ്ടതുണ്ടെന്നും അതിനും സമ്പ്രദായത്തിൽ പ്രാധാന്യം കൽപ്പിക്കേണ്ടതുണ്ടെന്നുമുള്ള തിരിച്ചറിവ് നല്ലതുതന്നെ. ജീവിത/നൈതിക മൂല്യങ്ങളെക്കുറിച്ചുള്ള ബോധവും കുറഞ്ഞത് അതേക്കുറിച്ചുള്ള ചർച്ചകളെങ്കിലും സ്കൂൾ അന്തരീക്ഷത്തിൽ വച്ച് സൃഷ്ടിക്കപ്പെടുന്നതുതന്നെ മഹത്തായ കാര്യമാണ്. ഇന്നത്തെ സാമൂഹികാന്തരീക്ഷത്തിൽ നൈതികമൂല്യങ്ങളേക്കാളുപരി കാര്യസാധ്യത്തിനാണല്ലോ മുൻഗണന ലഭിക്കുന്നത്. സ്വതന്ത്രമായ അന്തരീക്ഷമാണ് സൃഷ്ടിക്കപ്പെടുന്നതെങ്കിൽ കൗമാരക്കാരനായ പഠിതാവിൽനിന്നും മാതാപിതാക്കളും അധ്യാപകരുമുൾപ്പെട്ട സമ്പ്രദായത്തിന് ധാരാളം ചോദ്യങ്ങൾ അഭിമുഖീകരിക്കേണ്ടതായി വരും. അതിന് സമ്പ്രദായം പാകമാണോയെന്നതും പ്രധാനമാണ്. കൗമാരപ്രായത്തിൽ തനതായുള്ള വിമർശന സ്വഭാവത്തോടൊപ്പം കുട്ടിയിൽ സ്വന്തം കഴിവുകളെക്കുറിച്ചും പരിമിതികളെക്കുറിച്ചുമുള്ള അവബോധം സൃഷ്ടിക്കുന്നതിനും സംഘബോധത്തിന്റെ പ്രാധാന്യം തിരിച്ചറിയുന്നതിനും പുതിയ സമ്പ്രദായത്തിൽ സാധ്യതകളുണ്ട്. വിദ്യാഭ്യാസസമ്പ്രദായത്തിൽ നിന്നുതന്നെ വിദ്യാഭ്യാസത്തിന്റെ രാഷ്ട്രീയം തനതായി രൂപപ്പെട്ടു വരുന്നതിനുള്ള സാഹചര്യം തുറന്നു കിട്ടുകയാണിവിടെ. ഇന്നത്തെ അരാഷ്ട്രീയവൽക്കരിക്കപ്പെട്ട വിദ്യാഭ്യാസ സമ്പ്രദായത്തിനുള്ള ബദലായി പുത്തൻ സമ്പ്രദായം മാറിവരേണ്ടതുണ്ട്. അതിന് നാം തയ്യാറാണോയെന്നതും ഒരു പ്രധാന ചോദ്യമാണ്.

ചുരുക്കത്തിൽ പുതിയ മൂല്യനിർണയരീതി പഠിതാവിൽ അന്തർലീനമായിട്ടുള്ള ബഹുമുഖമായ ബുദ്ധിശക്തിയെയാണ് ലക്ഷ്യമിടുന്നത്. അത് തനതായി വികസിച്ചുവരുന്നതിനുള്ള സ്കൂൾ–കുടുംബ–സാമൂഹിക അന്തരീക്ഷം കാലക്രമത്തിൽ സൃഷ്ടിക്കപ്പെടുമെന്ന് ആശിക്കാവുന്നതാണ്. ഇതിനനുകൂലമായ പുത്തൻ സംസ്ക്കാരമാണ് വിദ്യാഭ്യാസ മേഖലയിൽ വിപ്ലവം സൃഷ്ടിക്കുവാൻ അനിവാര്യമായി വരുന്നത്.

പരിമിതികളും വെല്ലുവിളികളും

1. പഠന–ബോധന പ്രക്രിയവഴി പഠിതാവിന്റെ മൂന്നുമേഖലകളിലുമുണ്ടാകുന്ന വളർച്ചയെ കൃത്യമായി പഠിച്ച് മൂല്യനിർണയം (ഗ്രേഡിങ്) നടത്തുവാനാണ് തുടക്കത്തിൽ നിർദ്ദേശിച്ചിരുന്നതെങ്കിലും വിലയിരുത്തൽപ്രക്രിയയിലുള്ള പ്രായോഗികബുദ്ധിമുട്ടുകൾമൂലം വ്യക്തിത്വ/സാമൂഹികതലം പിന്നീട് ഒഴിവാക്കപ്പെടുകയുണ്ടായി. ബഹുമുഖമൂല്യനിർണയസമ്പ്രദായം മുന്നോട്ടുവയ്ക്കുന്ന മാനവികമുഖം ഇതുവഴി നഷ്ടമായിരിക്കുന്നു. അതായത് വിദ്യാഭ്യാസ പ്രക്രിയയെ സാമൂഹികവൽക്കരിക്കുകയെന്ന വെല്ലുവിളിയാണ് നമുക്ക് ഇനിയും ഏറ്റെടുക്കുവാൻ കഴിയാതെ വന്നിരിക്കുന്നത്. ഈ പ്രശ്നം പരിഹരിക്കാതെ ഗ്രേഡിങ് സമ്പ്രദായം പൂർണമായ അർഥത്തിൽ നടപ്പിലാക്കിയതായി കാണുവാൻ കഴിയില്ല. തീർച്ചയായും ഇതിനുള്ള മാർഗം കണ്ടെത്തേണ്ടതുണ്ട്.

2. കുടുംബാന്തരീക്ഷത്തിൽ, പ്രത്യേകിച്ച് ശിശുപരിപാലന രീതിയിൽ, കാതലായ മാറ്റം അനിവാര്യമാണ്. മാതാപിതാക്കൾക്ക് കുട്ടിയോടുള്ള സമീപനം, കുടുംബത്തിൽ അഭിപ്രായങ്ങൾ തുറന്നുപറയാനുള്ള അവസരം, കുടുംബത്തിനുള്ളിലെ ജനാധിപത്യം, പരസ്പരവഴക്കുകൾ എന്നിവ വളരെ പ്രധാനമാണ്. തന്റെ കുട്ടി എപ്പോഴും ഒന്നാമനായിത്തന്നെയിരിക്കണമെന്ന് ശഠിക്കുന്ന മാതാപിതാക്കളുടെ സമീപനമാണ് ആദ്യമായി മത്സരാന്തരീക്ഷമൊരുക്കുന്നത്. ചുരുക്കത്തിൽ പുത്തൻ മൂല്യനിർണയരീതിയിലൂടെ വിദ്യാഭ്യാസം ഒരു സാംസ്കാരിക പ്രവർത്തനംകൂടി ആയിത്തീരുകയാണ്. ഇതിന്റെ വിത്തിടീൽ നടക്കുന്നത് കുടുംബത്തിനുള്ളിലാണ്. അത് സ്കൂളും സമൂഹവും നനച്ചുവളർത്തുകയാണ് ചെയ്യേണ്ടത്. അതുകൊണ്ടുതന്നെ ശിശുപരിപാലനത്തെക്കുറിച്ചുള്ള ശാസ്ത്രീയ അവബോധവും കുട്ടികളുടെ വളർച്ചാഘട്ട സവിശേഷതകളെക്കുറിച്ചുള്ള അറിവും മാതാപിതാക്കളിൽ ഉണ്ടാക്കിയെടുക്കുന്നതിനുള്ള പ്രവർത്തനംകൂടി ഇതിന്റെ ഭാഗമായി വരേണ്ടതാണ്.

3. ബുദ്ധിശക്തിയുടെ ബഹുമുഖസ്വഭാവത്തെക്കുറിച്ചുള്ള ശരിയായ അവബോധം സമൂഹത്തിൽ ഒരു പുത്തൻ സംസ്കാരമായി ഇനിയും വികസിച്ചുവരേണ്ടതുണ്ട്. അത്തരമൊരു പുത്തൻ കാഴ്ചപ്പാടിന്റെ ഭാഗമായിട്ടു വേണം ബഹുമുഖമൂല്യനിർണയ സമ്പ്രദായത്തെ കാണാൻ. കുട്ടികളിൽ തനതായ കഴിവുകൾ വികസിച്ചുവരുന്നതിനനുകൂലമായ അന്തരീക്ഷം സൃഷ്ടിക്കുന്നതിന് മാതാപിതാക്കളുടെയും അധ്യാപകരുടെയും പൊതുവിൽ സമൂഹത്തിന്റെയും കാഴ്ചപ്പാടിലും വിലയിരുത്തലുകളിലും കാതലായ മാറ്റം ആവശ്യമാണ്. ഇതിനാവശ്യമായ നിരന്തരചർച്ചകൾ, സെമിനാറുകൾ, ശിൽപ്പശാലകൾ തുടങ്ങിയവ അച്ഛനമ്മമാരെയും അധ്യാപകരെയും വിദ്യാഭ്യാസവിചക്ഷണരെയും ശിശു–കൗമാരമാനസികാരോഗ്യ വിദഗ്ധരെയും പങ്കെടുപ്പിച്ചുകൊണ്ട് സംഘടിപ്പിക്കുന്നത് ഉചിതമായിരിക്കും. പുത്തൻ സമ്പ്രദായത്തിൽ അടങ്ങിയിരിക്കുന്ന ദർശനത്തെക്കുറിച്ചും അതിന്റെ പ്രായോഗിക രൂപത്തെക്കുറിച്ചും സംശയങ്ങളുള്ള അധ്യാപകർ ഏറെയാണ്. ഇത് പരിഹരിക്കുന്നതിനുള്ള പ്രവർത്തനങ്ങൾ ഇനിയും പൂർണമായിട്ടില്ല.

4. പുത്തൻ മൂല്യനിർണയരീതി നടപ്പിലാക്കുന്നതിൽ ഭൗതിക സാഹചര്യങ്ങളുടെ പങ്ക് വളരെ പ്രധാനമാണ്. കുടുംബാന്തരീക്ഷത്തിൽ അച്ഛനമ്മമാരുടെ വിദ്യാഭ്യാസം, ജോലി, സാമ്പത്തികനിലവാരം, കാഴ്ചപ്പാടുകൾ, കുടുംബത്തിലെ ജനാധിപത്യം തുടങ്ങിയവ കുട്ടിക്ക് അനുകൂലമായോ പ്രതികൂലമായോ ഉള്ള അവസരം സൃഷ്ടിക്കുന്നതാണ്. പരമ്പരാഗതമൂല്യനിർണയത്തിൽ ഓർമ്മശക്തി മാത്രമാണ് അളവുകോൽ അയിരുന്നതെങ്കിൽ പുതിയ സമ്പ്രദായത്തിൽ അതോടൊപ്പം മറ്റു തലങ്ങളും പ്രധാനമായി വരുന്നു. പ്രോജക്ട് അസൈൻമെന്റ്, സെമിനാർ, വിവരശേഖരണം തുടങ്ങിയവയിൽ വിദ്യാസമ്പന്നരായ മാതാപിതാ

ക്കൾക്ക് വേഗത്തിൽ മാർഗനിർദ്ദേശം നൽകുന്നതിനും സഹായിക്കുന്നതിനും കഴിയുന്നതാണ്. സ്ഥിതി മറിച്ചാണെങ്കിൽ കുട്ടിക്ക് ബൗദ്ധിക/ ഭൗതികസാഹചര്യത്തിന്റെ അഭാവ മാണുണ്ടാവുക. ഇത് പഴയ സമ്പ്രദായം സൃഷ്ടിച്ച ധനിക ദരിദ്ര വിടവിനേക്കാൾ അധികമായിരിക്കും. സർഗാത്മകമായ കഴിവുകളുണ്ടെങ്കിൽക്കൂടി അത് തനതായി വികസിച്ചുവരുന്നതിനുള്ള ഭൗതികസാഹചര്യവും പ്രധാനമാണല്ലോ. കുടുംബത്തിലെ ഭൗതികസാഹചര്യങ്ങളിലെ അന്തരം സൃഷ്ടിക്കുന്ന പോരായ്മകൾ ശരിയായ സ്കൂളന്തരീക്ഷത്തിൽ പരിഹരിക്കാവുന്നതാണ്. സ്കൂളന്തരീക്ഷത്തിൽ പ്രധാനം അധ്യാപകരും അവിടങ്ങളിലെ ഭൗതികസാഹചര്യവുമാണ്. കമ്പ്യൂട്ടർപഠനം നിർബന്ധിതമാക്കിയിട്ടുള്ള പുത്തൻ മൂല്യനിർണയസമ്പ്രദായത്തിൽ അതിനാവശ്യമായ ഭൗതികസാഹചര്യങ്ങൾ എന്നിവ നല്ലൊരു ശതമാനം സ്കൂളുകളിലും ഏർപ്പെടുത്തുവാൻ കഴിഞ്ഞിട്ടുണ്ട്. എന്നാൽ പുത്തൻ മൂല്യ നിർണയരീതിക്ക് ആവശ്യമായ ലാബ്, മറ്റ് ഭൗതിക സാഹചര്യങ്ങൾ നിലവിൽ എത്ര സ്കൂളുകളിലുണ്ട്? ഇതേക്കുറിച്ചുള്ള ശരിയായ സ്ഥിതിവിവരക്കണക്കുകൾ എടുത്തിട്ടുണ്ടോ? ബാക്കിയുള്ളവയിൽ അവ എത്ര കാലത്തിനുള്ളിൽ സജ്ജമാക്കുവാൻ കഴിയും? നിരന്തര മൂല്യനിർണയ പ്രക്രിയ, സഹവൈജ്ഞാനികമേഖല എന്നീ തലങ്ങളിൽ ആവശ്യമായ സ്പെഷ്യലിസ്റ്റ് അധ്യാപകരുടെ സേവനം ഉറപ്പാക്കുവാൻ കഴിഞ്ഞിട്ടുണ്ടോ? സ്കൂളുകളിലെ ഇന്നത്തെ അപര്യാപ്തതമൂലം ഉദാത്തമായ പുത്തൻ മൂല്യനിർണയരീതി പൂർണമായി നടപ്പിലാക്കാൻ കഴിയാതെ ഉട്ടോപ്യൻ ചിന്തയായി ചരിത്രത്തിൽ അവശേഷിക്കുമോയെന്ന് ഉൽക്കണ്ഠപ്പെടുന്നവരുണ്ട്. പുത്തൻ മൂല്യനിർണയരീതി ഹയർ സെക്കണ്ടറി തലത്തിലേക്കുകൂടി വ്യാപിപ്പിച്ചുകഴിഞ്ഞിരിക്കുന്ന സാഹചര്യത്തിൽ ഇത്തരം ചിന്തകൾക്ക് പ്രാധാന്യം ഏറുന്നു. മുൻകാലങ്ങളിലെ പോലെതന്നെ കാര്യങ്ങൾ മാറിത്തുടങ്ങിയിട്ടുണ്ടെന്നും നിരന്തര മൂല്യനിർണയപ്രക്രിയയിലും സഹവൈജ്ഞാനിക മേഖലയിലുമുള്ള സ്കോറുകൾ ഒടുവിൽ വൈജ്ഞാനികമേഖലയിലേതിന് ആനുപാതികമായി ഇട്ടുകൊടുത്തുകൊണ്ട് ജോലിതീർക്കുന്ന ഏർപ്പാടായി പുത്തൻ സമ്പ്രദായം തരംതാഴ്ന്നു പോകുന്നുവെന്നുമുള്ള ഉൽകണ്ഠ ഈ മേഖലയിൽ പ്രവർത്തിക്കുന്ന അഭ്യുദയകാംക്ഷികളായ അദ്ധ്യാപകരിലും വിദ്യാഭ്യാസ ചിന്തകരിലും ഏറിവരുന്നുണ്ട്. ഇത്തരം പ്രവണതകൾക്കെതിരെ നിതാന്തജാഗ്രത ആവശ്യമാണ്.

5. നിരന്തര മൂല്യനിർണയപ്രക്രിയയുടെ ഭാഗമായി ഇന്റേണൽ അസെസ്മെന്റ് എന്ന സംവിധാനം ആദ്യമായി സ്കൂളുകളിൽ നിലവിൽ വന്നിരിക്കുന്നു. ഓരോ വിഷയത്തിനും പരമാവധി സ്കോർ 10 എന്ന ക്രമത്തിൽ മൊത്തം 130 സ്കോറാണ് ഈയിനത്തിൽ വിദ്യാർഥിക്ക് സ്കൂ

ളന്തരീക്ഷത്തിൽനിന്നും നിരന്തരമൂല്യനിർണയപ്രക്രിയയുടെ ഭാഗമായി ലഭിക്കുന്നത്. സഹവൈജ്ഞാനികമേഖലയുടെ ഗ്രേഡിങ് വേറെയും. എന്നാൽ പഴയ സമ്പ്രദായത്തിൽ മാർക്ക് പൂർണമായും പൊതുപരീക്ഷയുടെ അടിസ്ഥാനത്തിൽ മാത്രമാണ് തീരുമാനിക്കപ്പെട്ടിരുന്നത്. അധ്യാപകരുടെ ഇഷ്ടാനിഷ്ടങ്ങൾ, വ്യക്തിഗത കാഴ്ചപ്പാടുകൾ, ജീവിത/നൈതികമൂല്യങ്ങൾ എന്നിവ അവർക്ക് ഓരോ പഠിതാവിനോടുമുള്ള കാഴ്ചപ്പാടുകളിൽ വ്യത്യസ്തത സൃഷ്ടിക്കുമെന്നത് യാഥാർഥ്യമാണ്. അതുകൊണ്ടുതന്നെ മൂല്യനിർണയം വ്യക്തിനിഷ്ഠമാകാനുള്ള സാധ്യതയുണ്ട്. പുതിയ മൂല്യനിർണയപ്രക്രിയയിലുള്ള ശരിയായ ജ്ഞാനമില്ലായ്മയും പ്രശ്നമാണ്. തങ്ങൾക്കിഷ്ടമുള്ളവർക്കും വൈജ്ഞാനിക മേഖലയിൽ മെച്ചപ്പെട്ട ഗ്രേഡിങ് ആർജിക്കുന്നവർക്കും മറ്റ് മേഖലകളിൽക്കൂടി അതിന് ആനുപാതികമായ ഗ്രേഡ് നൽകി സഹായിക്കുന്നതിനുള്ള സാധ്യത ഏറെയാണ്. ഒരു പഠിതാവിന്റെ മൊത്തം ഗ്രേഡിനെവരെ ഇന്റേണൽ അസെസ്മെന്റ് എന്ന പ്രക്രിയ വഴി സ്വാധീനിക്കുവാൻ സ്കൂളന്തരീക്ഷത്തിന് കഴിയുന്നതാണ്.

പഠിതാവ് നിരന്തരമായ നിരീക്ഷണത്തിന് വിധേയമാകുന്നതുകൊണ്ടുതന്നെ തനിക്ക് വിനയായേക്കാവുന്ന സ്വതന്ത്രകാഴ്ചപ്പാടുകൾ ഒഴിവാക്കുന്നതിനും അധ്യാപകനെ സന്തോഷിപ്പിച്ച് മെച്ചപ്പെട്ട മൂല്യനിർണയം നേടുവാനുമുള്ള പ്രവണത വിദ്യാർഥികളിൽ വളർ ന്നുവരുവാനുള്ള സാധ്യത പുത്തൻ സമ്പ്രദായത്തിലുണ്ട്. അതായത് അവർ കൂടുതൽ അനുസരണയുള്ളവരും വിധേയത്വമുള്ളവരുമായി മാറിപ്പോകുവാനും മതി. മാതാപിതാക്കളുടെ സ്വാധീനവും ഇടപെടലും വർധിച്ചുവരുവാനും പുതിയ സമ്പ്രദായത്തിലിടമുണ്ട്.

അധ്യാപകന്റെയും വിദ്യാർഥിയുടെയും ഭാഗത്തുനിന്ന് രൂപപ്പെട്ടുവരുവാൻ സാധ്യതയുള്ള ഇത്തരം ദുഷ്പ്രവണതകളെ മറികടക്കുവാനുള്ള പ്രധാന വഴി പുത്തൻ മൂല്യനിർണയരീതി കൂടുതൽ സുതാര്യവും ജനാധിപത്യപരവുമാക്കുകയെന്നതാണ്. ഓരോ കുട്ടിക്കും ഓരോ വിഷയത്തിനും ലഭിക്കുന്ന നിരന്തര ഗ്രേഡിങ് അതാത് വിഷയം പഠിപ്പിക്കുന്ന മറ്റൊരധ്യാപകൻകൂടി സാധാരണ നിലയിൽ തന്നെ കണ്ട് ബോധ്യപ്പെടേണ്ടതാണ്. എന്നാൽ ഈ പ്രക്രിയ അവർ തമ്മിൽത്തന്നെ തിരിച്ചും മറിച്ചും ആകാതെ നോക്കണം. അതിനുശേഷം പ്രസിദ്ധീകരിക്കുന്ന ഗ്രേഡിനെക്കുറിച്ച് ഓരോ കുട്ടിക്കുമുണ്ടാകുന്ന ആവലാതികളും സംശയങ്ങളും ദൂരീകരിച്ചുകൊടുക്കുവാൻ ബന്ധപ്പെട്ട അധ്യാപകൻ ബാധ്യസ്ഥനായിരിക്കണം. അങ്ങനെ ദൂരീകരിക്കപ്പെടാത്ത പക്ഷം കുട്ടിക്ക് രഹസ്യമായി തന്റെ ആവലാതികൾ ഉയർത്തുന്നതിനുള്ള ഉപരിസംവിധാനം സ്കൂളന്തരീക്ഷത്തിൽത്തന്നെ ഉണ്ടായിരിക്കണം. "എന്റെ വിഷയം, ഞാൻ ഗ്രേഡിങ് നടത്തും, അത് മറ്റാർക്കും ചോദ്യം ചെയ്യുവാൻ സാധ്യമല്ല,...... അധ്യാപകനെ ചോദ്യം ചെയ്യുന്നോ?"........

എന്നിങ്ങനെയുള്ള ധാർഷ്ട്യസമീപനങ്ങൾക്ക് പുതിയ സമ്പ്രദായത്തിൽ സ്ഥാനമില്ല. നിരന്തരമായ ചോദ്യം ചെയ്യലിനുള്ള സാധ്യതകൂടിയുണ്ടെങ്കിൽ മാത്രമേ ഈ സമ്പ്രദായം സുതാര്യമായി നില നിർത്തുവാൻ കഴിയുകയുള്ളൂ. പകപോക്കൽ, പക്ഷപാതസമീപനങ്ങൾ എന്നിവ നിരന്തരമായി ആരോപിക്കപ്പെടുകയും കുറേയൊക്കെ നിലനിൽക്കുകയും ചെയ്യുന്ന പ്രൊഫഷണൽ കോളേജുകളിലെ അനുഭവം നമ്മുടെ മുന്നിലുണ്ട്. അതുകൊണ്ടുതന്നെ ഇന്റേണൽ അസെസ്മെന്റിന്റെ പ്രാധാന്യം കുറച്ചുകൊണ്ടു വരുന്നതിനുള്ള പ്രവർത്തനങ്ങളാണ് ഇവിടങ്ങളിൽ വിപ്ലവകരമായി വിലയിരുത്തപ്പെടുന്നത്.

പട്ടിക 1

വൈജ്ഞാനിക മേഖല (ഭാഗം I)			
ക്രമ നമ്പർ	വിഷയം	സ്കോർ	
		സി ഇ	ടിഇ
1.	ഒന്നാം ഭാഷ . പാർട്ട് 1	10	50
2.	ഒന്നാം ഭാഷ . പാർട്ട് 2	10	50
3.	ഇംഗ്ലീഷ് പാർട്ട്1	10	50
4.	ഇംഗ്ലീഷ് പാർട്ട്2	10	50
5.	ഹിന്ദി	10	50
6.	സാമൂഹ്യശാസ്ത്രം 1	10	50
7.	സാമൂഹ്യശാസ്ത്രം 2	10	50
8.	ഊർജ്ജതന്ത്രം	10	50
9.	രസതന്ത്രം	10	50
10.	ജീവശാസ്ത്രം	10	50
11.	ഗണിതം 1	10	50
12.	ഗണിതം 2	10	50
13.	ഐ ടി	10	10
	പ്രാക്ടിക്കൽ	20	
		150	610
ആകെ		760	

പട്ടിക 2

Part I Grading	
Score %	**Grade**
90-100	A+
80-89	A
70-79	B+
60-69	B
50-59	C+
40-49	C
30-39	D+
20-29	D
< 20	E

7

മാധ്യമസ്വാധീനം കുട്ടികളിലും കൗമാരക്കാരിലും

നമ്മുടെ സമൂഹം ദ്രുതഗതിയിലുള്ള അടിമുടിമാറ്റത്തിന് വിധേയമായിക്കൊണ്ടിരിക്കുന്നു. സാമ്പത്തിക-സാമൂഹികമേഖലകളിൽ നടന്നുകൊണ്ടിരിക്കുന്ന മാറ്റത്തോടൊപ്പം പരസ്പരപൂരകമായി വർത്തിക്കുന്നതാണ് സാംസ്കാരികവ്യതിയാനവും. ഒരു ജനതയെ സാംസ്കാരികമായി സ്വാധീനിച്ചുകൊണ്ട് ആ സമൂഹത്തിന്റെ സാമ്പത്തികസാമൂഹിക ഘടനയെ വളരെ വേഗത്തിൽ മാറ്റിയെടുക്കാവുന്നതാണ്. താരതമ്യേന അടഞ്ഞ മധ്യവർത്തിസ്വഭാവം പുലർത്തിപ്പോരുന്ന നമ്മുടെ സംസ്കാരത്തെ സാവധാനം കൈപിടിച്ചുയർത്തി ഒരു തുറന്ന സമൂഹമായി മാറ്റുന്ന പ്രക്രിയയിൽ ഏറ്റവും പ്രധാനമായ പങ്കാണ് ദൃശ്യമാധ്യമങ്ങൾ വഹിക്കുന്നത്. ഈ പ്രക്രിയയിൽ മാധ്യമങ്ങൾ ബോധപൂർവം ലക്ഷ്യമിടുന്നത് കുട്ടികളും കൗമാരക്കാരും ഉൾപ്പെടുന്ന പുത്തൻ തലമുറയെയാണ്. ഇന്നത്തെ നിലയിൽ പുത്തൻ തലമുറയുടെ അഭിരുചികളെ രൂപപ്പെടുത്തുകയും നിയന്ത്രിക്കുകയും ചെയ്യുന്നത് ദൃശ്യമാധ്യമങ്ങളാണ്. മാധ്യമങ്ങൾ സൃഷ്ടിച്ചുകൊണ്ടിരിക്കുന്ന മായിക പ്രപഞ്ചത്തിൽ ആകൃഷ്ടരായി, തീർത്തും അതിനു വിധേയമായിപ്പോകുന്ന പ്രവണതയാണ് കുട്ടികളിലും കൗമാരക്കാരിലും ഇന്ന് കാണുന്നത്. ഇത്തരത്തിലുള്ള മാറ്റം ഗ്രാമങ്ങളിലും നഗരങ്ങളിലും ഏറ്റക്കുറച്ചിലുകളോടെയെങ്കിലും വലിയതോതിൽ സംഭവിച്ചുകൊണ്ടിരിക്കുന്നു.

ദൃശ്യമാധ്യമങ്ങളുടെയും വിവരസാങ്കേതികവിദ്യയുടെയും അനന്തമായ സാധ്യതകൾ നമ്മുടെ സമൂഹത്തിൽ വരുത്തിക്കൊണ്ടിരിക്കുന്ന മാറ്റത്തെക്കുറിച്ച് നാമെത്രത്തോളം ബോധവാന്മാരാണ്? ഇത്തരം മാറ്റങ്ങളെ സ്വീകരിക്കുവാൻ സമൂഹം എത്രത്തോളം തയ്യാറെടുപ്പ് നട

ത്തിയിട്ടുണ്ട്? മാറ്റം എത്രത്തോളമാകാം? സമൂഹത്തിൽ ഇതിന്റെ ഭാഗമായി വന്നുകൊണ്ടിരിക്കുന്ന പുത്തൻ പ്രവണതകൾ പൊതുവിൽ ഗുണകരമോ ദോഷകരമോ? അവയിൽ സ്വീകരിക്കാവുന്നതെന്തൊക്കെ? വർജ്ജിക്കപ്പെടേണ്ടതെന്തൊക്കെ? സമൂഹത്തിൽ പ്രത്യേകിച്ച് കുട്ടികളുടെയും കൗമാരക്കാരുടെയും യുവതലമുറയുടെയും ജീവിതദർശനങ്ങളിൽ മാധ്യമങ്ങൾ സൃഷ്ടിക്കുന്ന സ്വാധീനം എന്തൊക്കെയാണ്? മാധ്യമ ദു:സ്വാധീനങ്ങളിൽനിന്നും രക്ഷനേടുന്നതിനും അതുവഴി സംസ്കാരത്തെ അതേപോലെ സംരക്ഷിച്ച് നിർത്തുന്നതിനുമെന്ന പേരിൽ അവയെ തീരെ വർജ്ജിക്കുന്ന മൗലികവാദപരമായ സമീപനം അംഗീകരിക്കപ്പെടാവുന്നതാണോ? പ്രായോഗികമാണോ? മാധ്യമങ്ങളെ വിമർശനബുധ്യാ സമീപിക്കുകയെന്നതാണ് ശരിയെങ്കിൽ അതെങ്ങനെ സാധ്യമാകും? മാതാപിതാക്കൾ ഇന്നഭിമുഖീകരിക്കുന്ന ഏറ്റവും വലിയ പ്രശ്ന ങ്ങളാണിവയൊക്കെ. അവർ തന്നെ ഇത്തരം പുത്തൻ പ്രവണതകളിൽ നിന്നും എത്രത്തോളം സ്വതന്ത്രരാണെന്നുള്ളതും മറ്റൊരു പ്രധാന ചോദ്യമാണ്.

പരസ്യങ്ങളുടെ മന:ശാസ്ത്രം

1980-കളിൽ ഏഷ്യാഡിന്റെ വരവോടെയാണ് ദൃശ്യമാധ്യമങ്ങൾ ഇവിടെ പ്രചാരത്തിലായിത്തുടങ്ങിയത്. അന്നത്തെ പരസ്യങ്ങളിലെ നായികാനായകന്മാർ മുപ്പതുകഴിഞ്ഞവരായിരുന്നുവെങ്കിൽ ഇന്നുപൂർണമായും കൗമാരക്കാരായി മാറിക്കഴിഞ്ഞിരിക്കുന്നു. കൂടാതെ കഴിഞ്ഞ ചെറിയ കാലത്തിനുള്ളിൽ ഒരു അവതാരക/അവതാരകന്റെ സ്ഥാനം കൗമാരക്കാരനും കൗമാരക്കാരിയും ഉൾപ്പെട്ട ജോടികൾ കയ്യടക്കിയിരിക്കുന്നു. അതായത് ഇന്നത്തെ പരസ്യപ്രചാരണങ്ങൾ ബോധപൂർവ്വം കേന്ദ്രീകരിക്കുന്നത് കൗമാരക്കാരെയാണ്. ഇത്തരം പരസ്യങ്ങൾ കൗമാര വളർച്ചാഘട്ടത്തിന്റെ സ്വാഭാവികമായ ആകാംക്ഷയെയും കാല്പനികചിന്തകളെയും ലോലവികാരങ്ങളെയും ചൂഷണം ചെയ്യുന്നതിനുവേണ്ടി മന:ശാസ്ത്രപരമായി ചിട്ടപ്പെടുത്തിയിട്ടുള്ളതാണെന്നു കാണാം. ഏതൊരു കമ്പനിക്കും പുതിയൊരുൽപ്പന്നം മാർക്കറ്റിൽ അവതരിപ്പിക്കുന്നതിനും വിറ്റഴിക്കുന്നതിനും ഇന്നൊരു പ്രയാസവുമില്ല. ശരീരഭംഗിയും “സ്ത്രീരൂപ”വുമുള്ള ഒരു പെൺകുട്ടിയെ ‘ആധുനിക’ വസ്ത്രം ധരിപ്പിച്ച് ഉൽപ്പന്നത്തോടൊപ്പം നിർത്തിയാൽ മതിയാകും. ഉപയോഗിച്ചിരിക്കുന്ന വസ്ത്രത്തിന്റെ അളവ് കുറയുന്തോറും ആകർഷകത്വവും ശ്രദ്ധിക്കപ്പെടാനുള്ള സാധ്യതയും അതുവഴി ഉൽപ്പന്നത്തിന്റെ പേര് പ്രേക്ഷകമനസിൽ പതിയുന്നതിനുള്ള സാധ്യതയും വർധിക്കുന്നതാണ്.

പരസ്യകഥാപാത്രങ്ങൾ കൗമാരക്കാർ തന്നെയാകുന്നതുകൊണ്ട് പ്രധാനമായും രണ്ട് പ്രയോജനങ്ങളാണുള്ളത്. ഒന്നാമതായി ജനസംഖ്യയിൽ ഗണ്യമായ ഒരു വിഭാഗമായ കൗമാരക്കാരുടെ മുഴുവൻ ശ്രദ്ധയും പിടിച്ചുപറ്റുവാൻ കഴിയുന്നു. രണ്ടാമതായി അവരുടെ ഭംഗിയുടെയും

ആകർഷകത്വത്തിന്റെയും പിൻബലത്തിൽ സമൂഹത്തിന്റെ ആകെ ശ്രദ്ധയും നേടിയെടുക്കുവാനാകുന്നു. ഇത്തരത്തിലുള്ള മാർക്കറ്റിങ് തന്ത്രത്തിന്റെ ഭാഗമായി സമൂഹമിപ്പോൾ സ്വന്തം ലൈംഗികചിന്തകളുടെ അടയാളമായിക്കാണുന്നതും കൗമാരക്കാരെയാണെന്നു വരുന്നു. അതായത് സമൂഹം ലൈംഗികസംതൃപ്തിക്കായി ഇപ്പോൾ കൗമാരക്കാരിലേക്ക് തിരിഞ്ഞിരിക്കുന്നുവെന്നർഥം. അങ്ങനെ ലൈംഗിക ചൂഷണത്തിന് ഏറ്റവുമധികം വിധേയരാകുന്ന വിഭാഗമായി കൗമാരക്കാർ മാറിക്കഴിഞ്ഞിരിക്കുന്നു. ഈ പുത്തൻ പ്രവണതയ്ക്ക് ഏകദേശം ഒരു ദശാബ്ദത്തിന്റെ ചരിത്രമേയുള്ളൂ. പെൺവാണിഭമടക്കമുള്ള ലൈംഗിക വ്യാപാരങ്ങളിൽ കൗമാരക്കാരികളെ പ്രധാനകണ്ണികളായി മാറ്റുന്നതിന് മാറിക്കൊണ്ടിരിക്കുന്ന പുത്തൻ സമ്പ്രദായത്തിന് വളരെവേഗത്തിൽ കഴിഞ്ഞിരിക്കുന്നു. ഇതെങ്ങനെ സാധിച്ചു?

കൗമാരസമൂഹം പുത്തൻ പ്രവണതകളുടെ ഭാഗമായി അറിഞ്ഞോ അറിയാതെയോ വർധിച്ചുവരുന്ന ഉപഭോഗസംസ്കാരവുമായി വളരെ വേഗത്തിൽ ഇണങ്ങിക്കഴിഞ്ഞിട്ടുണ്ട്. ഇത്തരത്തിൽ ദൃശ്യമാധ്യമ സ്വാധീനവലയത്തിന് അടിപ്പെട്ട് കൊക്കിലൊതുങ്ങാത്ത വർണ പ്രപഞ്ചങ്ങൾക്കായി മനസുകൊണ്ട് പരക്കംപായുന്നതിനുള്ള പ്രവണത താരതമ്യേന താണ–ഇടത്തരം വർഗത്തിലുള്ള ഗണ്യമായ വിഭാഗം കൗമാരക്കാരിലും വർധിച്ചുവരുന്നുണ്ട്. ഇവയൊക്കെ നേടിയെടുക്കുന്നതിനുള്ള കുറുക്കുവഴികൾ മാറിക്കൊണ്ടിരിക്കുന്ന സംസ്കാരത്തിന്റെകൂടി ഭാഗമായി അവർ സ്വായത്തമാക്കിക്കൊണ്ടേയിരിക്കുന്നു. ദൃശ്യമാധ്യമങ്ങളുടെ കൊതിപ്പിക്കുന്ന മായികപ്രപഞ്ചമുപയോഗിച്ച് കൗമാരക്കാരികളെ ആകർഷിച്ച് കുടുക്കുന്ന ശ്രമവും വർധിച്ചുവരുന്നു. ഇത്തരത്തിൽ ആകർഷിക്കപ്പെട്ടുവരുന്ന നല്ലൊരു ശതമാനം പേർക്കുമുണ്ടാകുന്നത് തീയ്ക്കുമുന്നിലേക്ക് ആവേശപൂർവ്വം പറന്നടുക്കുന്ന ഈയാംപാറ്റയുടെ അനുഭവമാണ്. ഒടുവിൽ ലൈംഗികവ്യാപാരശൃംഖലയുടെ ഊരാക്കുടുക്കുകളിൽ അകപ്പെട്ട് രക്ഷപ്പെടുവാനാകാതെ അതിന്റെ ഭാഗമായി മാറേണ്ടിവരുന്നു. ഇവയിൽ ചിലത് മാത്രമണ് 'ടിപ് ഓഫ് ഐസ്ബെർഗ്ഗ്' പ്രതിഭാസം പോലെ പുറത്തുവരുന്നത്. സംസ്കാരത്തിന്റെ ഈ അവസ്ഥാന്തരഘട്ടത്തിൽ ഇത്തരം പ്രവണതകൾ വരും കാലങ്ങളിൽ മറ്റുള്ളവയോടൊപ്പം വീണ്ടും വർധിച്ചുവരുന്നതാണ്. ചുരുക്കത്തിൽ പെൺവാണിഭങ്ങൾ സമൂഹത്തിനും മാധ്യമങ്ങൾക്കും വലിയ വാർത്തയല്ലാതെയാകുന്ന കാലമാണ് ഇനി വരാനിരിക്കുന്നത്. എന്നാൽ വർധിച്ചുവരുന്ന ഇത്തരം പ്രവണതകൾ മാറിവരുന്ന സാമ്പത്തികസാമൂഹികനയങ്ങളുടെ ഉപോൽപ്പന്നങ്ങൾ കൂടിയാണെന്ന് ഓർക്കുക.

കുട്ടികളും കൗമാരക്കാരുമുൾപ്പെടുന്ന പുത്തൻ തലമുറയെ മാധ്യമങ്ങൾ എങ്ങനെയെല്ലാം സ്വാധീനിക്കുന്നുവെന്നാണ് ഇവിടെ പരിശോധിക്കുന്നത്.

പഠനസമയത്തിന്റെ അപഹരണം

"അവൾ/അവൻ ഏതുനേരവും ടിവിക്ക് മുന്നിലാണ്. പഠിക്കുവാൻ പറഞ്ഞാൽ അനുസരിക്കുകയില്ല. മറ്റാർക്കും ടിവിയിൽ ഒരു പരിപാടി കാണുവാനും കഴിയുകയില്ല." മാതാപിതാക്കളുടെ സ്ഥിരം പ്രശ്ന മാണിത്. കൗമാരപ്രായത്തിലുള്ള ഒരു കുട്ടിയാണെങ്കിൽ "എല്ലാം എനി ക്കറിയാം. എന്നോടാരും ഒന്നും പറയേണ്ട" എന്നുകൂടിയാകും മറുപടി. ചുരുക്കത്തിൽ കുട്ടിയുടെ പഠനസമയം വലിയ തോതിൽ ടിവി അപഹ രിക്കുന്ന അവസ്ഥയാണിന്നുള്ളത്. സീരിയലുകളുടെ സ്വാധീനത്തോ ടുകൂടി ഇത് വീണ്ടും സങ്കീർണമായിരിക്കുകയാണ്. കുട്ടികളെ പഠന മുറിയിലാക്കിയശേഷം അമ്മമാരടക്കമുള്ള മറ്റ് കുടുംബാംഗങ്ങൾ ടിവി ക്കുമുന്നിൽ സീരിയലുകളിൽനിന്ന് സീരിയലുകളിലേക്ക് പോകുന്നു. കുട്ടി ഇരിക്കുന്നത് അടുത്ത മുറിയിലാണെങ്കിൽക്കൂടി അവന് പഠനത്തിൽ ശ്രദ്ധ കേന്ദ്രീകരിക്കുവാൻ കഴിയുകയില്ല. ഇത് പറഞ്ഞാൽ അമ്മയുടെ ഉത്തരം ഇങ്ങനെയായിരിക്കും, "അവന് വേണ്ടതെല്ലാം ഞാൻ ചെയ്തു കൊടുത്തിട്ടുണ്ട്. അദ്ദേഹം വരുവാൻ പത്തുമണിയാകും. അതുവരെ ഞാൻ എന്തുചെയ്യും?" വീട്ടമ്മമാരുടെ ഈ നിസ്സഹായാവസ്ഥയെ വികാര പരമായി സ്വാധീനിക്കുകയാണ് ദൃശ്യമാധ്യമങ്ങൾ. മുൻകാലങ്ങളിലെ 'മ' പ്രസിദ്ധീകരണങ്ങളുടെ സ്ഥാനമാണ് ഇപ്പോൾ സീരിയലുകൾ കയ്യടക്കിയിരിക്കുന്നത്. അച്ചടിയേക്കാൾ ദൃശ്യമാധ്യമങ്ങൾക്ക് വശ്യതയും സ്വീകാര്യതയും ഏറും.

ടിവിയിലെ വിവിധ പരിപാടികൾ കാണുന്നതിനുവേണ്ടിയുള്ള വാക്കുതർക്കവും സംഘർഷങ്ങളും കുടുംബാന്തരീക്ഷത്തിൽ കുറവല്ല. ചെറിയ കുട്ടിക്ക് വേണ്ടത് കാർട്ടൂണാണെങ്കിൽ കൗമാരക്കാരന് പഥ്യം സിനിമാ പരിപാടികളായിരിക്കും, അമ്മയ്ക്കും മറ്റുള്ളവർക്കും സീരി യലുകളും. ഇതെങ്ങനെയാണ് ഒരേസമയം സാധിക്കുക? ഇത്തരം ദുർഘടമായ അവസരത്തിൽ ബുദ്ധിമാന്മാരായ അച്ഛന്മാർ സ്ഥലംവിടു മത്രേ! രാത്രി പത്തുമണിയോടുകൂടി തിരിച്ചെത്തുമ്പോഴേക്കും തർക്കങ്ങൾ അവസാനിച്ചിട്ടുണ്ടാകും. എന്നാൽ കുറേയധികം അച്ഛന്മാരും ഇത്തരം പ്രവണതകൾക്കതീതരല്ല. പഠിക്കുന്ന കുട്ടിക്ക് ബുദ്ധിമുട്ടുണ്ടാകു മെന്നുള്ളതുകൊണ്ട് ടിവി പൂർണമായി വേണ്ടെന്നുവയ്ക്കുന്നവരും കുറവല്ല. "കുട്ടി പത്താം ക്ലാസിലായപ്പോൾ ഞങ്ങൾ കേബിൾ കണക്ഷൻ വേണ്ടെന്നു വച്ചു." മറ്റൊരിക്കൽ ഒരച്ഛൻ പറഞ്ഞു, "മകളുടെ പ്ലസ് ടു പരീക്ഷ കഴിഞ്ഞു. ഇനി ഞങ്ങൾ കേബിൾ കണക്ഷൻ എടുക്കുവാൻ പോകുകയാണ്." ദൃശ്യമാധ്യമങ്ങളെ തീരെ വർജ്ജിച്ചുകൊണ്ട് കുട്ടിയെ പഠനത്തിൽ കേന്ദ്രീകരിപ്പിച്ച് നിർത്തുവാൻ കഴിയുമോ? അതെത്രത്തോളം ശാസ്ത്രീയമാണ്? ഇന്നത്തെ അവസ്ഥയിൽ കുട്ടികളുടെ പാഠ്യേതര ബോധനനിലവാരത്തെയും വ്യക്തിത്വവികസനത്തെയും അത് ബാധിക്കു കയില്ലേ? ഇവിടെ ശരിയായ സമീപനമെന്താണ്?

സ്വഭാവരൂപീകരണം

ടിവി പരിപാടികൾ കുട്ടികളുടെ സ്വഭാവരൂപീകരണത്തെ ദോഷകരമായി ബാധിക്കുന്നതായി ഇംഗ്ലണ്ടിലെ എൽ കെ ജി, യു കെ ജി കുട്ടികളിൽ നടത്തിയ പഠനങ്ങൾ സൂചിപ്പിക്കുന്നു. നിർദ്ദോഷമെന്നു കരുതുന്ന കാർട്ടൂണുകളടക്കമുള്ള പരിപാടികൾ കുട്ടികളിൽ ആക്രമണ പ്രവണതയും അതിരുകടന്ന ഉൽക്കണ്ഠയും ഭയവും ജനിപ്പിക്കുന്നതായി ഇപ്പോൾ ഇവിടുത്തേയും അനുഭവങ്ങൾ തെളിയിക്കുന്നു. ഏകദേശം 8 കൊല്ലത്തിനുമുൻപ് വളരെ പ്രചാരമുള്ള ഒരു ചാനലിലെ പ്രേതസീരിയൽ സംപ്രേഷണ സമയത്ത് സ്ഥിരമായി വീടിനുമുന്നിലെ ചെറിയ മാവിൻമുകളിൽ അഭയം പ്രാപിച്ചിരുന്ന ഏഴുവയസുകാരനായ ഒരു കുട്ടിയെ മാതാപിതാക്കൾ കൊണ്ടുവന്നു. ഒറ്റയ്ക്കു നടത്തിയ അഭിമുഖത്തിൽ കുട്ടി പറഞ്ഞത് ഇങ്ങനെയാണ്: "എല്ലാവരും ടിവിക്കു മുന്നിലാണ്. പേടിയാകുമ്പോൾ ഞാനെന്തു ചെയ്യും? രക്ഷപ്പെടാനായിട്ടാണ് ഞാൻ മാവിൽ കയറിയിരിക്കുന്നത്." എങ്ങനെയുണ്ട് കുട്ടിയുടെ അനുഭവം? ഇന്നത്തെ പുത്തൻ പ്രവണതകളായ ഹൊറർ/ദൈവീക സീരിയലുകളുടെ സ്വാധീനം പ്രത്യേക പരാമർശം അർഹിക്കുന്നു. പ്രേതങ്ങളുടെയും ദൈവങ്ങളുടെയും മുത്തശ്ശിക്കഥകൾ ഏറ്റവും നൂതനമായ സാങ്കേതികവിദ്യയിലൂടെ ദൃശ്യവൽക്കരിക്കപ്പെടുമ്പോൾ അവ ചെറിയ കുട്ടികളെ എത്രത്തോളം സ്വാധീനിക്കുകയും ഭയചകിതരാക്കുകയും ചെയ്യുന്നുവെന്ന് നാമറിയാതെ പോകുന്നു. ഇവയൊക്കെ കേവലം കഥകൾമാത്രമാണെന്ന് അവരെ മനസിലാക്കിക്കൊടുക്കുന്നതിന് പലവിധ വിശ്വാസ പ്രമാണങ്ങളുടെയും ചിന്തകളുടെയും അജ്ഞതയുടെയും പേരിൽ മാതാപിതാക്കൾക്ക് കഴിയുന്നില്ല. ടിവിയിലെ അവതാരകരുടെയും മറ്റ് താരങ്ങളുടെയും ചേഷ്ടകൾ അതേപോലെ അനുകരിക്കുന്ന രീതി ഇന്ന് കുട്ടികളിലും കൗമാരക്കാരിലും കൂടുതലായി കണ്ടുവരുന്നുണ്ട്. അവതാരകൻ അഞ്ചുവയസുകാരനാകുമ്പോൾ സ്വാഭാവികമായും അഞ്ചുവയസുകാരനായ കുട്ടിയുമൊത്ത് മാതാപിതാക്കൾ ടിവിക്കുമുന്നിലെത്തും. അവതാരക കൗമാരക്കാരിയാകുമ്പോൾ കൗമാരക്കാരും മുന്നിലെത്തുന്നതാണ്. അതിന്റെ ഏറ്റവും പുതിയ സാധ്യതയെയാണ് മാധ്യമങ്ങൾ ഇപ്പോൾ കൗമാരക്കാരനും കൗമാരക്കാരിയും ഉൾപ്പെടുന്ന ടീമിന്റെ അവതരണ രീതി വെളിവാക്കുന്നത്. ഈ വശീകരണമനഃശാസ്ത്രം മാധ്യമങ്ങൾ വിജയകരമായി പരീക്ഷിച്ചുകൊണ്ടിരിക്കുന്നു. മുൻപ് സൂചിപ്പിച്ചതുപോലെ എല്ലാറ്റിനേയും അനുകരിക്കുവാനും അറിയുവാനുമുള്ള കൗമാരക്കാരുടെ ആകാംക്ഷയാണ് ഇവിടെ മുഖ്യമായി വരുന്നത്.

കൗമാരക്കാർക്കുവേണ്ടിയുള്ള ക്യാമ്പസ് പരിപാടികൾ കാണുമ്പോൾ ഇവയൊക്കെ നമ്മുടെ ക്യാമ്പസുകളെപ്പറ്റിത്തന്നെ ആണോ എന്നു സംശയം തോന്നും. സിനിമയിലെ കൃത്രിമമായ ഗ്ലാമർ സംസ്കാരത്തെ തന്ത്രപൂർവ്വം ക്യാമ്പസുകളിലെത്തിക്കുകയും ഇന്നത്തെ യുവ

തലമുറയ്ക്ക് ഏറെയിഷ്ടം ഇതാണെന്ന് പ്രഖ്യാപിക്കുകയും ചെയ്യുന്നു. കൗമാരക്കാരുടേയും യുവസമൂഹത്തിന്റേയും യഥാർഥപ്രശ്നങ്ങളെക്കുറിച്ചോ ജീവിതമൂല്യങ്ങളെക്കുറിച്ചോ ഗൗരവമായ ചർച്ചകൾ ഉണ്ടാകാതെയും പോകുന്നു. 'ഇതൊക്കെയാണോ ഇവിടുത്തെ പ്രശ്നങ്ങൾ' എന്ന തരത്തിലുള്ള ചോദ്യങ്ങൾ ഉയർന്നുവരുമ്പോൾ ഒന്നുകിൽ അവയ്ക്ക് ചെവികൊടുക്കാതിരിക്കുകയോ ഇത്തരക്കാരെ അരസികരായി വ്യാഖ്യാനിക്കുകയോ ചെയ്യുന്ന പ്രവണതയാണ് ഇത്തരം വേദികളിലുണ്ടാകുന്നത്. എങ്ങനെയാണ് സാധാരണ ജീവിതപരിസരത്ത് ജീവിച്ചുപോരുന്നവർകൂടി ഇന്നത്തെ നൂതനപ്രവണതകളിലേക്ക് ആകർഷിക്കപ്പെടുന്നതെന്ന് ചിന്തിക്കുക. മാധ്യമങ്ങൾക്ക് കൂടുതൽ പേരെ ആകർഷിക്കുന്നതിനും കമ്പനികൾക്ക് പരസ്യങ്ങൾവഴി കൂടുതൽ സൗന്ദര്യവർദ്ധക ഉൽപ്പന്നങ്ങൾ വിറ്റഴിക്കുന്നതിനും ഇതുവഴി കഴിയുന്നു. അവയൊക്കെ വാങ്ങിക്കൂട്ടി അങ്ങനെയൊക്കെ നടന്നില്ലെങ്കിൽ കൂട്ടത്തിൽ സ്വീകാര്യമല്ലാതെയാകുമെന്ന് ചിന്തിച്ച് ആത്മവിശ്വാസം നഷ്ടപ്പെടുന്ന യുവതലമുറ സൃഷ്ടിക്കപ്പെടുന്നത് ഇങ്ങനെയാണ്. നിങ്ങളെ ഏറ്റവും കൂടുതൽ സ്വാധീനിച്ച വ്യക്തിയാരെന്ന സ്ഥിരം ചോദ്യത്തിന്റെ ഉത്തരമായ അച്ഛനമ്മമാരുടെ സ്ഥാനമിന്ന് ദൃശ്യമാധ്യമങ്ങൾ കയ്യടക്കുവാൻ തുടങ്ങിയിരിക്കുന്നു. അതുകൊണ്ടുതന്നെ അവയുടെ ഗുണനിലവാരം മെച്ചപ്പെടുത്തുകയെന്നത് സാമൂഹ്യമായ ഉത്തരവാദിത്വമായി മാറുന്നു. എന്നാൽ ഏതുവിധേനെയും കൂടുതൽപ്പേരെ തങ്ങളുടെ മുന്നിലിരുത്തുവാനുള്ള തത്രപ്പാടിനിടയിൽ ഗുണനിലവാരത്തിനും സാമൂഹ്യമായ ഉത്തരവാദിത്വത്തിനുമൊക്കെ എവിടെ സ്ഥാനം?

വർധിച്ചുവരുന്ന ഉപഭോഗസംസ്കാരവും മാറുന്ന മൂല്യങ്ങളും

നിങ്ങൾ മൂന്നുവയസുള്ള ഒരു കുട്ടിയുമായി മാർക്കറ്റിൽ പോകുന്നുവെന്നിരിക്കട്ടെ; ചോക്കലേറ്റായാലും സോപ്പായാലും ഏത് ബ്രാൻഡ് വേണമെന്ന് അവൻ തന്നെ പറയും. അത് തന്നെ വാങ്ങിയില്ലെങ്കിൽ മാർക്കറ്റിൽ വച്ചുതന്നെ ഉണ്ടാകാവുന്ന ഭവിഷ്യത്തുകൾ ആലോചിക്കുക! മാതാപിതാക്കൾ അഭിമുഖീകരിക്കുന്ന മറ്റൊരു പ്രധാന പ്രശ്നമാണിത്. ഒരിക്കൽ ദരിദ്രയായ ഒരമ്മ തന്റെ കൗമാരക്കാരിയായ മകളെക്കുറിച്ച് പരാതിപ്പെട്ടത് ശ്രദ്ധിക്കുക, "അവൾ ഈയിടെയാണ് പ്രായപൂർത്തിയായത്. മാസമുറയുടെ നാളുകളിൽ 'കെയർഫ്രീ' വേണമെന്ന് അവൾ വാശിപിടിക്കുന്നു. കൂട്ടുകാരികൾ അതാണത്രേ ഉപയോഗിക്കുന്നത്. ഞങ്ങളുടെ സാഹചര്യത്തിൽ എങ്ങനെ ഇവയൊക്കെ വാങ്ങിക്കൊടുക്കുവാൻ കഴിയും?" 'കെയർഫ്രീ'യില്ലെങ്കിൽ കൗമാരക്കാരിയുടെ ആത്മവിശ്വാസം നഷ്ടപ്പെടുന്ന അവസ്ഥയാണ് ഇന്നുള്ളത്. പരസ്യങ്ങളുടെ ലോകത്തെയും തന്റെ ജീവിതാവസ്ഥയെയും വസ്തുനിഷ്ഠമായി വിശകലനം ചെയ്ത് വേർതിരിച്ചു കാണുവാൻ ഇന്നത്തെ കുട്ടികൾക്ക് കഴിയുന്നില്ല. നാപ്കിൻ പരസ്യക്കാർ മധ്യവയസ്കരായ സ്ത്രീകളെ ഉപേക്ഷിച്ച് കൗമാരക്കാ

രിയെ നായികയാക്കിയതിന്റെ പ്രയോജനം ലഭിച്ചത് നോക്കുക. താൻ ഒരു വലിയകുട്ടിയായതിന്റെ പേരിൽ അഭിമാനവും ആത്മവിശ്വാസവും ഉണ്ടാകേണ്ട അവസ്ഥയിൽ കൗമാരക്കാരി ദുർദിനങ്ങളെ ഒഴിവാക്കുന്നതിനുള്ള ചിന്തയിൽ മുഴുകി കഴിയേണ്ടിവരുന്നതെങ്ങനെയെന്ന് ചിന്തിക്കുക.

കുട്ടികളെയും കൗമാരക്കാരെയും മാധ്യമങ്ങളുടെ സ്വാധീനത്തിലേക്ക് എറിഞ്ഞുകൊടുക്കുന്ന മാതാപിതാക്കൾക്ക് സ്വന്തം ഉത്തരവാദിത്വം ശരിയായി നിർവഹിക്കുവാൻ കഴിയുന്നില്ല. തങ്ങളുടെ ജീവിതാവസ്ഥയുടെ മധ്യഘട്ടത്തിൽ വന്ന സാംസ്കാരികമാറ്റത്തിൽപ്പെട്ട് എന്തു ചെയ്യണമെന്നറിയാതെ ഉഴറുകയാണ് അവരും. ലിപ്സ്റ്റിക്ക് പുതുതായി ഉപയോഗിച്ചു തുടങ്ങണമോ വേണ്ടയോ എന്ന തരത്തിലുള്ള ചിന്ത അവരേയും അലട്ടുന്നുണ്ട്. അതുകൊണ്ടുതന്നെ പ്രത്യേക ശ്രദ്ധയർഹിക്കുന്ന കൗമാരക്കാർക്ക് ശരിയായ മാർഗനിർദ്ദേശം നൽകുന്നതിന്, മാതൃകയാകുന്നതിന് അവർക്ക് കഴിയാതെവരുന്നു. ജീവിതമൂല്യങ്ങളെക്കുറിച്ച് അവർക്കുണ്ടാകുന്ന ചാഞ്ചാട്ടങ്ങൾ തീർച്ചയായും കൗമാരക്കാരുടെ ജീവിതദർശനങ്ങളെയും ബാധിക്കുന്നതാണ്.

ഇന്നത്തെ പരസ്യങ്ങളുടെയും ദൃശ്യമാധ്യമങ്ങളിലെ ചർച്ചകളുടെയും വിഷയങ്ങൾ എന്തൊക്കെയാണ്? മണമുള്ള സോപ്പ് ഉപയോഗിക്കാത്ത ദിവസം കാമുകൻ മറ്റൊരു പെൺകുട്ടിയോടൊപ്പം പോകുന്നു. വീണ്ടുമത് ഉപയോഗിക്കുമ്പോൾ അയാൾ തിരികെ വരുന്നു. നല്ല ഡിയോഡറന്റ് ഉപയോഗിക്കുന്ന സുന്ദരിയെത്തന്നെ ഓഫീസ് മേധാവി അമേരിക്കൻ ട്രിപ്പിനായി തിരഞ്ഞെടുത്തുവിടുന്നു. തെരുവിലെ നഗ്നസുന്ദരിയെ കാണുവാനായി ഒപ്പമുള്ള ഭാര്യയെ ഉറക്കിക്കിടത്തുന്നു. ഇത്തരം പരസ്യങ്ങളെ കേവലം തമാശകളായി തള്ളിക്കളയുവാനാകില്ല. അത് നമ്മുടെ കുട്ടികളുടെയും കൗമാരക്കാരുടെയും പൊതുവിൽ സമൂഹത്തിന്റെ ആകെയും മൂല്യങ്ങളെയും സ്വാധീനിക്കുന്നുണ്ട്. എന്നാൽ ഇത് സാവധാനം മാത്രമേ പ്രത്യക്ഷത്തിൽ പ്രകടമാകുകയുള്ളൂ.

അപഥസഞ്ചാരം നടത്തുന്ന നായികാനായകന്മാരാണ് ഇന്നത്തെ സീരിയലുകളിൽ നിറഞ്ഞുനിൽക്കുന്നത്. മധ്യവയസ്കരായ ഭാര്യാഭർത്താക്കന്മാർ സ്വന്തം ഇണകളിൽ സംതൃപ്തരല്ലെന്നും അവർ വേലിചാടുന്നതിനുള്ള അവസരവും കാത്ത് കഴിയുകയാണെന്നുമുള്ള ആശയം സമൂഹത്തിൽ വലിയതോതിൽ പ്രചരിപ്പിക്കപ്പെടുന്നു. ഇത്തരം ആശയങ്ങളുടെ പ്രയോക്താക്കൾ ആഗ്രഹിക്കുന്ന പ്രയോജനം സമൂഹത്തിൽ ചെറിയ തോതിലെങ്കിലും കാണുവാനുണ്ട്. കുടുംബം സ്ത്രീയുടെ തടവറയാണെന്നു വാദിക്കുകയും അത് ഭേദിച്ച് പുറത്തുവരാൻ ആഹ്വാനം ചെയ്യുകയും ചെയ്യുന്ന മൗലികവാദപരമായ സ്ത്രീപക്ഷസമീപനത്തിന് മധ്യ ഉപരി വർഗങ്ങളിൽ വീണ്ടും സ്വാധീനം വർധിച്ചുവരുന്നു. സ്വന്തം ഭാര്യയോടോ ഭർത്താവിനോടോ ഒപ്പം മാത്രം ഒതുങ്ങി ദാമ്പത്യ ജീവിത

ത്തിലേർപ്പെടുന്നവരെ പഴഞ്ചൻ മൂല്യങ്ങളുടെ തടവറയിൽ ജീവിക്കുന്ന വരായി വ്യാഖ്യാനിക്കുന്നു. ഒരു ദിവസത്തേക്കെങ്കിലും ഭാര്യയേയും ഭർത്താവിനേയും മാറ്റിവച്ചുപരീക്ഷിച്ചു നോക്കുവാൻ അവസരം ലഭിച്ചാൽ നിങ്ങൾ എന്തു ചെയ്യും? ഇത്തരത്തിൽ നിർബന്ധിക്കുന്ന തരത്തിലുള്ള ചർച്ചകളും സർവ്വേകളും പ്രചാരത്തിലായിട്ടുണ്ട്. ഇതിനു കഴിയുന്ന വിധത്തിലാണ് ചർച്ചയുടെ വിദഗ്ദ്ധരെ കണ്ടെത്തുന്നത്.

പാശ്ചാത്യർ ഒഴിവാക്കുവാനാകാതെ കൊണ്ടുനടക്കേണ്ടിവരുന്ന കോ-ഹാബിച്ചുവേഷനും സ്വവർഗരതിയും ഇന്ന് ദൃശ്യമാധ്യമങ്ങളിലെ ചൂടേറിയ ചർച്ചാവിഷയങ്ങളാണ്. യാതൊരു ശാസ്ത്രീയമായ അടിത്തറയുമില്ലാതെയാണ് ഇത്തരം ചർച്ചകൾ സംഘടിപ്പിക്കുന്നത്. ഇതു മാതിരിയുള്ള പ്രവണതകളിൽ ഏർപ്പെടുന്നവരുടെ വ്യക്തിത്വങ്ങളെയും ജീവിതപരിസരങ്ങളെയും മന:ശാസ്ത്രപരമായ വിശകലനത്തിന് വിധേയമാക്കുമ്പോൾ അവർ ഏതെങ്കിലും തരത്തിലുള്ള മാനസിക സംഘർഷമോ വൈകല്യങ്ങളോ സുരക്ഷിതത്വമില്ലായ്മയോ കുട്ടിക്കാലം മുതൽക്കുതന്നെ അനുഭവിച്ചിരുന്നതായി ബോധ്യപ്പെടും. ശിഥിലമായ കുടുംബാന്തരീക്ഷം, അച്ഛനോ അമ്മയോ ഇല്ലാത്ത അവസ്ഥ, ശരിയായ പരിചരണം ലഭിക്കാത്ത സാഹചര്യം, കുടുംബത്തിനുള്ളിൽ അച്ഛന്റെയോ അമ്മയുടെയോ ഏകാധിപത്യപരമായ സമീപനം, കുട്ടിക്കാലത്തെ തികഞ്ഞ ഏകാന്തത, കുട്ടിക്കാലത്തുതന്നെ പലതരം ലൈംഗിക പീഡനങ്ങൾക്ക് വിധേയരാകേണ്ടിവരിക എന്നിങ്ങനെ നിരവധിയാണ് പ്രശ്നങ്ങൾ. എന്നാൽ ഇത്തരം പ്രശ്നങ്ങൾ മന:ശാസ്ത്രപരമായി വിശകലനം ചെയ്തു കാരണം കണ്ടെത്തുന്നതിനുപകരം ഇതിനെ ഒരു പുത്തൻ ആദർശാത്മകജീവിതക്രമമായി ദൃശ്യമാധ്യമങ്ങൾ കൊണ്ടാടുന്നു. ഇത്തരം പ്രവണതകളിൽപ്പെട്ട് ജീവിച്ചുപോകുന്നതിനോടൊപ്പം അവർക്ക് മറ്റുള്ളവരെക്കൂടി ആദർശാത്മകമായി സ്വാധീനിക്കുവാൻ അവസരം ലഭിക്കുന്നു. ഒന്നും പറയുവാനില്ലാതെ അത്ഭുതസ്തബ്ധരായി ചർച്ചയിലെ വിദഗ്ദ്ധനടക്കം വീരാരാധനയോടെ അവരെ നോക്കിക്കാണുന്നു.

ഇത്തരം പരിപാടികൾ ഏറ്റവുമധികം ദോഷകരമായി സ്വാധീനിക്കുന്നത് കുട്ടികളെയും കൗമാരക്കാരെയുമാണ്. വ്യക്തിത്വവികസനത്തോടൊപ്പം ലൈംഗികതയെക്കുറിച്ചുള്ള ചിന്തകളും സങ്കൽപ്പവും ആകാംക്ഷയും രൂപപ്പെട്ടുവരുന്ന വളർച്ചാഘട്ടത്തിലാണ് ഇതുമാതിരിയുള്ള അശാസ്ത്രീയവും വികലവുമായ പരിപാടികൾ കാണുവാൻ ഇടവരുന്നത്. കൗമാരക്കാരുടെ വൈകാരിക/ലൈംഗിക വളർച്ചയെയും സങ്കൽപ്പങ്ങളെയും വിശകലനം ചെയ്യുന്നതിന് ശാസ്ത്രീയമായ അടിത്തറയും സമീപനവുമാണ് വേണ്ടത്. സ്വവർഗരതിപോലെയുള്ള കാര്യങ്ങളിൽ കൗമാരവളർച്ചയുടെ ആദ്യഘട്ടങ്ങളിൽ താൽപര്യമുണ്ടാവുക സാധാരണമാണ്. എന്നാൽ അത് കൗമാരവളർച്ചയുടെ അടുത്തഘട്ടത്തിൽ സാധാരണയായി ഇല്ലാതാകും. വീണ്ടുമത് തുടർച്ചയായി നിലനിൽക്കുന്നത്

അതിരുകവിഞ്ഞ ആശ്രയത്വമുള്ള ബന്ധങ്ങളിലായിരിക്കും (psychological dependency). ഈ പ്രശ്നത്തെ ആദർശാത്മകമായി പർവതീകരിച്ചു കാണുന്ന രീതി അശാസ്ത്രീയമാണ്. ദൃശ്യമാധ്യമങ്ങളിലെ ഇത്തരം പരിപാടികൾ കുട്ടികളുടെയും കൗമാരക്കാരുടെയും ജീവിതമൂല്യങ്ങളെക്കുറിച്ചും ഭാവിജീവിതത്തെക്കുറിച്ചും ലൈംഗികതയെക്കുറിച്ചുമുള്ള സങ്കൽപ്പങ്ങളിൽ കാര്യമായ സ്വാധീനം ചെലുത്തുന്നു. ഇവിടെ കേവലമായ കച്ചവടതാൽപ്പര്യങ്ങൾക്കുമപ്പുറമുള്ള ബോധപൂർവ്വമായ സാംസ്കാരിക അധിനിവേശശ്രമങ്ങളുണ്ടോയെന്ന് പരിശോധിക്കുക.

അതിലൈംഗികത

ദൃശ്യമാധ്യമങ്ങളുടെ സ്വാധീനം ഏറ്റവും കൂടുതൽ അനുഭവപ്പെടുന്നത് കുട്ടികളുടെയും കൗമാരക്കാരുടെയും ലൈംഗികതയെ സംബന്ധിച്ച ധാരണകളിലും താൽപ്പര്യങ്ങളിലുമാണ്. ഇത്തരം വിഷയങ്ങളിന്മേൽ മുൻപ് പത്തുവയസുള്ള കുട്ടിക്കുണ്ടായിരുന്ന അറിവ് ഇന്ന്, 5-6 വയസുള്ള കുട്ടിക്ക് ലഭിക്കുന്നു. ഇപ്പോൾ ലൈംഗികതയെ സംബന്ധിച്ച കാര്യങ്ങൾ കുട്ടികളും കൗമാരക്കാരും മനസിലാക്കുന്നത് ടിവിയിലെ സിനിമ/സംഗീതപരിപാടികളിൽനിന്നാണ്. ഇത്തരം രംഗങ്ങളെ സംബന്ധിച്ച് ആറുവയസുകാരിയുടെ കൗതുകകരമായ ചോദ്യങ്ങൾക്കു മുന്നിൽ എന്തു മറുപടി കൊടുക്കണമെന്നറിയാതെ കുഴങ്ങുകയാണ് മാതാപിതാക്കൾ. വീണ്ടും ഇത്തരം രംഗങ്ങൾ വരുമ്പോൾ പെട്ടെന്ന് ചാനൽ മാറ്റിക്കൊണ്ടാണ് കുട്ടികളുടെ ചോദ്യത്തിൽനിന്ന് അവർ രക്ഷപ്പെടുന്നത്. ഒരിക്കൽ ഒരു ഡോക്ടർ സുഹൃത്ത് ഉൽകണ്ഠയോടെ പറഞ്ഞത് ശ്രദ്ധിക്കുക, "ഞാൻ കേബിൾ കണക്ഷൻ നിർത്തി. മകൾക്ക് ആറുവയസാണുള്ളത്. സ്വതവേ ഡാൻസിൽ താൽപ്പര്യം കാട്ടുന്ന അവൾ ഹിന്ദി സിനിമാഗാനരംഗങ്ങൾ കണ്ട് അതുപോലെ അനുകരിക്കുന്നു. ഡാൻസ് പഠിച്ചില്ലെങ്കിലും കുട്ടി ചീത്തയാകാതിരുന്നാൽ മതി." ഇത്തരം ചേഷ്ടകളുടെ അർഥമറിയാതെ അനുകരിക്കുന്ന ചെറിയ കുട്ടികൾക്ക് അവ ബോധ്യമാകുന്ന പ്രായത്തിൽ വീണ്ടും തുടരുന്നതിന് വലിയ ബുദ്ധിമുട്ടുണ്ടാകുകയില്ല. തുടക്കത്തിലേ പിടിക്കുന്നതിന്റെ പ്രയോജനം ശ്രദ്ധിക്കുക.

ദൃശ്യമാധ്യമങ്ങളിലെ ഇത്തരം രംഗങ്ങൾ ചെറിയ കുട്ടികളെ ദോഷകരമായി ബാധിക്കുന്നതാണ്. ഇതിന് നിരവധി ഉദാഹരണങ്ങൾ നിരത്തുവാൻ കഴിയും. ഒരിക്കൽ അതിരുകടന്ന ലൈംഗികാസക്തിയുള്ള ഒരു പന്ത്രണ്ടുകാരനെ മാതാപിതാക്കൾ കൊണ്ടുവന്നു. അയൽപക്കത്തെ പെൺകുട്ടികൾക്ക് മകന്റെ ശല്യം കാരണം കുളിക്കുവാൻകൂടി കഴിയുന്നില്ല....... തന്നോടും ചിലപ്പോൾ അവൻ ഇത്തരത്തിൽ മോശമായി പെരുമാറുന്നുവെന്നായിരുന്നു കരഞ്ഞുകൊണ്ട് അമ്മ പറഞ്ഞത്. സ്വകാര്യ അഭിമുഖത്തിൽ കുട്ടി ഒരു സങ്കോചവുമില്ലാതെ കാര്യങ്ങൾ വെളി

പ്പെടുത്തി. "അയൽപക്കത്തുണ്ടായിരുന്ന ഒരു ചേട്ടനാണ് ആദ്യമായി എന്നെ ഈ പ്രവർത്തിയിലേക്ക് പ്രേരിപ്പിച്ചു കൊണ്ടുവന്നത്. ഇംഗിതത്തിനുവഴങ്ങി ഞാൻ ആ ചേട്ടനുമായി ഗുദരതിയിൽ ഏർപ്പെടുമായിരുന്നു..... തുടർന്ന് ഞാൻ എന്നോടൊപ്പം ചോറും കറിയും വച്ച് കളിക്കുവാൻ കൂടുമായിരുന്ന പെൺകുട്ടികളുമായി ലൈംഗികബന്ധം പുലർത്തുവാൻ തുടങ്ങി....." അവരെ എങ്ങനെ ഇതിലേക്ക് ആകർഷിച്ചു കൊണ്ടുവരുവാൻ കഴിഞ്ഞുവെന്ന ചോദ്യത്തിന് അവന്റെ മറുപടി ഇതായിരുന്നു "ഞങ്ങൾ ആദ്യം ടിവി സിനിമകളിലെപ്പോലെ കല്യാണരംഗങ്ങൾ അഭിനയിച്ചു തുടങ്ങും......" പണ്ടത്തെ കുട്ടികളുടെ 'ചോറും കറിയും' കളിയുടെ സ്ഥാനം ഇന്ന് ദൃശ്യമാധ്യമങ്ങളിലെ കല്യാണക്കളികൾ കയ്യടക്കിയിരിക്കുന്നു. ഇത് അമ്മയുടെ ശ്രദ്ധയിൽപ്പെടുകയും അവസാനിപ്പിക്കുകയും ചെയ്തപ്പോഴാണ് അവൻ മറ്റുമാർഗ്ഗങ്ങൾ തേടുവാൻ തുടങ്ങിയത്. അവന്റെ സംസാരത്തിൽനിന്നും ലൈംഗികകാര്യങ്ങളിൽ അവനോളംതന്നെ മുൻപരിചയമുണ്ടായിരുന്നവരും കൂട്ടത്തിൽ കൂടി ഇത്തരം പ്രവൃത്തികളിൽ താൽപ്പര്യപൂർവ്വം മുന്നോട്ടു പൊയ്ക്കൊണ്ടിരുന്നവരുമായ ആൺകുട്ടികളും പെൺകുട്ടികളും ഉണ്ടായിരുന്നുവെന്ന് മനസിലാക്കുവാൻ കഴിഞ്ഞു. സമാനമായ നിരവധി അനുഭവകഥകൾ ശിശുകൗമാരമാനസികാരോഗ്യവിദഗ്ദ്ധനെന്ന നിലയിൽ നിരത്തുവാൻ കഴിയും. ഇത്തരത്തിൽ സമാനമായ ചേഷ്ടകൾ അംഗൻവാടികുട്ടികൾ പ്രകടിപ്പിക്കുന്നതായി അവിടുത്തെ ടീച്ചർമാർ പരാതിപ്പെടാറുണ്ട്.

വിഷയത്തിന്റെ ഗൗരവം ബോധ്യപ്പെടുന്നതിനായി സമാനമായ മറ്റൊരനുഭവകഥകൂടി പരിശോധിക്കാം. ഒരിക്കൽ മാനസികവിഭ്രാന്തിയുണ്ടെന്നുതോന്നിപ്പിക്കുന്ന ലക്ഷണങ്ങളുള്ള ഒരു പന്ത്രണ്ടു വയസുകാരിയുമായി അമ്മ വന്നു. "അവൾ കഴിഞ്ഞ ഒരാഴ്ചയായി കുളിക്കുന്നില്ല, ഉറങ്ങുന്നില്ല, ഭക്ഷണം കഴിക്കുന്നില്ല, സ്കൂളിൽ പോകുന്നില്ല"... അവർ പ്രശ്നം അവതരിപ്പിച്ചു. ദീർഘമായ അഭിമുഖത്തിനൊടുവിൽ അവർ പറഞ്ഞു, "അത് അടുത്ത വീട്ടിലെ പതിനേഴുവയസുകാരൻ പയ്യൻ അവളെ കയറിപ്പിടിച്ചു. അവൾ പേടിച്ചുപോയി, അതിൽപ്പിന്നെയാണിങ്ങനെയായത്." തുടർന്ന് കുട്ടിയുമായി നടത്തിയ സ്വകാര്യ അഭിമുഖത്തിൽ അവൾ കാര്യങ്ങൾ വെളിപ്പെടുത്തി, "ഞങ്ങൾ കഴിഞ്ഞ നാലുകൊല്ലമായി ലൈംഗികബന്ധം പുലർത്തിവരികയായിരുന്നു. അമ്മയും ഞാനുമായി ആ പയ്യന്റെ വീട്ടിൽ ടിവി കാണാൻ പോകുക പതിവായിരുന്നു. അപ്പോഴാണ് ആ പയ്യൻ എന്നെ ഈക്കാര്യത്തിലേക്ക് ആകർഷിച്ചു കൊണ്ടുവന്നത്. തുടർന്ന് അമ്മയില്ലാത്തപ്പോഴും മറ്റാരുമില്ലാത്ത ആ വീട്ടിൽ പോവുകയും ടിവികാണുകയും ഞങ്ങൾ ലൈംഗികബന്ധത്തിൽ ഏർപ്പെടുകയും ചെയ്തിരുന്നു. കോളേജിൽ പഠിക്കുന്ന ആ പയ്യന്റെ ചേച്ചിയാണ് കഴിഞ്ഞ ദിവസം ഇത് അമ്മയുടെയും മറ്റുള്ളവരുടെയും ശ്രദ്ധയിൽപ്പെടുത്തിയത്." കുട്ടിക്ക് ഇത് അമ്മയുടെയും മറ്റുള്ളവരുടെയും ശ്രദ്ധയിൽപ്പെട്ടതിന്റെ മാനസികാഘാതമായിരുന്നു ഉണ്ടായിരുന്നത്.

ലൈംഗികതയെ സംബന്ധിച്ച ധാരണകൾക്കും താൽപ്പര്യങ്ങൾക്കും പ്രായത്തേക്കാളുപരി അനുഭവങ്ങളാണ് പ്രധാനം. സ്വന്തം നിലയിൽ ലൈംഗികകാര്യങ്ങളിൽ വലിയ താൽപ്പര്യമുണ്ടാവുകയോ സമാന പ്രവൃത്തികളിൽ ഏർപ്പെടുകയോ ചെയ്യാൻ ചെറിയകുട്ടികൾക്ക് ആവു കയില്ല. ഒന്നുകിൽ അവർ മുതിർന്നവരാൽ ലൈംഗികപീഡനങ്ങൾക്ക് വിധേയരാകുന്നു. അല്ലെങ്കിൽ ഇന്നത്തെ ദൃശ്യമാധ്യമങ്ങളിലെ സമാന രംഗങ്ങൾ അവരിൽ കൗതുകം സൃഷ്ടിക്കുകയും അതുവഴി കാര്യങ്ങൾ വളർച്ചയുടെ അപക്വമായ അവസ്ഥയിൽത്തന്നെ മനസിലാക്കുകയും ചെയ്യുന്നു. കുറച്ചധികം കുട്ടികളിൽ ഇതുരണ്ടും ഒരേ സമയം തന്നെ സംഭവിക്കാറുമുണ്ട്. ഭയത്താൽ അവർ കാര്യങ്ങൾ പുറത്തു പറയാതെ തുടർന്നു നടത്തിക്കൊണ്ടുപോകുവാൻ നിർബന്ധിതരാകുന്നു. ചെറു പ്രായത്തിൽവച്ചുതന്നെ ലൈംഗികപീഡനങ്ങൾക്കു വിധേയരാകുന്ന വരുടെ മന:ശാസ്ത്രം വിശകലനം ചെയ്തു നോക്കുമ്പോൾ അവരിൽ കുറച്ചുപേർക്ക് ഇത്തരം ബന്ധങ്ങൾ സ്വമേധയാ തുടർന്നുകൊണ്ടു പോകുന്നതിനുള്ള പ്രവണതയുണ്ടെന്നു കാണാവുന്നതാണ്. ഒരു സങ്കോ ചവും കൂടാതെ ഇത്തരം കാര്യങ്ങൾ ഡോക്ടറോട് വെളിപ്പെടുത്തുവാൻ അവർ തയ്യാറാകും. ഇത് നിരന്തരമായി ഇത്തരം സാഹചര്യങ്ങളിൽ ജീവിക്കേണ്ടിവരുന്നവരുടെ പ്രത്യേകമായ സ്വഭാവരീതിയാണ് (disinhibited behaviour).

കുട്ടികൾക്കും കൗമാരക്കാർക്കും വൈകാരിക/ലൈംഗിക വിഷയ ങ്ങളിൽ ധാരണ സൃഷ്ടിക്കുന്നതും ഇത്തരം കാര്യങ്ങളിൽ അവർക്ക് ഉത്തേജകമായിത്തീരുന്നതും ദൃശ്യമാധ്യമങ്ങളാണെന്ന് വ്യക്തമായല്ലോ. അവയുടെ സമീപനം അവരുടെ ലോലവികാരങ്ങളെ ഉദ്ദീപിപ്പിക്കുന്ന തരത്തിൽ മാത്രം ഒതുങ്ങിനിൽക്കുന്നു. തുടക്കത്തിൽ ഇവിടേക്ക് കടന്നുവന്ന വിദേശചാനലുകളും ഇപ്പോൾ മുഴുവൻ ഇന്ത്യൻ ചാനലു കളും ഇതേ സമീപനമാണ് പുലർത്തുന്നത്. ഇപ്പോൾ ഇവിടുത്തേയും മ്യൂസിക്ക് ചാനലുകളിൽ വിദേശമാധ്യമങ്ങളെപ്പോലും തോൽപ്പിക്കുന്ന രീതിയിലുള്ള കാമപ്പേക്കൂത്തുകളാണ് നിറഞ്ഞുനിൽക്കുന്നത്. നഗര ങ്ങളിൽ കൗമാരലൈംഗികതയുടെ അവിഭാജ്യഘടകമായി ഇന്റർനെറ്റ് തുടങ്ങിയ ആധുനികസൗകര്യങ്ങൾ മാറിക്കഴിഞ്ഞു. കൗമാരക്കാരായ കുട്ടികളെക്കുറിച്ച് മാതാപിതാക്കളുടെ പരാതികൾ ശ്രദ്ധിക്കുക. "അവനെ പ്പോഴും എം-ടിവി യും വി-ചാനലുമാണ് പഥ്യം. ആദ്യമൊക്കെ ഞങ്ങൾ ചെല്ലുമ്പോൾ പെട്ടെന്ന് ചാനൽ മാറ്റുമായിരുന്നു. ഇപ്പോൾ അവൻ അതിനു മിനക്കെടാറില്ല." മുൻകാലങ്ങളിൽ ക്ലാസിൽ കയറാതെ സുഹൃത്തുക്കളു മായി ആരുടെയെങ്കിലും വീട്ടിൽപ്പോയി വീഡിയോ കണ്ടിരുന്നുവെങ്കിൽ ഇപ്പോൾ അതിന്റെ ആവശ്യമില്ലാതെ തന്നെ ഇവയൊക്കെ ചാനലുക ളിലൂടെ ലഭിക്കുമെന്ന് മാതാപിതാക്കൾ പരാതി പറയുന്നു. ഉൽക്കണ്ഠാ കുലയായ മറ്റൊരമ്മയുടെ ആത്മഗതം ശ്രദ്ധിക്കുക: "അവൻ സ്ഥിരമായി ക്ലാസിൽ കയറാതെ സുഹൃത്തുമൊത്ത് ആരുമില്ലാത്ത അവരുടെ വീട്ടി

ലിരുന്ന് ടിവി കാണുക പതിവാണ്. പറഞ്ഞാൽ അനുസരിക്കുകയില്ല. അവരെന്താണ് കാണുന്നതെന്നാർക്കറിയാം?" പെൺകുട്ടികളെ സംബന്ധിച്ചും, പ്രത്യേകിച്ച് നഗരങ്ങൾ കേന്ദ്രീകരിച്ച്, സമാനമായ അനുഭവങ്ങൾ ധാരാളമുണ്ട്. മാതാപിതാക്കളുടെ ഉൽക്കണ്ഠയ്ക്ക് ഒരു താൽക്കാലിക ആശ്വാസമാണ് ആക്ഷൻ ചാനൽ നിരോധിച്ചുകൊണ്ടുള്ള കേന്ദ്രസർക്കാർ തീരുമാനം.

പരിഹാരമാർഗങ്ങൾ

ദൃശ്യമാധ്യമങ്ങളുടെ ദോഷകരമായ സ്വാധീനത്തിൽനിന്ന് എങ്ങനെ എത്രമാത്രം പ്രതിരോധശേഷി നേടാൻ കഴിയുമെന്നതാണ് പ്രധാന ചിന്താവിഷയം. അതേസമയം അതിന്റെ ഗുണപരമായ വശം പ്രയോജനപ്പെടുത്തുന്നതിനുള്ള മാർഗങ്ങളും കണ്ടെത്തേണ്ടതുണ്ട്. ദൃശ്യമാധ്യമങ്ങളുടെയും നൂതനവിവരസാങ്കേതികവിദ്യയുടെയും അനന്തമായ സാധ്യതകൾ കാണാതെ പോകുന്നരീതി കേവലം മൗലികവാദപരവും അശാസ്ത്രീയവുമാണ്. ദൃശ്യമാധ്യമങ്ങളുടെ വിജ്ഞാനപ്രദായകമായ അനന്തസാധ്യതകളെ ഉപയോഗിക്കുന്നതിനോടൊപ്പം അവയിലെ വിനോദപ്രദായകമായ വശത്തെ വിമർശനബുദ്ധിയോടെ സ്വീകരിക്കുന്നതിന് നമുക്ക് കഴിയേണ്ടതുണ്ട്. വിശകലനമനോഭാവവും സ്വയം പ്രതിരോധശേഷിയുമാണ് ഇവിടെ ആർജിക്കേണ്ടത്. അതായത് ദൃശ്യമാധ്യമസങ്കേതത്തെ അത് കൈകാര്യം ചെയ്യുന്നവരുടെ മനോധർമ്മനുസരിച്ച് എങ്ങനെ വേണമെങ്കിലും എടുത്തുപയോഗിക്കുവാൻ കഴിയുന്നതാണ്. അത് ഉപയോഗിക്കുന്ന വ്യക്തിയുടെയും പൊതുസമൂഹത്തിന്റെയും സമീപനങ്ങളാണ് ഏറ്റവും മുഖ്യം. അങ്ങനെ വരുമ്പോൾ "ഇപ്പോൾ ഇതൊക്കെയാണ് ആളുകൾക്കാവശ്യം, അത് ഞങ്ങൾ കൊടുക്കുന്നു" എന്ന വാദം അവർക്ക് ഉപേക്ഷിക്കേണ്ടിവരും. എന്ത് കാണണമെന്ന് തീരുമാനിക്കേണ്ടത് ജനങ്ങളാണ്. മറിച്ച് മാധ്യമങ്ങളായിരിക്കരുത്. ദൃശ്യമാധ്യമങ്ങൾ തങ്ങളുടെ കുട്ടികളുടെ സ്വഭാവത്തെ ദോഷകരമായി സ്വാധീനിക്കുന്നതിൽ പ്രതിഷേധിച്ച് '90-കളിൽ ജർമനിയിലെ ഒരു വിഭാഗം മാതാപിതാക്കൾ തങ്ങളുടെ ടിവികൾ പത്തുനിലക്കെട്ടിടത്തിനുമുകളിൽ നിന്നു താഴേക്കിട്ട് പൊട്ടിച്ചുകളഞ്ഞു. ഇത് നമുക്ക് സ്വീകാര്യമല്ല.

കുട്ടികളും കൗമാരക്കാരുമുൾപ്പെടുന്ന പുത്തൻ തലമുറയെ ദൃശ്യമാധ്യമങ്ങൾ സ്വാധീനിക്കുന്നതെങ്ങനെയെന്നും അവയുടെ ദു:സ്വാധീനത്തെ എങ്ങനെ പ്രതിരോധിച്ചു കുറച്ചുകൊണ്ടുവരാമെന്നുമുള്ള ചിന്തകളും ചർച്ചകളും പഠനങ്ങളും സമൂഹത്തിൽ വലിയ തോതിൽ ഉണ്ടായിവരേണ്ടതുണ്ട്. ഇതിന് യുവതലമുറയെ പ്രാപ്തരാക്കുന്നതിനുള്ള മാർഗങ്ങളും പരിപാടികളും നമുക്ക് തനതായി കണ്ടെത്തുവാൻ കഴിയണം. ശ്രമകരമായ ഈ ഉദ്യമത്തിന്റെ വിജയത്തിന് മാതാപിതാക്കൾ, അധ്യാപകർ, വിദ്യാഭ്യാസ/ മാനസികാരോഗ്യ വിദഗ്ദ്ധർ, സാമൂഹിക പ്രവർത്തകർ എന്നിങ്ങനെ സമൂഹത്തിലെ എല്ലാ വിഭാഗം ജനങ്ങളുടെയും

കൂട്ടായ്മ ആവശ്യമാണ്. ദൃശ്യമാധ്യമത്തെ പ്രതിസ്ഥാനത്തുനിർത്തിയുള്ള സമീപനം ഗുണകരമല്ല. കഴിഞ്ഞ ഒരു ദശകത്തിനുള്ളിൽ മാധ്യമലോകത്ത് ഗുണപരമായ ചില മാറ്റങ്ങൾ കാണുവാനുണ്ട്. സാമൂഹികമായ ഉത്തരവാദിത്വത്തോടുകൂടിയുള്ള സ്വാധീനവും നിയന്ത്രണവും മാധ്യമലോകവുമായി സഹകരിച്ചുകൊണ്ടുമാത്രമേ അവരിൽ ഉണ്ടാക്കിയെടുക്കുവാൻ കഴിയുകയുള്ളൂ. ഇതായിരിക്കണം ഒരു പൊതുസമീപനമായി കാണേണ്ടത്..

ഇവിടെ വിശകലനം ചെയ്യപ്പെട്ട ചില പ്രധാന പ്രശ്നങ്ങളെ എങ്ങനെ സമീപിക്കാമെന്നു നോക്കാം.

പഠനസമയത്തിന്റെ ക്രമീകരണം

കുട്ടിയുടെ പഠനസമയത്തിന്റെ ക്രമീകരണവും ടിവി പരിപാടികൾ തിരഞ്ഞെടുക്കുന്ന പ്രക്രിയയും പരസ്പരം ബന്ധപ്പെട്ടു കിടക്കുന്നു. ഓരോ കുട്ടിയുടെയും ക്ലാസ്നിലയനുസരിച്ച് അവർക്കാവശ്യമായ പഠനസമയം എത്രയെന്ന് തിട്ടപ്പെടുത്തുക. ഏകദേശം 2–3 മണിക്കൂർ വരെ ഇതിന് ആവശ്യമാണ്. ഉദാഹരണമായി വൈകിട്ട് 7.30 മുതൽ 10.30 വരെ ഒരു ഹൈസ്കൂൾ വിദ്യാർഥിക്ക് ഏറ്റവും മുഖ്യമായ സമയമാണ്. ഇതിനിടയിൽ ഏകദേശം അരമണിക്കൂർ വിശ്രമത്തിനാവശ്യമായി വരും. ഇത് കുടുംബാംഗങ്ങളുമൊന്നിച്ച് ചെലവഴിക്കുന്നതിനും ഭക്ഷണം കഴിക്കുന്നതിനും വിനിയോഗിക്കുക. പഠനത്തിന്റെ ഈ മുഖ്യസമയത്ത് ടിവി ഉപയോഗിക്കാതിരിക്കുകയാണ് ഉത്തമം.

ടിവി പരിപാടികൾ വിമർശനാത്മകമായി തിരഞ്ഞെടുക്കുന്നതെങ്ങനെ?

ടിവി പരിപാടികൾ നിരീക്ഷിക്കുന്ന പ്രക്രിയയിൽ അച്ഛനമ്മമാരെയാണ് കുട്ടികൾ മാതൃകയാക്കുന്നത്. ടിവി പരിപാടിയിൽനിന്നും വിജ്ഞാനത്തിനും വിനോദത്തിനും ആവശ്യമായ ഘടകങ്ങൾ മതിയായ അളവിൽ വിമർശനബുദ്ധിയോടെ തിരഞ്ഞെടുത്ത് ഒരു ദൈനംദിന ക്രമീകരണം കുടുംബത്തിനുമുഴുവനായി ഉണ്ടാക്കുക. ഏകദേശം എല്ലാ ചാനലുകളിലും വൈകുന്നേരം 6.30 മുതൽ 7.30 വരെയാണ് വാർത്തകൾ. അവരവരുടെ മനോധർമമനുസരിച്ച് ഏതെങ്കിലും ഒരു ചാനൽ തിരഞ്ഞെടുത്ത് കുടുംബാംഗങ്ങൾ മുഴുവനായി ഒരുമിച്ചിരുന്ന് വാർത്ത കാണുന്നരീതി വീട്ടിൽ ഉണ്ടാക്കിയെടുക്കുക. ഇത് കുട്ടികളിൽ ആവശ്യമായ പരിസരജ്ഞാനവും സാമൂഹികബോധവും രൂപപ്പെടുത്തുന്നതിന് സഹായകരമാണ്. ഏകദേശം 7.30 മുതൽ മിക്ക ചാനലുകളിലും സിനിമ/സീരിയൽ സംബന്ധിയായ പരിപാടികൾ മാത്രമാണ് ഉണ്ടാവുക. ഇത് 10 മണിക്കുശേഷവും നീളുന്നതാണ്. ഈ സമയം വിദ്യാർഥികളെ സംബന്ധിച്ച് ഏറ്റവും മുഖ്യമായതിനാൽ 7.30–നു ശേഷം പത്തുമണി വരെ വീട്ടിൽ ടിവി പൂർണമായി ഒഴിവാക്കുക. കാര്യങ്ങൾ ബോധ്യപ്പെടുത്തിക്കൊടു

ക്കുമ്പോൾ ഇത്തരമൊരു സമീപനം സ്വീകരിക്കുവാൻ ഭൂരിപക്ഷം കുട്ടികളും മാതാപിതാക്കളും തയ്യാറാകുന്നതായാണ് അനുഭവം. എന്നാൽ കുടുംബസാഹചര്യത്തിൽ അപ്പൂപ്പൻ/അമ്മൂമ്മമാരും മറ്റുകുടുംബാംഗങ്ങളും പ്രശ്നം സൃഷ്ടിക്കുന്നതാണ്. അവരെക്കൂടി വിശ്വാസത്തിലെടുക്കുന്നതിനുള്ള ശ്രമം ആവശ്യമാണ്. കാര്യങ്ങൾ ഏകപക്ഷീയമായി തീരുമാനിക്കുന്നത് പ്രശ്നങ്ങൾ സൃഷ്ടിക്കും.

ദിവസവുമുള്ള വാർത്തകൂടാതെ വിദ്യാർഥികൾക്കും കുടുംബാംഗങ്ങൾക്കും അരമണിക്കൂർ നീളുന്ന ഒരു സിനിമാധിഷ്ഠിതപരിപാടി, ലോകത്തുനടക്കുന്ന രാഷ്ട്രീയ-സാമൂഹികവിഷയങ്ങളെക്കുറിച്ചുള്ള വിശകലനം, ചരിത്രാന്വേഷണം, ഒരു സിനിമ തുടങ്ങിയവ ആഴ്ചയിലൊരിക്കൽ ഉൾപ്പെടുത്തുക. ഇത് കുട്ടികളുടെ വ്യക്തിത്വവികസനത്തിനും ഇന്നത്തെ മത്സരാധിഷ്ഠിത അന്തരീക്ഷത്തിൽ മത്സരബുദ്ധിയോടെ നിൽക്കുന്നതിനും സഹായകരമാണ്. വിവിധ ചാനലുകളിലെ സമാന പരിപാടികൾ പ്രത്യേകമായി നിരീക്ഷിച്ച് ഇത്തരത്തിൽ മെച്ചപ്പെട്ടവ കണ്ടെത്തുക. മേൽപ്പറഞ്ഞവകൂടാതെ കുട്ടിക്കിഷ്ടമുള്ള മറ്റൊരു പരിപാടികൂടി ഇതിൽ ഉൾപ്പെടുത്താവുന്നതാണ്. ഇതിനപ്പുറം മിക്കചാനലുകളിലെയും പരിപാടികൾ ആവർത്തനം മാത്രമാണ്. ഇത്തരത്തിൽ ഒരു ദൈനംദിന ക്രമീകരണം, പ്രത്യേകിച്ച് വൈകുന്നേരം മുതൽ, എല്ലാ കുടുംബാന്തരീക്ഷത്തിലും ഉണ്ടാക്കിയെടുക്കുവാൻ കഴിയേണ്ടതുണ്ട്. അങ്ങനെ ദൃശ്യമാധ്യമത്തിന്റെ ബഹുമുഖമായ ദു:സ്വാധീനത്തിൽനിന്നും മാതൃകാപരമായി കുട്ടികളെ മോചിപ്പിക്കുവാൻ കഴിയും. ചുരുക്കത്തിൽ ടിവിയിൽ നടക്കുന്നതെല്ലാം നമ്മൾ കാണണമെന്നില്ല. അവയിൽ ഇത്രയൊക്കെയാണുള്ളത്, അതിൽ കേമമായിട്ടുള്ളതും പൊതുവിൽ ഗുണകരമായിട്ടുള്ളതുമായ പരിപാടികൾ എല്ലാവരുടെയും സമയ പരിമിതികൂടി കണക്കിലെടുത്ത് നമ്മൾ കാണും. ഇത്തരത്തിലൊരു വിമർശനാധിഷ്ഠിത സമീപനം കുടുംബാന്തരീക്ഷത്തിൽ സൃഷ്ടി ക്കുവാൻ കഴിഞ്ഞാൽ നമ്മൾ വിജയിച്ചു. ഇങ്ങനെയൊരു ക്രമീകരണം ഒരു വിട്ടുവീഴ്ചയും കൂടാതെ തുടർന്നുപോകുവാൻ ശ്രമിച്ചാൽ കുട്ടികളുടെ സഹകരണം ഉറപ്പാക്കാവുന്നതാണ്.

ഉപഭോഗസംസ്കാരത്തെ നേരിടുന്നതെങ്ങനെ?

വർധിച്ചുവരുന്ന ഉപഭോഗ സംസ്കാരത്തെയും ദൃശ്യമാധ്യമങ്ങളുടെ ദു:സ്വാധീനത്തെയും നേരിടുന്നതിനുള്ള ചർച്ചകൾ കുടുംബാന്തരീക്ഷത്തിലും അയൽക്കൂട്ടം, കുടുംബശ്രീ തുടങ്ങിയ വേദികളിലും തുടർച്ചയായി ഉണ്ടാക്കുവാൻ കഴിയേണ്ടതുണ്ട്. ഓരോരുത്തരുടെയും അടിസ്ഥാന ആവശ്യങ്ങൾ എന്തൊക്കെ?, ആഡംബരത്തിന് എന്തൊക്കെയാവാം..... എന്നിങ്ങനെയുള്ള ചർച്ചകൾ സൃഷ്ടിക്കുവാൻ ശ്രമിക്കുക. മാർക്കറ്റിൽ വിവിധ ഉൽപ്പന്നങ്ങൾ ഉണ്ടാകാം. എന്നാൽ അവരവരുടെ ജീവിതസാഹചര്യം, സാധ്യതകൾ, പരിമിതികൾ എന്നിവ ആവശ്യങ്ങ

ളുമായി തട്ടിച്ചു നോക്കിക്കൊണ്ട് തീരുമാനമെടുക്കുന്നതിന് കുടുംബാന്തരീക്ഷത്തിൽവച്ചു തന്നെ കഴിയണം. ഒരു പ്രത്യേക വസ്തു കുട്ടി ആവശ്യപ്പെട്ടുവെന്നിരിക്കുക; അങ്ങനെയെങ്കിലും പഠിക്കട്ടെയെന്നുകരുതി അവനെ പ്രീതിപ്പെടുത്തുന്നതിനായി അത് വാങ്ങിക്കൊടുത്തുവെന്ന് മാതാപിതാക്കൾ പറയാറുണ്ട്. ഇത് അവന് ഭാവിയിൽ ഗുണകരമാവില്ല. കുടുംബത്തിന്റെ യഥാർഥസാഹചര്യം കുട്ടിക്കു മനസിലാക്കിക്കൊടുത്തുകൊണ്ടു തന്നെയാകണം മുന്നോട്ടു പോകുന്നത്. ഇതിന് നിരന്തരമായ പരിശ്രമം ആവശ്യമാണ്. സുഹൃത്ത് ഒരു പുതിയ സംവിധാനവുമായി ക്ലാസിൽ വരുമ്പോൾ തനിക്കും വേണമെന്ന് ആഗ്രഹിക്കുന്നതിനോടൊപ്പം അത് തന്റെ സാഹചര്യത്തിൽ കഴിയുന്നതാണോയെന്നുകൂടി ചിന്തിക്കുവാൻ അവനെ പ്രാപ്തനാക്കുവാൻ മാതാപിതാക്കൾക്ക് കഴിയേണ്ടതാണ്. ഇതിന്റെ മറുവശമെന്താണ്? സമ്പന്നമായ സാഹചര്യത്തിൽ എന്തും എത്രമാത്രവും ആകാമെന്നല്ല. ഒരോ കുട്ടിക്കും അവന്റെ വളർച്ചാഘട്ടസവിശേഷതയ്ക്ക് അനുസരിച്ചുള്ള ആവശ്യങ്ങളും താൽപ്പര്യങ്ങളും സാധിച്ചുകൊടുക്കുന്നതിന് ന്യായമായ ഒരു നിശ്ചിതസാഹചര്യം ഉറപ്പുവരുത്തേണ്ടതുണ്ട്. അതിനുമപ്പുറം എത്രത്തോളമാകാമെന്നും ധാരണവേണം. അമിതലാളനപ്രീണനരീതി കുട്ടിക്ക് ദീർഘകാലാടിസ്ഥാനത്തിൽ ദോഷകരമായി വരുന്നതാണ്.

വാശിയുള്ള കുട്ടിയുമായി മാർക്കറ്റിൽ പോകേണ്ടതുണ്ടെന്നിരിക്കട്ടെ. വീട്ടിൽവച്ചുതന്നെ എന്തൊക്കെയാണ് ആവശ്യങ്ങൾ എന്തൊക്കെയാണ് വാങ്ങേണ്ടത് കയ്യിലെത്ര പണമുണ്ട് എന്ന രീതിയിലുള്ള ആശയ വിനിമയം കുട്ടിയുമായി നടത്തി ഒരു കരാറിലെത്തിച്ചേരുക. അതിനുമപ്പുറം മാർക്കറ്റിൽ വച്ച് വാശിപിടിച്ചാൽ വാങ്ങൽ പ്രക്രിയ നിർത്തിവച്ച് ഉടൻ തിരിച്ചുപോരുമെന്ന് അവനെ ദൃഢമായി സ്നേഹപൂർവ്വം ധരിപ്പിക്കുക. കരാറിനു വിപരീതമായി മാർക്കറ്റിൽ വച്ചു സംഭവിച്ചാൽ പറഞ്ഞതു പോലെതന്നെ ഉടൻ തിരിച്ചുവരിക. കുട്ടിയുടെ പ്രതികരണമനുസരിച്ച് ഇത് വീണ്ടും ആവർത്തിക്കാവുന്നതാണ്. തുടർന്നും വഴങ്ങുന്നില്ലെങ്കിൽ കുട്ടിയുമായി എത്തിയ കരാറനുസരിച്ച് കുട്ടിയെ ഒഴിവാക്കിക്കൊണ്ട് മാർക്കറ്റിൽ പോവുക. അങ്ങനെ കാര്യങ്ങൾ ബോധ്യപ്പെടുകയും നിയതമായ രീതികളോട് വഴങ്ങുവാൻ അവൻ ക്രമേണ തയ്യാറാകുകയും ചെയ്യും. ഈ പ്രക്രിയ ഏകപക്ഷീയമായ ഒന്നായി കുട്ടിക്കു തോന്നരുത്. കുട്ടിയിൽനിന്നുണ്ടാകുന്ന നല്ല പ്രതികരണത്തിന് മതിയായ പ്രശംസയും ചെറിയരൂപത്തിൽ സമ്മാനങ്ങളും ആകാവുതാണ്.

ലൈംഗികചൂഷണത്തെ തിരിച്ചറിയുന്നതെങ്ങനെ?

മുൻപ് സൂചിപ്പിച്ചതുപോലെ ചെറിയ കുട്ടികളിലടക്കമുള്ള ലൈംഗിക ചൂഷണവും അതിലൈംഗികപ്രവണതയും ഒരു പുത്തൻ യാഥാർഥ്യമായി മാതാപിതാക്കൾ തിരിച്ചറിയേണ്ടതുണ്ട്. സമാനമായ അനുഭവ കഥകളിലെല്ലാം യഥാർഥവസ്തുത മാതാപിതാക്കളറിയുന്നത് ചികിത്സിക്കുന്ന

ഡോക്ടറിൽനിന്നാണ്. ഇത് അപകടകരമായ ഒരു സാഹചര്യമാണ്. പെൺകുട്ടികൾ പ്രായപൂർത്തിയാകുന്നതുവരെ അവരെ ശ്രദ്ധിക്കാതിരിക്കുന്ന മാതാപിതാക്കളുടെ പ്രവണത വലിയ അപകടം ചെയ്യുന്നതായാണ് അനുഭവം. ആൺകുട്ടികളും പെൺകുട്ടികളെപ്പോലെയോ പ്രകൃതിവിരുദ്ധമായോ ലൈംഗികപീഡനത്തിന് വിധേയമാകുന്നുണ്ട്. ചെറിയ കുട്ടികളുമായി കുടുംബസുഹൃത്തുക്കൾ അടുത്തിടപഴകുന്ന സാഹചര്യത്തെ കൃത്യമായി നിരീക്ഷിക്കേണ്ടതുണ്ട്. അതിരുകടന്ന കൃത്രിമമായ സ്നേഹപ്രകടനങ്ങളെ മുഖവിലയ്ക്കെടുക്കരുത്. സംശയമുള്ള സാഹചര്യത്തിൽ കുട്ടിയുടെ സ്വഭാവരീതികൾ നിരീക്ഷിച്ചുകൊണ്ട് നിഗമനത്തിലെത്തുക. ആവശ്യമെങ്കിൽ ഒരു ശിശുമാനസികാരോഗ്യവിദഗ്ദ്ധന്റെ സഹായം തേടുക.

കൗമാരക്കാരും ദൃശ്യമാധ്യമങ്ങളും

കൗമാരക്കാരുമായി ബന്ധപ്പെട്ട വിഷയങ്ങളിൽ അവരെ കൂടുതലായി വിശ്വാസത്തിലെടുത്ത് സമചിത്തതയോടെ കാര്യങ്ങൾ നീക്കുക. അവരുടെ ഇഷ്ടാനിഷ്ടങ്ങളെ ശ്രദ്ധാപൂർവ്വം മുൻവിധിയില്ലാതെ ക്ഷമയോടെ കേൾക്കുന്നതിന് ശ്രമിക്കുക. വ്യക്തിത്വവികാസഘട്ടത്തിൽ കൗമാരക്കാരുടെ പ്രാധാന്യമെന്ത്? അവരുടെ വളർച്ചാഘട്ടസവിശേഷതകളെന്തൊക്കെ? വികാരത്തിനും വിചാരത്തിനും അവർ നൽകുന്ന പ്രാധാന്യം? ദൃശ്യമാധ്യമങ്ങൾ കൗമാരക്കാരെ എങ്ങനെ കാണുന്നു? എന്തുകൊണ്ട് അവർ കൗമാരക്കാരിൽ പ്രത്യേക ശ്രദ്ധവയ്ക്കുന്നു? ദൃശ്യമാധ്യമങ്ങൾ ഇല്ലാതിരുന്ന കാലത്തെ അനുഭവങ്ങൾ? അവ പ്രചാരത്തിലായ സമയത്തെ ആദ്യകാല അനുഭവങ്ങൾ? അവ നമ്മുടെ ജീവിതത്തിൽ എത്രമാത്രം സ്വാധീനം ചെലുത്തുന്നുണ്ട്? അവയിൽ ഗുണകരമായതെന്തൊക്കെ? ദോഷകരമായതെന്തൊക്കെ? ഇത്തരം കാര്യങ്ങളെക്കുറിച്ചെല്ലാമുള്ള വിമർശനാത്മക ചർച്ചകൾ കുടുംബ–സ്കൂൾ സാമൂഹികാന്തരീക്ഷത്തിൽ സൃഷ്ടിക്കുക. നമ്മുടെ സംസ്കാരം എന്ത്? സംസ്കാരമെന്നാൽ ഏകശിലാരൂപത്തിൽ അനാദിയായി വർത്തിക്കുന്നതാണോ? ലോകത്തു നടക്കുന്ന പുത്തൻ പ്രവണതകൾ? അവയിൽ ഗുണകരമായി സ്വീകരിക്കാവുന്നതെന്തൊക്കെ? മറ്റുള്ളവ വർജിക്കുന്നതെങ്ങനെ?...... ഇങ്ങനെ നിരവധി പ്രശ്നങ്ങളെ സംബന്ധിച്ചുള്ള തുടർചർച്ചകൾ കുടുംബാന്തരീക്ഷത്തിൽ ഉണ്ടാക്കിയെടുക്കുന്നതിന് നമുക്കു കഴിയണം. ടിവിയിലെ വിജ്ഞാന/വിനോദപ്രദായകമായ പരിപാടികൾ പ്രത്യേകം തരംതിരിക്കുക...... തുടങ്ങിയ കൂട്ടായ പ്രവർത്തനങ്ങൾ ഇത്തരം അവസരങ്ങളിൽ സംഘടിപ്പിക്കാവുന്നതാണ്. കൗമാരക്കാരുമായുള്ള ഇത്തരം ചർച്ചകളിൽ ഒരിക്കലും അവർ പറയുന്നവയെ പൂർണമായും നിരാകരിക്കരുത്. ഇത് അവർക്ക് നിങ്ങളിലുള്ള വിശ്വാസം നഷ്ടപ്പെടുത്തും. പകരം അവർ പറയുന്നതിൽ നിന്നും സ്വീകരിക്കാവുന്നവ എടുക്കുകയും മറ്റുള്ളത് എന്തുകൊണ്ട് കഴിയില്ലെന്ന് വ്യക്തമാക്കുകയും

വേണം. കൗമാരക്കാരുമായി പൊതുവിൽ സംവാദാത്മകമായ നിലപാട് സ്വീകരിക്കുക.

കൗമാരക്കാരുടെ വൈകാരിക/ ലൈംഗികവിഷയങ്ങൾ

കൗമാരക്കാരുടെ വൈകാരിക/ലൈംഗിക വിഷയങ്ങളെക്കുറിച്ചുള്ള ചർച്ചകളും ആശയവിനിമയങ്ങളും കുടുംബാന്തരീക്ഷത്തിൽ സൃഷ്ടിക്കുക. സ്വകാര്യതയും വിശ്വാസ്യതയും ഇതിൽ പ്രധാനഘടകങ്ങളാണ്. അച്ഛനമ്മമാർ, അമ്മാവൻ, അമ്മായി തുടങ്ങിയവർക്ക് ഈക്കാര്യങ്ങളിൽ വലിയ സംഭാവനകൾ ചെയ്യുവാനാകും. ഇത്തരം വിഷയങ്ങൾ ചർച്ചചെയ്യുന്നതിനുള്ള അന്തരീക്ഷം ഉദാഹരണങ്ങൾ വിശകലനം ചെയ്തുകൊണ്ട് ബോധപൂർവ്വം കുടുംബത്തിൽ ഉണ്ടാക്കിയെടുക്കാവുന്നതാണ്. ഈ അവസരങ്ങളിൽ അവർക്കുകൂടി അഭിപ്രായം പറയുന്നതിനുള്ള സാഹചര്യം ഒരുക്കുക. ഇത് തീർച്ചയായും അവർക്ക് സംശയനിവാരണത്തിനും ആത്മ വിശ്വാസം വർധിപ്പിക്കുന്നതിനും സഹായകരമായി ത്തീരും. മാത്രവുമല്ല നമ്മുടെ കുട്ടി ഇക്കാര്യത്തിൽ എങ്ങനെ ചിന്തിക്കുന്നുവെന്ന സൂചനയും നമുക്ക് ലഭിക്കും. വൈകാരികവും ലൈംഗികവുമായ വിഷയങ്ങളെക്കുറിച്ചുള്ള സംശയങ്ങൾ ഒരു നിബന്ധനയുമില്ലാതെ ഉന്നയിക്കുന്നതിന് അവർക്ക് അവസരമുണ്ടാകണം. അതിനവർ തയ്യാറാകണമെങ്കിൽ മുൻപ് പറഞ്ഞതുപോലെ വിശ്വാസ്യതയും സ്വകാര്യതയുമുള്ള അന്തരീക്ഷം കുടുംബത്തിലുണ്ടാകേണ്ടതുണ്ട്.

വൈകാരിക/ലൈംഗികവിഷയങ്ങൾ ദൃശ്യമാധ്യമങ്ങളിൽ കൈകാര്യം ചെയ്തിരിക്കുന്നതെങ്ങനെ? അവ എത്രത്തോളം പ്രായോഗികമാണ് വികാരങ്ങളുടെ വഴിയേപോയാൽ അനന്തരഫലമെന്ത്? വളർച്ചയുടെ ഈ പ്രത്യേകഘട്ടത്തിൽ പ്രാഥമികമായ ഉത്തരവാദിത്വമെന്ത്? തുടങ്ങിയ വിമർശനാത്മകചിന്തകൾ കുടുംബാന്തരീക്ഷത്തിൽ ഉന്നയിക്കുക. ഇന്നത്തെ നിലയിൽ ഇത്തരം അന്തരീക്ഷമുള്ള കുടുംബങ്ങൾ ഒരു ശതമാനമെങ്കിലും വരുമോയെന്ന് സംശയമാണ്. വൈകാരിക/ലൈംഗിക വിഷയങ്ങളിൽ കൗമാരക്കാർക്കുള്ള താൽപ്പര്യം സ്വാഭാവികമാണെന്ന വസ്തുത അംഗീകരിക്കേണ്ടതുണ്ട്. എന്നാൽ അവ എത്രത്തോളമാകാം? പരിമിതികളെന്തൊക്കെ? ലൈംഗികവിഷയത്തിൽ ശാസ്ത്രത്തെയും സംസ്കാരത്തെയും വികാരത്തെയും എങ്ങനെ സമന്വയിപ്പിച്ച് കൊണ്ടുപോകാം? വിവാഹത്തിനു മുൻപുള്ള ലൈംഗിക ബന്ധം അനുവദനീയമോ? ഇത്തരം വിഷയങ്ങളെ ജീവിതമൂല്യങ്ങളെക്കുറിച്ചുള്ള ചർച്ചകളുമായി ബന്ധിപ്പിക്കുക. ഈ ഘട്ടത്തിലുണ്ടാകുന്ന സ്വാഭാവികമായ ലൈംഗികത്വരയെ തൃപ്തിപ്പെടുത്തുന്നതിനുള്ള ശാസ്ത്രീയമാർഗമെന്ത്? സ്വയംഭോഗം തുടങ്ങിയവയെപ്പറ്റിയുള്ള ശാസ്ത്രീയമായ വിശകലനവും സമീപനവും സ്കൂൾ സാമൂഹിക തലത്തിൽ ചർച്ചചെയ്യപ്പെടേണ്ടതുണ്ട്. സ്വയംഭോഗത്തെക്കുറിച്ച് ചർച്ചചെയ്യാതിരിക്കുകയും ഗർഭനിരോധന ഉറകളെക്കുറിച്ചു മാത്രം വലിയ തോതിൽ സംസാരിക്കുകയും

ചെയ്യുന്ന എയിഡ്സ് ബോധവൽക്കരണ പരിപാടികളിലെ അശാസ്ത്രീയതയും അപ്രായോഗികതയും സാംസ്കാരികവിരുദ്ധതയും തിരിച്ചറിയേണ്ടതുണ്ട്. കൗമാരത്തിന്റെ വികാസഘട്ടങ്ങളെക്കുറിച്ച് അടുത്ത അധ്യായത്തിൽ പരിശോധിക്കുന്നുണ്ട്.

ബോധവൽക്കരണപരിപാടി

കൗമാരക്കാരുടെ വൈകാരിക/ലൈംഗികവിഷയങ്ങളെക്കുറിച്ചും അവരുടെ വ്യക്തിത്വവികസനത്തെക്കുറിച്ചുമുള്ള പഠന/ചർച്ചാക്ലാസുകൾ വിദ്യാലയങ്ങളിൽ പരിമിതമായി നടക്കുന്നുണ്ട്. കുടുംബജീവിതപരിശീലന പരിപാടി, വൈകാരിക/ലൈംഗികവിദ്യാഭ്യാസം, ജീവിത നൈപുണീവികസനം തുടങ്ങിയ വിഷയങ്ങളെക്കുറിച്ച് വിപുലമായ ചർച്ചകൾ വിദ്യാഭ്യാസസ്ഥാപനങ്ങൾവഴിയും സാമൂഹികതലത്തിലും സംഘടിപ്പിക്കേണ്ടതുണ്ട്. ഈ വിഷയത്തിൽ തദ്ദേശസ്വയംഭരണസ്ഥാപനങ്ങൾ മുൻകൈ എടുക്കേണ്ടതാണ്. മാതാപിതാക്കൾക്കും അധ്യാ പകർക്കും കൗമാരക്കാർക്കും വെവ്വേറെ സെഷനുകളാണ് അഭികാമ്യം. ഇപ്പോൾ തർക്കവിഷയമായ കൗമാരവിദ്യാഭ്യാസപദ്ധതി കൂടുതൽ വിപുലപ്പെടുത്തി കൗമാരമാനസികാരോഗ്യ പദ്ധതിയായി നടപ്പിലാക്കുകയാണ് വേണ്ടത്.

8

കൗമാരവും കൗമാരലൈംഗികതയും

കൗമാരകാലം പ്രത്യേക ശ്രദ്ധയും സഹായവും പരിഗണനയും അർഹിക്കുന്ന അവസ്ഥാന്തര വളർച്ചാഘട്ടമാണെന്ന വസ്തുത ഇന്ന് ഏവരും അംഗീകരിച്ചു കഴിഞ്ഞിട്ടുണ്ട്. എന്നാൽ ഈ കാഴ്ചപ്പാട് ശാസ്ത്രീയമായി രൂപപ്പെട്ടുവന്നത് 19,20 നൂറ്റാണ്ടുകളിൽ മാത്രമാണ്. ലോകത്ത് ജനാധിപത്യസമ്പ്രദായം വേരുപിടിക്കുന്നതിനു മുൻപ് ചരിത്രത്തെ നിർണ്ണായകമായി സ്വാധീനിക്കുകയും മാറ്റിത്തീർക്കുകയും ചെയ്ത പ്രമുഖരിൽ അധികവും കൗമാരക്കാരാണെന്നു കാണാം. കൗമാരക്കാരെ സംബന്ധിച്ച ശാസ്ത്രീയമായ കാഴ്ചപ്പാട് രൂപപ്പെട്ടുവരുന്നതിൽ സാമ്പത്തികവും സാമൂഹികവും ശാസ്ത്രീയവും ചരിത്രപരവുമായ സംഭവവികാസങ്ങൾ വലിയ പങ്കു വഹിച്ചിട്ടുണ്ട്. 18–ാം നൂറ്റാണ്ടിൽ ആരംഭിച്ച വ്യാവസായിക വിപ്ലവകാലത്ത് പുത്തൻ സമ്പ്രദായം നടത്തിക്കൊണ്ടുപോകുന്നതിനാവശ്യമായ മാനവവിഭവശേഷിയുടെയും പ്രത്യേക വൈദഗ്ദ്ധ്യം നേടിയിട്ടുള്ള തൊഴിലാളികളുടെയും കാര്യത്തിൽ വലിയ അഭാവം അനുഭവപ്പെട്ടു. ഈ സാഹചര്യം ഒരു മേഖലയിലും പ്രത്യേക വൈദഗ്ദ്ധ്യം നേടിയിട്ടില്ലാത്ത കൗമാരക്കാരെ കൃഷി/ഫാക്ടറിമേഖലകളിൽനിന്ന് സ്കൂളുകളിലെത്തിച്ചു. അതായത് വ്യാവസായികവിപ്ലവാരംഭത്തിലുണ്ടായ പ്രത്യേക സാഹചര്യമാണ് മാതാപിതാക്കളെയും സമൂഹത്തെയും ഇതിന് പ്രേരിപ്പിച്ചത്. ശിശുവികാസ/വളർച്ചാഘട്ടത്തെക്കുറിച്ചു ജീവശാസ്ത്രപരമായ അറിവിന്റെവളർച്ച ഈ നീക്കത്തെ കൂടുതൽ പൂർണ്ണമാക്കുകയുണ്ടായി.

എന്താണ് കൗമാരം?

കൗമാരകാലത്ത് കുട്ടികൾ (12–19) ശാരീരികവും മാനസികവും

സാമൂഹികവുമായ വളർച്ചയ്ക്കും വികാസത്തിനും മാറ്റത്തിനും വിധേയമാകുന്നു.

കൗമാരകാലത്ത് ശാരീരിക–മാനസിക–സാമൂഹികതലങ്ങളിലുണ്ടാകുന്ന മാറ്റങ്ങളുടെ അടിസ്ഥാനത്തിൽ കൗമാരകാലഘട്ടത്തെ മൂന്നായി തിരിക്കാവുന്നതാണ്. ആദ്യഘട്ടത്തിൽ ശാരീരികവളർച്ചയോടൊപ്പം (12–14) കുട്ടി പ്രായപൂർത്തിയാകുന്നു. ഈ ഘട്ടത്തിൽ പെൺകുട്ടികളിൽ മാസമുറയും ആൺകുട്ടികളിൽ ബീജ ഉൽപ്പാദനവും ബീജസ്ഖലനവും ആരംഭിക്കുന്നതാണ്. ഈ ഘട്ടത്തിൽ കുട്ടി മാതാപിതാക്കളിൽനിന്ന് അകന്ന് സമപ്രായക്കാരുമായി കൂടുതൽ സമയം ചെലവിടുന്ന സ്ഥിതി സംജാതമാകും. എന്ത് കാര്യത്തെക്കുറിച്ചായാലും കൂട്ടുകാരുടെ അഭിപ്രായത്തിനാകും കുട്ടി മുൻതൂക്കം നൽകുന്നത്. മാതാപിതാക്കളുമായി ഓരോ കാര്യത്തിനും തർക്കങ്ങളുണ്ടാകുക സ്വാഭാവികമാണ്. ലൈംഗികകാര്യങ്ങളിൽ പുത്തൻ താൽപ്പര്യവും ആകാക്ഷയും ഈ കാലയളവിലുണ്ടാകുന്ന പ്രത്യേകമായ അവസ്ഥാവിശേഷമാണ്. രണ്ടാം ഘട്ടത്തിൽ (14–16) ശാരീരികവളർച്ച തുടരുന്നതോടൊപ്പം മാതാപിതാക്കളുമായുണ്ടാകുന്ന സംഘർഷത്തിന്റെ കാര്യത്തിൽ ചില മാറ്റങ്ങളുണ്ടാകും. കുടുംബത്തിൽ തന്റേതായ ഇടത്തിനുവേണ്ടി ശ്രമം നടത്തുന്നതിനോടൊപ്പം കുടുംബാഗങ്ങളുമായുള്ള ബന്ധത്തിൽ പുനർനിർണ്ണയം ഉണ്ടാകുകയും ചെയ്യും. മൂന്നാംഘട്ടത്തിൽ (16–19) ശാരീരികവളർച്ച പൂർത്തിയാക്കപ്പെടുന്നതാണ്. ഇതോടൊപ്പം സ്വതന്ത്രമായ വ്യക്തിത്വവും മാനസികാവസ്ഥയും രൂപപ്പെടുത്തുന്നതിനുള്ള വ്യഗ്രതയിലായിരിക്കും കൗമാരക്കാർ. മാതാപിതാക്കളുമായുണ്ടാകുന്ന തർക്കങ്ങളിൽ അയവുവരികയും അവരുമായി പുനരേകീകരണത്തിന് തയ്യാറാകുകയും ചെയ്യും. ഏകദേശം 80% കൗമാരക്കാരും തങ്ങളുടെ പ്രത്യേകമായ ഈ വികാസഘട്ടത്തെ ഇത്തരത്തിൽ വിജയകരമായി തരണം ചെയ്യുന്നതാണ്. എന്നാൽ ശേഷിക്കുന്ന കൗമാരക്കാർ ഗൗരവമായ തരത്തിലുള്ള മാനസികസംഘർഷത്തിനോ മാനസികരോഗങ്ങൾക്കോ വിധേയമാകുന്നതാണ്. അവരുടെ അക്കാദമികവും സാമൂഹികവുമായ പ്രവർത്തനമണ്ഡലങ്ങളിൽ ഇത് അനുഭവപ്പെടുന്നതാണ്.

ഈ വളർച്ചാഘട്ടസവിശേഷതയുടെ ഭാഗമായി കൗമാരക്കാർ വിവിധ തലങ്ങളിലായി സ്വാഭാവികമായ പുത്തൻ ആകാംക്ഷകളും താൽപ്പര്യങ്ങളും പ്രതിസന്ധികളും വെല്ലുവിളികളും അഭിമുഖീകരിക്കുന്നുണ്ട്. മൂന്ന് വ്യത്യസ്തമായ ഘട്ടങ്ങളിലും അവർ വ്യക്തി–കുടുംബ–വിദ്യാഭ്യാസ വൈകാരിക–ലൈംഗിക–സാമൂഹിക തലങ്ങളിൽ വിഭിന്നമായ വെല്ലുവിളികളും പ്രതിസന്ധികളും അഭിമുഖീകരിക്കുകയും തരണം ചെയ്യുകയും ചെയ്യുന്നു. ഇവ ഓരോന്നിനേയും പ്രത്യേകമായ വളർച്ചാ/വികാസഘട്ടത്തിന്റെ വികാസപരിണാമത്തിനനുസരിച്ചാണ് അഭിമുഖീകരിക്കേണ്ടത്. ഇവിടെ കൂടുതൽ വസ്തുനിഷ്ഠമായ സമീപനം രൂപപ്പെടുത്തേണ്ടതുണ്ട്.

ശാരീരിക-മാനസിക-വൈകാരികവളർച്ചയുടെ ഭാഗമായി വ്യക്തി കുടുംബ-വിദ്യാഭ്യാസതലങ്ങളോടൊപ്പം വൈകാരിക-ലൈംഗികവിഷയങ്ങളിലുണ്ടാകുന്ന പുത്തൻ താൽപ്പര്യവും ആകാംക്ഷയും കൗമാരക്കാരിൽ ആന്തരികമായ പ്രതിസന്ധി സൃഷ്ടിക്കുന്നു. ഇത് എല്ലാവരിലും ഒരേപോലെ പ്രകടമാകണമെന്നില്ല. ഇത്തരത്തിൽ ആന്തരികമായ പ്രതിസന്ധി അഭിമുഖീകരിക്കുന്ന അതേവേളയിൽ അക്കാദമികമായി ഏറ്റവും നിർണ്ണായകമായ ഘട്ടമെന്നനിലയിൽ നിരന്തരമായി പഠനപ്രക്രിയയിൽ മുഴുകുവാൻ സാമ്പ്രദായികമായി കൗമാരക്കാരൻ/കൗമാരക്കാരി നിർബന്ധിതമാകുകയും ചെയ്യുന്നു. പഠനപ്രക്രിയയിൽ മികവ് പുലർത്തുവാൻ മാതാപിതാക്കളും സമ്പ്രദായവും ഉദ്ഘോഷിച്ചുകൊണ്ടേയിരിക്കും. ഒപ്പം ഒരു നല്ല സാമൂഹികജീവിയായി മാറുവാൻ സമൂഹം അവനെ/അവളെ പ്രേരിപ്പിക്കുകയും ചെയ്യുന്നു. ഇത്തരമൊരു ദിശാസന്ധിയിലാണ് കുട്ടി നിൽക്കുന്നതെന്ന് പാവം മാതാപിതാക്കളും സമ്പ്രദായവും അറിയുന്നതേയില്ല. അവരുടെ പ്രത്യേകമായ അവസ്ഥയെക്കുറിച്ച് ബോദ്ധ്യമുള്ളവർക്ക് ഈ വളർച്ചാഘട്ടത്തിൽ എങ്ങനെ അവരുടെ പ്രശ്നങ്ങളെ മന:ശാസ്ത്രപരമായി സമീപിച്ച് മുന്നോട്ട് പോകണമെന്നും നിശ്ചയമില്ല. സമൂഹം ഇതൊരു ഗൗരവമേറിയ പ്രശ്നമായി ഇനിയും മനസിലാക്കിയിട്ടില്ല.

വർത്തമാനകാലത്തിൽ കൗമാരക്കാർ സ്വന്തം നിലയിൽ മാറ്റത്തിനു വിധേയമാകുന്നതോടൊപ്പം ആഗോളീകരണപ്രക്രിയ സാമ്പത്തിക സാമൂഹിക ജീവിതസാഹചര്യങ്ങളിൽ സൃഷ്ടിക്കുന്ന പുത്തൻ മാറ്റങ്ങളെ അഭിമുഖീകരിക്കേണ്ടിവരികയും ചെയ്യുന്നു. അതായത് കൗമാരക്കാർ ഇരട്ടമാറ്റത്തിന് വിധേയമാകുന്നുവെന്നർത്ഥം. ശാസ്ത്രവിവരസാങ്കേതികവിദ്യയുടെയും വികസനഫലമായും ആഗോളീകരണ നടപടികളുടെ ഫലമായും സൃഷ്ടിക്കപ്പെട്ട ഇന്നത്തെ മത്സരാധിഷ്ഠിത സാഹചര്യത്തിൽ ഏറ്റവുമധികം മാനസികസമ്മർദ്ദത്തിന് വിധേയമായിക്കൊണ്ടിരിക്കുന്നത് കുട്ടികളും കൗമാരക്കാരുമാണ്. മത്സരാധിഷ്ഠിതമായ സമീപനം സാമൂഹികാന്തരീക്ഷത്തിൽനിന്നും കുടുംബാന്തരീക്ഷത്തിലേക്കു കൂടി അതിസൂക്ഷ്മമായ രീതിയിൽ വ്യാപകമായിക്കഴിഞ്ഞ യാഥാർത്ഥ്യം മുൻപൊരു അദ്ധ്യായത്തിൽ പരിശോധിച്ചത് ഓർക്കുക.

ലൈംഗികതയുടെ വികാസപരിണാമങ്ങൾ

ലൈംഗികതയെ സംബന്ധിച്ച ധാരണയും കാഴ്ചപ്പാടും കുട്ടിയിൽ കൗമാരകാലത്തിനു മുൻപു തന്നെ രൂപപ്പെട്ടുതുടങ്ങുന്നുണ്ട്. ശിശുവികാസമനഃശാസ്ത്രമനുസരിച്ച് ലൈഗികവികാസം രൂപപ്പെട്ടുവരുന്നത് നാല് ഘട്ടങ്ങളിലായാണ്.

ഒന്നാം ഘട്ടത്തിൽ (0-4) സ്വന്തം ശരീരാവയവത്തോടൊപ്പം മറ്റുള്ളവരുടെ ശരീരഭാഗങ്ങളിലും കുട്ടി ശ്രദ്ധയും താൽപ്പര്യവും വെച്ചു

പുലർത്തുന്നതാണ്. സ്വന്തം ലിംഗത്തിൽ എപ്പോഴും പിടിച്ചുകൊണ്ടിരിക്കുന്നുവെന്ന് മാതാപിതാക്കൾ ഈ ഘട്ടത്തിൽ പരാതിപറയുക സാധാരണമാണ്. മറ്റുള്ളവർ ബാത്ത് റൂമിൽ പോകുന്ന സാഹചര്യത്തിൽ അവരുടെ പ്രവർത്തനങ്ങൾ ഒളിഞ്ഞുനോക്കി കാണുന്നതിനുള്ള പ്രവണതയും താൽപ്പര്യവും രണ്ട് വയസ്സുകാരിൽ സ്വാഭാവികമായി ഉണ്ടാകുന്നതാണ്. അനുവദിച്ചാൽ മറ്റുള്ളവരുടെ ലിംഗത്തിൽ തൊടുന്നതിനുള്ള താൽപ്പര്യം പ്രീ-സ്ക്കൂൾ കുട്ടികളിൽ രൂപപ്പെടുന്നുണ്ട്. എന്നാൽ നിർദ്ദേശങ്ങൾക്ക് വഴങ്ങി ഈ സ്വഭാവത്തെ നിയന്ത്രിക്കുന്നതിനും അവർക്ക് കഴിയുന്നതായിരിക്കും. സ്വാഭാവികമായ ആകാംക്ഷയാണ് കുട്ടിയെ ഈ ഘട്ടത്തിൽ ഭരിക്കുന്നത്. സ്വാഭാവികമായ ലൈംഗികപ്രവർത്തനത്തിലേക്ക് നാലുവസ്സുകാർ ഒരിക്കലും പോകുന്നതല്ല. എന്നാൽ കുട്ടിയിലുണ്ടാകുന്ന ഈ സ്വാഭാവികമായ ആകാംക്ഷയെ മുതലെടുത്ത് അവരെ ലൈംഗികചൂഷണത്തിന് വിധേയമാക്കുന്ന പ്രവണത വർദ്ധിച്ചുവരുന്നുണ്ട്. മറ്റ് കാര്യങ്ങളിൽ താൽപ്പര്യമില്ലാത്തവിധം സ്വന്തം ലിംഗത്തിൽ പിടിക്കുകയോ മുറിവേൽപ്പിക്കുകയോ ചെയ്യുക, ബലം പ്രയോഗിച്ച് മറ്റുള്ളവരുടെ ലിംഗത്തിൽ പിടിക്കുവാൻ ശ്രമിക്കുക തുടങ്ങിയ പ്രവണതകൾ അവർ വെച്ചുപുലർത്തുന്നുവെങ്കിൽ അത് ഗൗരവതരമായി കാണേണ്ടതുണ്ട്. ലൈംഗിക ചൂഷണത്തിന് വിധേയമായിക്കൊണ്ടിരിക്കുന്ന കുട്ടികളിൽ ഇത്തരം സ്വഭാവരീതികൾ പ്രകടമാകുന്നതായിരിക്കും. ഇത് തീർച്ചയായും തുടരുന്ന ലൈംഗികചൂഷണത്തെയും അതിൽ മുതിർന്നവരുടെ പങ്കിനെയും സൂചിപ്പിക്കുന്നു.

രണ്ടാം ഘട്ടത്തിൽ (5-7) കുട്ടി സ്വന്തം ലിംഗത്തിൽ പിടിക്കുകയും സ്വയംഭോഗസമാനമായ പ്രവർത്തികൾ തുടരുകയും ചെയ്യുന്നതാണ്. ഇത് മുൻകാലങ്ങളിലേതിനെക്കാൾ പ്രകടമായിരിക്കും. എന്നാൽ കൂടുതലും സ്വകാര്യമായിട്ടായിരിക്കും ഇത് തുടരുക. ടിവികളിലെ പ്രേമവൈകാരിക ചുംബനരംഗങ്ങളിൽ കുട്ടി ആകർഷിക്കപ്പെടുന്നതാണ്. "ഞാൻ എന്റേത് കാണിക്കാം പകരം നീ നിന്റേത് കാണിക്കുക" തുടങ്ങിയ കളികളിൽ വ്യാപൃതരാകുക സ്വാഭാവികമാണ്. ഇത് ലൈംഗികപ്രചോദനത്തിന് വഴിവെയ്ക്കാറുണ്ട്. "ഞാൻ എവിടെനിന്ന് വന്നു......." തുടങ്ങിയ ചോദ്യങ്ങൾക്ക് ഉത്തരം നൽകാനാകാതെ മാതാപിതാക്കൾ കുഴങ്ങുന്നത് ഇക്കാലത്ത് സാധാരണമാണ്. എന്നാൽ മുതിർന്നവരുടേതിനു സമാനമായ രീതിയിലുള്ള ലൈംഗികബന്ധത്തിൽ ഏർപ്പെടുക, ലിംഗത്തിൽ ചുംബിക്കുക മറ്റുള്ളവരെ ഇത്തരം പ്രവൃത്തികൾക്കായി പ്രേരിപ്പിക്കുക തുടങ്ങിയ പ്രവണതകൾ മുൻപ് സൂചിപ്പിച്ചപോലെ അതീവ ഗൗരവമർഹിക്കുന്നവയാണ്. ഈ പ്രായക്കാർ ലൈംഗികചൂഷണത്തിന് വലിയ തോതിൽ വിധേയമാകുന്നുവെങ്കിലും അത് മാതാപിതാക്കളുടെ ശ്രദ്ധയിൽപ്പെടാതെ പോകുന്നുവെന്നതാണ് അനുഭവം.

മൂന്നാംഘട്ടത്തിൽ (7-12) സ്വയംഭോഗപ്രവർത്തനങ്ങൾ സ്വകാര്യമായി തുടരുമെങ്കിലും ഇതിനുള്ള പ്രവണത ഇടയ്ക്കിടെ നിന്നു

പോകുന്നതാണ്. നഗ്നചിത്രങ്ങളിലും സമാനമായ പ്രസിദ്ധീകരണങ്ങളിലും ദൃശ്യമാധ്യമരംഗങ്ങളിലും കുട്ടിയ്ക്ക് താൽപ്പര്യം ഏറും. ഈ കാലയളവിൽ സാധാരണയായി കുട്ടി പ്രായപൂർത്തിയാകുകയും ചെയ്യുന്നതായിരിക്കും. ആ പെൺകുട്ടികൾ ഈ കാലയളവിൽ ബാത്ത് റൂമുകളിൽ കൂടുതൽ സമയം ചിലവഴിക്കുന്നതായി മാതാപിതാക്കൾ പരാതിപ്പെടുന്നത് സാധാരണമാണ്. അവരുടെ ദൈനംദിനപ്രവർത്തനങ്ങൾ സാധാരണമായി പോകുന്നുവെങ്കിൽ ഇവിടെ വ്യാകുലപ്പെടേണ്ടതില്ല. പ്രേമബന്ധങ്ങളിലും ചിലർ ഈ കാലയളവിൽ അകപ്പെടുന്നതാണ്. ഈ കാലയളവിൽ തന്നെക്കാൾ ചെറിയ കുട്ടികളുമായി ലൈംഗിക പ്രവർത്തനങ്ങളിൽ ഏർപ്പെടുന്നത് അസാധാരണമാണ്. മുൻപ് സൂചിപ്പിച്ച പോലെയുള്ള പ്രവർത്തനങ്ങളിൽ ഏർപ്പെടുന്നവർ കുട്ടിക്കാലത്ത് ലൈംഗികചൂഷണത്തിന് വിധേയമായിട്ടുണ്ടാകും. അവരെ പ്രത്യേകമായ നിരീക്ഷണത്തിനും ഇടപെടലിനും വിധേയമാക്കേണ്ടതുണ്ട്.

നാലാം ഘട്ടത്തിൽ കുട്ടി കൗമാരക്കാരാകുകയും കൗമാരകാല വൈകാരികലൈംഗിക ചിന്തകൾക്കും പ്രവർത്തനങ്ങൾക്കും വിധേയരാകുകയും ചെയ്യുന്നു.

കൗമാരലൈംഗികതയെ രൂപപ്പെടുത്തുന്ന ഘടകങ്ങൾ

കൗമാരലൈംഗികതയെ രൂപപ്പെടുത്തുന്നതിൽ ഓരോ കുട്ടിയുടെയും ജനിതകവും ജനിതകേതരവുമായ ഘടകങ്ങൾ പ്രധാനപങ്ക് വഹിക്കുന്നുണ്ട്. കൗമാരക്കാരുടെ വൈകാരിക/ ലൈംഗികസവിശേഷതകളെ അവരുടെ പാരമ്പര്യസവിശേഷതകളുമായി വളരെ ലളിതമായി സാമൂഹിക സാഹചര്യത്തിൽത്തന്നെ ബന്ധപ്പെടുത്തിക്കാണാവുന്നതാണ്. ജനിതകേതരമായ ഘടകങ്ങളിൽ കുടുംബപശ്ചാത്തലം, സാമൂഹികസാഹചര്യം, സാമ്പത്തികശ്രേണി, സാംസ്കാരിക പശ്ചാത്തലം, മത-ജാതി-വംശീയ പ്രത്യേകതകൾ എന്നിവ വലിയ പ്രാധാന്യമർഹിക്കുന്നു. വർത്തമാനകാലത്തിൽ കൗമാരക്കാരുടെ ബഹുമുഖമായ കാഴ്ചപ്പാടുകളെ രൂപപ്പെടുത്തുകയും നിയന്ത്രിക്കുകയും ചെയ്യുന്നകാര്യത്തിൽ ദൃശ്യമാധ്യമങ്ങൾ നിർണ്ണായകമായ പങ്കാണ് വഹിക്കുന്നത്. വൈകാരിക ലൈംഗിക വിഷയങ്ങളിൽ ഇത് അങ്ങേയറ്റം ശരിയായി വരുന്നു. ഇത് മറ്റൊരു അദ്ധ്യായത്തിൽ വിശദമായി പരിശോധിക്കുന്നുണ്ട്.

കൗമാരലൈംഗികതയുടെ ബഹുമുഖതലങ്ങൾ

കൗമാരലൈംഗികതയ്ക്ക് വൈകാരികവും ജീവശാസ്ത്രപരവും നൈതികവും സാമൂഹികവുമായ ബഹുമുഖതലങ്ങളുണ്ട്. ഇവ പരസ്പരപൂരകമായി പ്രവർത്തിക്കുന്നു.

വൈകാരികതലം കൗമാരക്കാരുടെ പ്രത്യേകമായ അവസ്ഥാവിശേഷമാണ്. ഇത് ജീവശാസ്ത്രപരമായ തലവുമായി ബന്ധപ്പെട്ട് വികസിച്ച് വരുന്നു. കൗമാരക്കാർക്ക് പരസ്പരം ആകർഷണം തോന്നുന്ന സവിശേഷമായ സാഹചര്യമാണ് ആദ്യഘട്ടത്തിൽ ഉണ്ടാകുന്നത്. ഇതേ കാലയളവിൽത്തന്നെ അവർക്ക് സ്വയംഭോഗം പോലെയുള്ള പ്രവർത്തനങ്ങളിൽ താൽപ്പര്യമുണ്ടാകുകയോ അതിൽ വ്യാപൃതരാകുകയോ ചെയ്യുന്നതാണ് "കുടുംബാംഗങ്ങളുമായി ഒന്നിച്ചിരിക്കുമ്പോൾ എനിക്ക് ഉദ്ധാരണം ഉണ്ടാകുന്നു. ഇത് എന്റെ കുറ്റമാണോ? ഞാൻ എന്ത് ചെയ്യും?" ഇത്തരത്തിലുള്ള ചോദ്യങ്ങൾ ഈ വിഷയം സംബന്ധിച്ചുള്ള സെഷനുകളിൽ കൗമാരക്കാരൻ ചോദിക്കാറുണ്ട്. പാശ്ചാത്യസമൂഹത്തിൽ ഡേറ്റിങ് പോലെയുള്ള പ്രതിഭാസങ്ങൾ ശക്തമാണ്. എന്നാൽ നമ്മുടെ സംസ്കാരത്തിൽ കൗമാരക്കാർ ലൈംഗികബന്ധത്തിലേക്ക് പോകുന്നത് പ്രേമത്തിന്റെ തീവ്രമായ ഘട്ടത്തിലാണ്. അതേസമയം കൗമാരക്കാർ ലൈംഗികബന്ധത്തിൽ ഏർപ്പെടുന്ന പ്രവണത നമ്മുടെ സംസ്കാരത്തിലും ഏറിവരുന്നതായി ഇത് സംബന്ധിച്ച പഠനങ്ങൾ സൂചിപ്പിക്കുന്നുണ്ട്.

ലൈംഗികതയിൽ പ്രത്യേകമായ താൽപ്പര്യമുണ്ടാകുന്ന ആദ്യകാല കൗമാരഘട്ടത്തിൽ കൗമാരക്കാർക്ക് സ്വവർഗ്ഗരതിപോലെയുള്ള കാര്യങ്ങളിലും താൽപ്പര്യമുണ്ടാവുക സാധാരണമാണ്. എന്നാൽ അത് കൗമാരവളർച്ചയുടെ അടുത്തഘട്ടത്തിൽ സാധാരണയായി ഇല്ലാതാകും. വീണ്ടുമത് തുടർച്ചയായി നിലനിൽക്കുന്നത് അതിരുകവിഞ്ഞ ആശ്രയത്വമുള്ള ബന്ധങ്ങളിലായിരിക്കും (psychological dependency). ഇതിനുള്ള മാനസികമായ കാരണങ്ങൾ പ്രത്യേകമായി അന്വേഷിക്കേണ്ടതുണ്ട്. എന്നാൽ ദൃശ്യമാധ്യമങ്ങൾ സ്വവർഗ്ഗരതിപോലെയുള്ള വിഷയങ്ങളെ പുത്തൻ ആദർശാത്മക രതിസങ്കേതമായി വിലയിരുത്തുകയും ചർച്ച ചെയ്യുകയും ചെയ്യുന്ന ഉപരിപ്ലവമായ സമീപനം വച്ചു പുലർത്തുന്നുണ്ട്. കൗമാരലൈംഗികത രൂപപ്പെട്ടുവരുന്ന ആദ്യ നാളുകളിലെ ആകാംക്ഷയെ ഇത്തരം പരിപാടികൾ ദോഷകരമായി ബാധിക്കുമെന്ന് പറയേണ്ടതില്ല. ഇത് മുൻ അദ്ധ്യായത്തിൽ പരിശോധിച്ചിട്ടുള്ളത് ഓർക്കുക. മാനസികാരോഗ്യത്തിൽ മുൻപ് ഇത്തരം പ്രവർത്തനങ്ങളെ രതിവൈകൃതങ്ങളായാണ് കണ്ടിരുന്നതെങ്കിൽ ഇപ്പോൾ അവയെ രതിവ്യതിയാനങ്ങളായിട്ടാണ് വിലയിരുത്തുന്നത്. ഇവിടെ കാണേണ്ട വിഷയം സ്വവർഗ്ഗരതിസ്വഭാവം കൊണ്ടുനടക്കുന്നവരെ ബലം പ്രയോഗിച്ച് അതിൽനിന്ന് പിൻതിരിപ്പിക്കേണ്ടതില്ലെന്ന് മാത്രമാണ്. ഇത് അവരുടെ മാനസികനിലയേയും ദൈനംദിന ജീവിതത്തേയും താളം തെറ്റിച്ചേക്കാം. സ്വവർഗ്ഗരതിക്കാരുടെ പ്രത്യേക അവകാശങ്ങൾ അമേരിക്കയിൽ അംഗീകരിക്കുവാൻ നിർബന്ധിക്കപ്പെട്ടത് അടുത്തിടെയാണ്.

വൈകാരിക/ ലൈംഗികവിഷയങ്ങളെ സംബന്ധിച്ച് സ്വാഭാവികമായ അന്വേഷണത്വരയും താൽപ്പര്യവും ആകാംക്ഷയും വരും വരായ്കക

ളെപ്പറ്റി ചിന്തിക്കാതെയുള്ള എടുത്തുചാട്ടവും കൗമാരക്കാരുടെ സ്വഭാവ രീതിയാണ്. അതേസമയം തന്നെ അവർ അഭിമുഖീകരിക്കുന്ന പ്രത്യേക മായ മാനസിക/വൈകാരിക അവസ്ഥയും ലൈംഗിക വിഷയങ്ങളും കൂടുതൽ വൈകാരിക ആകർഷണീയവുമായി നിറംപിടിപ്പിച്ച്, അശാസ്ത്രീയമായി, പുറത്ത് കൈകാര്യം ചെയ്യപ്പെടുകയും ചെയ്യുന്നു. മാറിയ ആഗോളീകരണസാഹചര്യത്തിൽ വിദേശദേശീയ ദൃശ്യ മാധ്യമങ്ങൾ കുട്ടികളിലും കൗമാരക്കാരിലുമുണ്ടാക്കുന്ന വലിയ സ്വാധീനം അധികമാരും കാണാതെപോകുന്നു. ഈ ഘട്ടത്തിൽ ലൈംഗികതയെയും ജീവിതമൂല്യങ്ങളെയും സംബന്ധിക്കുന്ന വിഷയ ങ്ങൾ അവരിൽ ആശയപ്രതിസന്ധിയും സൃഷ്ടിക്കുന്നുണ്ട്. വികാരവും വിചാരവും തമ്മിലുള്ള ആന്തരികമായ യുദ്ധം അവരിൽ നടന്നുകൊണ്ടിരി ക്കുകയാണ്. പുറമേക്ക് ഇത് വ്യത്യസ്തമായിട്ടായിരിക്കും പ്രകടമാ കുന്നത്. ദൃശ്യമാധ്യമങ്ങളിൽ കേവലം ലോലമായ പ്രലോഭനത്തിന്റെ അംശങ്ങൾ നിറഞ്ഞുനിൽക്കുന്നു. ഇവയിൽ എത്രമാത്രം സ്വീകരിക്കാ മെന്ന നൈതികചിന്തകൾ അവരെ അലട്ടുന്നുണ്ട്. ഇത് ഇത്തരം വിഷയങ്ങളെ സംബന്ധിച്ചുള്ള അപൂർവ്വമായ ചർച്ചാക്ലാസുകളിൽ അവർ ഉന്നയിക്കുന്ന ചോദ്യങ്ങളിൽനിന്ന് മനസിലാക്കാം. കൗമാരക്കാരായ ഹയർ സെക്കണ്ടറി വിദ്യാർത്ഥിനികൾക്ക് വേണ്ടിയുള്ള പ്രത്യേക ചർച്ചാ ക്ലാസുകളിൽ ഉയർന്നു വരാറുള്ള ചില ചോദ്യങ്ങൾ ശ്രദ്ധിക്കുക: "പ്രേമിക്കുന്നതു തെറ്റാണോ?.... എന്താണ് ഡേറ്റിങ്?, എന്താണ് ഓറൽ സെക്സ്?, ബോയ്ഫ്രണ്ട്സ് പാടില്ലേ?,...." അവരുടെ ചോദ്യങ്ങൾക്ക് ചെവികൊടുക്കുന്നതിനും അവയെ ശാസ്ത്രീയമായി സമീപിക്കുന്നതിനും നമുക്ക് കഴിയേണ്ടതുണ്ട്. ഇത്തരം വിഷയങ്ങൾ ചർച്ച ചെയ്യുന്നു വെന്നാൽ അവയൊക്കെ അംഗീകരിച്ചുകൊടുക്കുന്നുവെന്നല്ല അർത്ഥം. മറിച്ച് അവരുടെ ആകാംക്ഷകളെ ഫലവത്തായി കൈകാര്യം ചെയ്യുക യാണ് വേണ്ടത്. ചുരുക്കത്തിൽ വസ്തുതകളെക്കുറിച്ച് ശരിയായ അറിവും ധാരണയും നൽകുവാൻ സമ്പ്രദായത്തിന് കഴിയുന്നില്ല. മറുവശത്ത്, കൗമാരക്കാരെ ആകർഷിക്കുന്നതിനും തെറ്റായ സ്വാധീന ങ്ങൾക്ക് വശംവദരാക്കുന്നതിനുമുള്ള ശ്രമം വളരെ ആസൂത്രിതമായി നടക്കുകയും ചെയ്യുന്നു. ഇത്തരമൊരു സാഹചര്യത്തിലാണ് കൗമാര ക്കാരെ പ്രത്യേകമായി അഭിമുഖീകരിക്കേണ്ടതിന്റെ പ്രാധാന്യം ഉയർന്നു വരുന്നത്. കൗമാരക്കാരിൽ വിമർശനബുദ്ധിയും സ്വയംപ്രതിരോധ ശേഷിയും രൂപപ്പെടുത്തിയെടുക്കുന്നതിനുള്ള ശ്രമങ്ങൾ ആരായേണ്ട തുണ്ട്.

വൈകാരിക/ലൈംഗികവിഷയങ്ങൾ പ്രത്യേക പ്രാധാന്യം അർഹി ക്കുന്നുവെങ്കിലും അവ ചർച്ചചെയ്യുമ്പോൾ കുട്ടിയുടെ വളർച്ചാഘട്ടസവി ശേഷതയോടൊപ്പം ഓരോ സമൂഹത്തിന്റെ ജാതി-മത-സംസ്കാര വംശീ യപ്രത്യേകതകളും സദാചാര/ജീവിതമൂല്യങ്ങളുംകൂടി കണക്കിലെടു ക്കേണ്ടതുണ്ട്. കുട്ടി ഉൾപ്പെടുന്ന സാമ്പത്തികസാമൂഹിക ശ്രേണിയും ഇവിടെ പരമപ്രധാനമാണ്.

കൗമാരലൈംഗികത സമഗ്രസമീപനവും പ്രവർത്തനപദ്ധതിയും

ശാരീരിക-മാനസിക-വൈകാരികവളർച്ചയുടെ ഭാഗമായി കൗമാരക്കാരിൽ വ്യക്തി കുടുംബ വിദ്യാഭ്യാസ വൈകാരിക ലൈംഗിക തലങ്ങളിലുണ്ടാകുന്ന പുത്തൻ പ്രതിസന്ധികളും വെല്ലുവിളികളും താൽപ്പര്യവും ആകാംക്ഷയും ശാസ്ത്രീയമായി അഭിമുഖീകരിക്കേണ്ടതുണ്ട്. കൗമാരക്കാരിൽ രൂപപ്പെടുന്ന സ്വാഭാവികമായ ലൈംഗികചിന്തയെ എങ്ങനെ അഭിമുഖീകരിക്കും? അവരുടെ ഇത്തരം ചോദ്യങ്ങളെ ശാസ്ത്രീയമായി എങ്ങനെ നേരിടും? ലൈംഗികതയുടെ സാംസ്കാരിക സദാചാരതലങ്ങൾ കൗമാരക്കാരിലേക്ക് എങ്ങനെ എത്തിക്കും? ഗർഭനിരോധന ഉറകളെക്കുറിച്ച് ചർച്ചചെയ്തതുകൊണ്ടുമാത്രം കൗമാരക്കാരുടെ ലൈംഗികചിന്തകൾക്കും പ്രശ്നങ്ങൾക്കും പരിഹാരം കാണുവാൻ സാധിക്കുമോ? കൗമാരക്കാരിൽ നിലനിൽക്കുന്ന സ്വയംഭോഗശീലത്തെക്കുറിച്ചും ശാസ്ത്രീയമായി വിശകലനം ചെയ്യേണ്ടതുണ്ട്. ഇതുമായി ബന്ധപ്പെട്ടു കൗമാരക്കാർക്കിടയിലും മാതാപിതാക്കൾക്കിടയിലും വിവിധങ്ങളായ അന്ധവിശ്വാസങ്ങളും ഭീതിയും നിലനിൽക്കുന്നു. സ്വയംഭോഗം ഒരിക്കലും കുട്ടിയുടെ ബുദ്ധിശക്തിയെയോ ആരോഗ്യത്തെയോ ബാധിക്കുകയില്ല. കൗമാരക്കാർക്ക് സമീകൃതാഹാരം ആവശ്യമായ അളവിൽ ഉറപ്പുവരുത്തേണ്ടതുണ്ട്.

ചില പ്രവർത്തനനിർദ്ദേശങ്ങൾ

✧ കൗമാരക്കാരൻ/കൗമാരക്കാരി അഭിമുഖീകരിക്കുന്ന ബഹുമുഖമായ പ്രശ്നങ്ങളെ നേരിടുന്നതിന് സഹായകരമായ കുടുംബ-സാമൂഹിക അന്തരീക്ഷം സൃഷ്ടിക്കുന്നതിനുള്ള കൂട്ടായ ശ്രമങ്ങൾ ആദ്യമായി ഉണ്ടാകേണ്ടതുണ്ട്. കൗമാരക്കാരുടെ പ്രത്യേകമായ വിഷയങ്ങൾ ലളിതവും സ്വീകാര്യവുമായ രീതിയിൽ കുടുംബസാഹചര്യത്തിൽ അവതരിപ്പിക്കുന്നതിനും ശാസ്ത്രീയമായി വിശകലനം ചെയ്യുന്നതിനും ഏറ്റവും ഉചിതമായ മാർഗ്ഗം അവ കഥയുടെ രൂപത്തിൽ അവതരിപ്പിക്കുകയെന്നതാണ്. കൗമാരക്കാർ സ്വാഭാവികമായും കഥയിലെ പ്രധാന കഥാപാത്രവുമായി താദാത്മ്യം പ്രാപിക്കുന്നതാണ്. അതുകൊണ്ട് കഥയിലെ പ്രത്യേക സാഹചര്യത്തിൽപ്പെട്ടാൽ താൻ എന്തു ചെയ്യുമെന്നായിരിക്കും കൗമാരക്കാരൻ/കൗമാരക്കാരി പറയുക. ഇതു വഴി അവരുടെ മാനസികാവസ്ഥയെ വിശകലനം ചെയ്യുന്നതിനും തിരുത്തുന്നതിനും കഴിയുന്നതാണ്. തീർച്ചയായും മാതാപിതാക്കൾക്ക് ഇത്തരമൊരു രീതി അവലംബിക്കാവുന്നതാണ്. ഇവിടെ ഏറ്റവും വലിയ പ്രശ്നം മതാപിതാക്കൾക്ക് അവരുടെ കൗമാരക്കാരായ കുട്ടികളുടെ വിശ്വാസ്യത ആർജ്ജിക്കുവാൻ കഴിയുമോയെന്നതാണ്. എങ്കിൽ മാത്രമേ അവരുമായി ഇത്തരത്തിൽ സംവദിക്കുവാൻ കഴിയുകയുള്ളു.

✧ കൗമാരക്കാരുടെ സന്തതസഹചാരിയായ ഇന്റർനെറ്റ്, ടിവി തുടങ്ങിയ ദൃശ്യ മാധ്യമങ്ങളെക്കുറിച്ചും അവയുടെ ദു:സ്വാധീനത്തെ

ക്കുറിച്ചും മാതാപിതാക്കൾ അതീവദു:ഖിതരും ഉത്കണ്ഠാകുലരും ആണ്. ഇത്തരം മാധ്യമങ്ങളെ എങ്ങനെ ഫലപ്രദമായി ഉപയോഗിക്കാമെന്നതിനെക്കുറിച്ചും കൗമാരസദസ്സുകളിൽ ചർച്ച ചെയ്യേണ്ടതുണ്ട്. ദൃശ്യമാധ്യമങ്ങളെ വിമർശനബുദ്ധ്യാ സമീപിക്കുന്നതിനുള്ള ശേഷിയാണ് കൗമാരക്കാർക്ക് ഉണ്ടാകേണ്ടത്.

✧ കുട്ടികളിൽ പാഠ്യേതരപ്രവർത്തനങ്ങൾകൂടി വളർത്തി വികസിപ്പിച്ചുകൊണ്ട് വരുന്നത് കൗമാരകാലത്ത് ഏറെ പ്രയോജനം ചെയ്യുന്നതാണ്. ഇത്തരം പ്രവർത്തനങ്ങൾ കൗമാരകാലത്തെ അവരുടെ വർദ്ധിതമായ മാനസികോർജ്ജത്തെ ശരിയായ വിധത്തിൽ തിരിച്ചു വിടുന്നതിന് സഹായിക്കുന്നതാണ്.

✧ കൗമാരക്കാരിൽ പ്രതിസന്ധികളെ അഭിമുഖീകരിക്കുന്നതിന് ആവശ്യമായ ജീവിതനൈപുണികൾ വികസിപ്പിക്കുന്നതിനുള്ള ശ്രമവും ഇതിന്റെ ഭാഗമായി നടത്തുന്നുണ്ട്. ഇത് ജീവിതസാഹചര്യവുമായി ബന്ധപ്പെടുത്തി വേണം ആസൂത്രണം ചെയ്യേണ്ടത്. അവശ്യഘട്ടങ്ങളിൽ അനുയോജ്യരായവരിൽനിന്നും സഹായം തേടുക, തനിക്ക് ഇഷ്ടമില്ലാത്ത പ്രവൃത്തികളിൽ ഏർപ്പെടുന്നതിന് എത്രതന്നെ സ്വാധീനമുള്ളവർ നിർബന്ധിച്ചാലും അവരോട് വൈകാരികക്ഷമത നിലനിർത്തിക്കൊണ്ട് തന്നെ അർത്ഥശങ്കയ്ക്കിടയില്ലാത്തവിധം 'കഴിയില്ല' എന്ന് പറയുവാനുള്ള ശേഷി തുടങ്ങിയവ കൗമാരക്കാരിൽ വികസിപ്പിച്ചെടുക്കുന്നതിനുള്ള പരിശീലനപരിപാടികൾ സ്ക്കൂൾ തലത്തിൽ ആസൂത്രണം ചെയ്യേണ്ടതാണ്.

✧ ബഹുമുഖമായ കൗമാരപ്രശ്നങ്ങളെ സമഗ്രമായി കൈകാര്യം ചെയ്യുന്നതിനായി കൗമാരമാനസികാരോഗ്യപദ്ധതി നടപ്പിലാക്കുക. ഇതിനായി ഓരോ സ്കൂളിൽ നിന്നും തിരഞ്ഞെടുക്കപ്പെടുന്ന അദ്ധ്യാപകരെ ഈ വിഷയത്തിൽ പരിശീലിപ്പിക്കുക. അവർക്ക് പ്രാഥമികതല കൗൺസിലിങ്ങിലും പരിശീലനം നൽകുക. പരിശീലനം സിദ്ധിക്കുന്ന അദ്ധ്യാപകർ തങ്ങളുടെ സ്കൂളിലെ കുട്ടികൾക്ക് കൗമാര വിഷയത്തിൽ ക്ലാസ് എടുക്കും. കൂടാതെ പ്രത്യേകമായ പ്രശ്നങ്ങൾ അഭിമുഖീകരിക്കുന്ന വിദ്യാർഥികളെ കണ്ടെത്തുകയും അവർക്ക് പ്രാഥമിക കൗൺസിലിങ് അദ്ധ്യാപകർ നൽകുകയും ചെയ്യുന്നതാണ്. കൂടുതൽ പ്രശ്നമുള്ള കുട്ടികൾക്ക് ശിശുകൗമാരമാനസികാരോഗ്യ വിദഗ്ദ്ധരുടെ സേവനം ലഭ്യമാക്കുകയും വേണം. ഈ ഒരു ലക്ഷ്യം മുൻനിർത്തിയാണ് വിദ്യഭ്യാസവകുപ്പ് കൗമാര ആരോഗ്യവിദ്യാഭ്യാസ പദ്ധതി ആവിഷ്കരിച്ചിരിക്കുന്നത്.

✧ ശ്രമകരമായ ഈ ഉദ്യമത്തിന്റെ വിജയത്തിന് മാതാപിതാക്കൾ, അദ്ധ്യാപകർ, വിദ്യാഭ്യാസമാനസികാരോഗ്യവിദഗ്ദ്ധർ, സാമൂഹ്യ പ്രവർത്തകർ എന്നിങ്ങനെ സമൂഹത്തിലെ എല്ലാ വിഭാഗം ജനങ്ങളുടെയും യോജിച്ചുള്ള പ്രവർത്തനം ഇതിന് ആവശ്യമാണ്.

✧ കൗമാരമാനസികാരോഗ്യവിഷയങ്ങളും പ്രതിരോധമാർഗ്ഗങ്ങളും പ്രവർത്തനപരിപാടിയും കരിക്കുലത്തിൽ ഉൾപ്പെടുത്തുന്നതിനുള്ള ശ്രമങ്ങൾ ആത്യന്തികമായി ഉണ്ടാകേണ്ടതുണ്ട്.

ഇത്തരം വിഷയങ്ങൾ ആദ്യമായി അവതരിപ്പിക്കപ്പെടുമ്പോൾ സമൂഹത്തിൽ സംശയങ്ങളും ഉത്കണ്ഠകളും ഉയർന്നുവരിക സ്വാഭാവികമാണ്. പുതിയ പരിശീലനപദ്ധതി കൗമാരക്കാരിലും സമൂഹത്തിലും ലൈംഗികഅരാജകത്വം സൃഷ്ടിക്കുമോ? അത് നമ്മുടെസാംസ്കാരികവും സാമൂഹികവുമായ ജീവിതരീതികളിലും വിശ്വാസപ്രമാണങ്ങളിലും പ്രതിസന്ധി സൃഷ്ടിക്കുമോ? ഇത്തരം വ്യാകുലതകളുടെയും ചിന്തകളുടെയും സാംസ്കാരിക സാമൂഹിക പരിസരങ്ങൾ കാണാതിരുന്നുകൂടാ. തീർച്ചയായും സമൂഹത്തിന്റെ ഭീതി അകറ്റേണ്ടതുണ്ട്. അതുകൊണ്ട് മുൻപ് സൂചിപ്പിച്ചതുപോലെ ഇത്തരം വിഷയങ്ങൾ ചർച്ചചെയ്യുമ്പോൾ നമ്മുടെ സാംസ്കാരികസാഹചര്യവും മൂല്യബോധങ്ങളും കൂടി കണക്കിലെടുക്കേണ്ടതാണ്. ഇവിടെ പ്രധാനമായും രണ്ട് വിഷയങ്ങൾ ഒരേ സമയം പ്രാധാന്യമർഹിക്കുന്നു. ഒന്നാമതായി കൗമാരക്കാരുടെ വ്യക്തിത്വവികാസ/വളർച്ചാഘട്ടസവിശേഷതകളെക്കുറിച്ചും അവർ അഭിമുഖീകരിക്കുന്ന പ്രശ്നങ്ങളെക്കുറിച്ചുമുള്ള പൊതുസമൂഹത്തിന്റെ അജ്ഞത വലിയ പ്രതിസന്ധി സൃഷ്ടിക്കുന്നുണ്ട്. അതാത് കാലങ്ങളിൽ പുതിയ തലമുറയിലുണ്ടായിക്കൊണ്ടിരിക്കുന്ന മാറ്റങ്ങൾ നമ്മൾ സ്വയം ബോധ്യപ്പെടേണ്ടതുണ്ട്. രണ്ടാമതായി മാറിക്കൊണ്ടിരിക്കുന്ന കാലഘട്ടത്തിലും പുതിയ തലമുറ തനത് മൂല്യബോധങ്ങളിൽ മുറുകെപ്പിടിച്ചുകൊണ്ട് മുന്നോട്ടു പോകുമെന്ന് നമുക്ക് ഉറപ്പുവരുത്തേണ്ടതുണ്ട്. പുത്തൻ പ്രലോഭനങ്ങളെ അതിജീവിക്കുന്നതിനുവേണ്ടിയുള്ള സ്വയം പ്രതിരോധശേഷി ആർജ്ജിക്കുന്നതിന് കൗമാരക്കാരെ സഹായിക്കുകയാണു വേണ്ടത്.

9

ശിശുകൗമാര മാനസിക രോഗാതുരത എങ്ങനെ പ്രതിരോധിക്കാം?

കുട്ടികളിലും കൗമാരക്കാരിലും മാനസികാരോഗ്യപ്രശ്നങ്ങളോ മാനസികരോഗങ്ങളോ ഉണ്ടാകുന്നതിനു മുൻപ് അവയെ പ്രതിരോധിക്കാൻ കഴിയുമോ? മാനസികാരോഗ്യപ്രശ്നങ്ങൾ ഏതവസ്ഥയിലാണ് മാനസികരോഗങ്ങളായി മാറുന്നത്? എപ്പോഴാണ് ഇടപെടേണ്ടത്? എങ്കിൽ എന്താണ് ശാസ്ത്രീയ മാർഗ്ഗം? ഏതളവുവരെ പ്രതിരോധിക്കാം? ഇതിൽ ആരൊക്കെയാണ് മുഖ്യപങ്ക് വഹിക്കേണ്ടത്? മാതാപിതാക്കൾ, അധ്യാപകർ, ശിശുമാനസികാരോഗ്യവിദഗ്ദ്ധർ തുടങ്ങി സാമൂഹ്യചിന്തകരിൽവരെ താൽപ്പര്യമുണർത്തുന്ന ഒരു വിഷയമാണിത്. ശാസ്ത്രീയമായ ഒരു അന്വേഷണമാണ് ഇവിടെ നടത്തുന്നത്.

മാനസികരോഗസംരക്ഷണഘടകങ്ങളും സാധ്യതാഘടകങ്ങളും

കഴിഞ്ഞ നാൽപതുവർഷത്തിലേറെയായി ശിശു-കൗമാരമാനസിക വികാസരംഗത്ത് ഗൗരവമായ ഗവേഷണങ്ങൾ നടന്നുവരുന്നു. ശാസ്ത്രീയമായ നിരീക്ഷണ-പഠനങ്ങളുടെ ഫലമായി ശിശുവികാസപ്രക്രിയയിൽ നിർണായകമായിവരുന്ന ഘടകങ്ങളെയും അവയുടെ സ്വാധീനത്തെയും കുറിച്ചുള്ള അന്വേഷണത്തിൽ ശിശുവികാസമന:ശാസ്ത്രത്തിന് ഏറെ മുന്നോട്ടു പോകുവാനായിട്ടുണ്ട്. ഓരോ കുട്ടിയും വളർന്നുവരുന്ന ജീവിതസാഹചര്യത്തിൽ സംരക്ഷണഘടകങ്ങളും രോഗസാധ്യതാഘടകങ്ങളും അടങ്ങിയിട്ടുണ്ട്.

സംരക്ഷണഘടകങ്ങൾ ഒരുകുട്ടിയുടെ വളർച്ചാസാഹചര്യത്തിൽ ശരിയായ ശാരീരിക-മാനസിക വികാസത്തിന് സഹായകരമായി വർത്തിക്കുന്നു. സംരക്ഷണഘടകങ്ങളിൽ പ്രധാനം സുരക്ഷിതമായ കുടും

ബസാഹചര്യവും ന്യായമായ ജീവിതസാഹചര്യവുമാണ്. ശാസ്ത്രീയമായ ശിശുപരിപാലനരീതി ഇവിടെ പ്രധാനമാണ്. ശരിയായ ശിക്ഷണത്തിൽ വളരുന്ന കുട്ടികൾ ആരോഗ്യപരവും തൃപ്തികരവും പ്രവർത്തനക്ഷമവുമായ ജീവിതത്തിന് ആവശ്യമായ ജീവിതനൈപുണികൾ ശരിയായി ആർജിക്കുന്നതായി ഇത്തരം നിരീക്ഷണപഠനങ്ങൾ തെളിയിച്ചിട്ടുണ്ട്.

രോഗസാധ്യതാഘടകങ്ങൾ ഒരു കുട്ടിയുടെ വളർച്ചാസാഹചര്യത്തിൽ ശരിയായ ശാരീരിക-മാനസിക വികാസത്തിന് പ്രതിലോമകരമായി വർത്തിക്കുന്നു. രോഗസാധ്യതാഘടകങ്ങളെക്കുറിച്ച് മറ്റൊരു അധ്യായത്തിൽ പ്രതിപാദിച്ചിട്ടുണ്ട്. ജനിതകമായ ഘടകങ്ങൾ, ശിഥിലമായ കുടുംബാന്തരീക്ഷം, സാമ്പത്തിക/സാമൂഹികപ്രശ്നങ്ങൾ എന്നിവയാണ് ഇവിടെ പ്രധാനം. കുട്ടികളുടെ വൈകാരികവും വളർച്ചാഘട്ടസവിശേഷവും സ്വാഭാവികവുമായ ആവശ്യങ്ങൾ ശരിയായ രീതിയിൽ സാധിച്ചു കൊടുക്കുന്നതിന് നമ്മുടെ സമ്പ്രദായത്തിന് കഴിയുന്നില്ല. ഇത് അവരിൽ വലിയ പ്രതിസന്ധിയും മാനസികസംഘർഷവും സൃഷ്ടിക്കുന്നുണ്ട്. ഇത്തരം പ്രശ്നങ്ങളുടെ പ്രകടനരീതിയും തീവ്രതയും കുട്ടിയുടെ വളർച്ചാഘട്ടസവിശേഷതയുമായി ബന്ധപ്പെട്ടിരിക്കുന്നു.

ചുരുക്കത്തിൽ ഒരോ കുട്ടിയുടെയും ജീവിതസാഹചര്യത്തിൽ നിലനിൽക്കുന്ന ഇത്തരം വിപരീതഘടകങ്ങളുടെ പരസ്പരപ്രവർത്തനഫലമായി ഒരു കുട്ടിയിൽ പ്രവർത്തനക്ഷമതയും മറ്റൊരു കുട്ടിയിൽ മാനസികരോഗവും ഉണ്ടാകുന്നു. ഇത് എങ്ങനെ സംഭവിക്കുന്നു? ഇതിനുള്ള ഉത്തരം കണ്ടെത്തുന്നത് വളരെ ശ്രമകരമായ പ്രക്രിയയാണ്. ഒരു രോഗസാധ്യതാഘടകത്തെ മറ്റൊരു സംരക്ഷണഘടകംകൊണ്ട് പ്രതിരോധിക്കുവാൻ കഴിയുകയില്ല. ഓരോ കുട്ടിയുടെയും ജീവിതസാഹചര്യത്തിൽ സംരക്ഷണഘടകങ്ങളുടെ സാന്നിധ്യം വർധിപ്പിച്ചുകൊണ്ടും രോഗസാധ്യതാഘടകങ്ങളുടെ സാന്നിധ്യം ലഘൂകരിച്ചുകൊണ്ടും രോഗപ്രതിരോധപ്രവർത്തനങ്ങളിൽ മുന്നോട്ടുപോകുവാനുള്ള പഠന-നിരീക്ഷണശ്രമങ്ങളാണ് മേഖലയിൽ നടക്കുന്നത്. ശിശുമാനസികരോഗാതുരത സൃഷ്ടിക്കുകയും വർധിപ്പിക്കുകയും ചെയ്യുന്ന രോഗസാധ്യതാഘടകങ്ങളുടെ സ്വാധീനം കുറച്ചുകൊണ്ടുവന്ന് പൊതുവിൽ മാനസികരോഗാതുരതയുടെ വ്യാപനം തടയുന്നതിനും തീവ്രത കുറച്ചുകൊണ്ടുവരുന്നതിനുമുള്ള ശാസ്ത്രീയപഠനങ്ങളുടെ ഫലങ്ങൾ ആശാവഹമാണ്.

ഇത്തരം പ്രവർത്തനങ്ങൾ പ്രധാനമായും ശ്രദ്ധ കേന്ദ്രീകരിക്കുന്നത് ഗർഭകാലം, ശൈശവം, ബാല്യം, കൗമാരം എന്നിങ്ങനെ തുടർച്ചയായുള്ള വളർച്ചാഘട്ടങ്ങളിലാണ്. മറിച്ച് മുതിർന്നവരിൽ ഇത്തരം രോഗപ്രതിരോധപ്രവർത്തനങ്ങൾ വലിയ പ്രയോജനം ചെയ്യുകയില്ലെന്ന് പഠനങ്ങൾ സൂചിപ്പിക്കുന്നു.

ശിശുമാനസികരോഗപ്രതിരോധരീതികൾ

ജെറാൾഡ് കപ്ളാൻ തന്റെ *പ്രിൻസിപ്പിൾസ് ഓഫ് പ്രിവന്റീവ് സൈക്യാട്രി* (1964) എന്ന ഗ്രന്ഥത്തിലൂടെയാണ് മാനസികരോഗപ്രതിരോധത്തെക്കുറിച്ചുള്ള പ്രാഥമികചിന്തകൾ ആദ്യമായി മുന്നോട്ടു വെച്ചത്. മാനസികാരോഗ്യവിദഗ്ദ്ധരിൽ പ്രാഥമികമായ മാനസികരോഗപ്രതിരോധ പ്രവർത്തനങ്ങളുടെ ആശയങ്ങൾ എത്തിച്ചുകൊണ്ട് ഈ രംഗത്ത് മുന്നോട്ടുപോകുവാനാകുമെന്ന് അദ്ദേഹം അഭിപ്രായപ്പെടുന്നു.

കുട്ടിക്കാലം ശാരീരികമായും മാനസികമായും സാമൂഹികമായും പ്രാധാന്യമർഹിക്കുന്ന പ്രത്യേകഘട്ടമാണ്. സാധാരണയായി ചെറുപ്പക്കാരിൽ ഉണ്ടാകുന്ന മാനസികരോഗങ്ങളുടെ വിത്തിടീൽ നടക്കുന്നത് കുട്ടിക്കാലത്തോ കൗമാരകാലത്തോ ആണെന്നു കാണാം. അതായത് ഒരു പ്രശ്നം പെട്ടെന്ന് ഉണ്ടാകുന്നതല്ലെന്ന് സാരം. അതുകൊണ്ട് മാനസികാരോഗ്യപ്രശ്നങ്ങളും രോഗങ്ങളും സ്ഥായീസ്വഭാവമാർജ്ജിക്കുന്നതിനും സങ്കീർണമാകുന്നതിനും അതുവഴി ജീവിതചര്യയെയും പഠനത്തെയും ബാധിക്കുന്നതിനു മുൻപ് അവയെ കണ്ടെത്തി ആദ്യമേ തന്നെ ഇടപെടുന്ന സമീപനം വളർത്തിയെടുക്കേണ്ടതുണ്ട്. ഇതിനുവേണ്ടി കുട്ടികളെയും കൗമാരക്കാരെയും സൂക്ഷ്മവും നിരന്തരവുമായ നിരീക്ഷണത്തിനു വിധേയമാക്കേണ്ടതുണ്ട്. ശിശു - മാനസികരോഗാതുരത കുറച്ചുകൊണ്ടുവരുന്നതിനും രോഗപ്രതിരോധം വളർത്തിയെടുക്കുന്നതിനും പ്രധാനമായി രോഗസാധ്യതാഘടകങ്ങളുടെ നിയന്ത്രണം, രോഗാരംഭത്തെ പ്രതിരോധിക്കുക, രോഗം വന്നുകഴിഞ്ഞാൽ കഴിവതും വേഗം ഇടപെടുക എന്നിങ്ങനെയുള്ള മാർഗങ്ങളാണ് ശാസ്ത്രീയമായി മുന്നോട്ടു വയ്ക്കപ്പെട്ടിട്ടുള്ളത്. ഇത് അത്യന്തം ശ്രമകരമായ ഒരു ജോലിയാണ്. എന്നാൽ ശിശു-കൗമാര മാനസികാരോഗ്യവിദഗ്ദ്ധർക്ക് ഈ വിഷയത്തിൽ വലിയ പങ്ക് വഹിക്കുവാനാകും. ശിശു-കൗമാര മാനസികാരോഗ്യവിദഗ്ദ്ധർ നിരന്തരമായി കുട്ടികളെയും അവരുടെ രക്ഷിതാക്കളെയും കണ്ടുകൊണ്ടിരിക്കുന്നതിന്റെ ഭാഗമായി വലിയ അനുഭവം ആർജ്ജിക്കുന്നുണ്ട്. മാത്രവുമല്ല, മാനസികരോഗമുള്ള മാതാപിതാക്കളെ ചികിത്സിക്കുന്നതുവഴി അവരുടെ കുട്ടികളുമായി ചങ്ങാത്തം സ്ഥാപിക്കുന്നതിനും മാനസികാരോഗ്യവിദഗ്ദ്ധർക്ക് കഴിയുന്നു. ശിശു-കൗമാരമാനസികാരോഗ്യവിദഗ്ദ്ധർ ആർജ്ജിക്കുന്ന ഇത്തരം അനുഭവങ്ങൾ രോഗപ്രതിരോധരംഗത്ത് മുതൽക്കൂട്ടാകുന്നതാണ്. ശിശു-കൗമാര മാനസികരോഗപ്രതിരോധ രംഗത്ത് നടക്കുന്ന ശാസ്ത്രീയപഠനങ്ങൾ ബൗദ്ധികമന:ശാസ്ത്രരംഗത്തും സാമൂഹികമന:ശാസ്ത്രരംഗത്തും നടക്കുന്ന സമാനപഠനങ്ങളുമായി ബന്ധപ്പെട്ടിരിക്കുന്നു. അതുകൊണ്ട് ഇത്തരം അക്കാദമിക സമൂഹങ്ങളും ശിശു - കൗമാര മാനസികാരോഗ്യവിദഗ്ദ്ധരും നിരന്തരമായി പരസ്പരബന്ധം പുലർത്തുന്നത് മേഖലയുടെ ഉന്നമനത്തിന് വളരെ സഹായകരമാണ്.

രോഗചികിത്സയോടൊപ്പം രോഗപ്രതിരോധ ഇടപെടൽകൂടി നടത്തുവാൻ കഴിയുന്ന ചില സാഹചര്യങ്ങൾ പരിശോധിക്കാം.

വിഷാദരോഗമുള്ള ഒരു അമ്മയെ ചികിത്സിക്കുന്നുവെന്നിരിക്കട്ടെ അമ്മയുടെ നാലു വയസായ കുട്ടിയെക്കൂടി ശ്രദ്ധിക്കുക. കുട്ടി ഒരേ സമയം അമ്മയോട് ആശ്രയത്വവും സംരക്ഷണസ്വഭാവവും വച്ചുപുലർത്തുന്നുണ്ടാകും. ഇതിന്റെ ഭാഗമായി കുട്ടി ഉൽക്കണ്ഠ അനുഭവിക്കുന്നുണ്ടാകും. കുട്ടിയുടെ ഈ മാനസികാവസ്ഥയെ തുടക്കത്തിൽ ത്തന്നെ തിരിച്ചറിഞ്ഞ് ഇടപെടുവാൻ കഴിയേണ്ടതുണ്ട്. ഇവിടെ കുട്ടിയുടെ ഉൽക്കണ്ഠയും അതിന്റെ കാരണങ്ങളും തിരിച്ചറിയുന്നതിന് അമ്മയെ സഹായിക്കണം. അതുവഴി കുട്ടിയുടെ ഉൽക്കണ്ഠയെ ശരിയായി സമീപിക്കുന്നതിനുള്ള കഴിവ് അമ്മയ്ക്ക് ലഭിക്കും. ഇത്തരത്തിൽ ഇടപെടുകവഴി അമ്മയുടെയും കുട്ടിയുടെയും അവസ്ഥയിൽ പുരോഗതിയുണ്ടാക്കുന്നതിനും കുട്ടിക്ക് കൂടുതൽ പ്രതിരോധശേഷി (പ്രശ്നപരിഹാര ശേഷി) ഉണ്ടാക്കുന്നതിനും കഴിയുന്നു.

മറ്റൊരു സാഹചര്യം പരിശോധിക്കാം. കുടുംബത്തിലെ ഒരംഗത്തിന് ഉന്മാദരോഗത്തിന് ചികിത്സ നടക്കുന്നുവെന്നിരിക്കട്ടെ. ഉന്മാദരോഗത്തിന് പാരമ്പര്യം ഒരു സാധ്യതാഘടകമാണ്. കൗമാരകാലത്തിൽ ഇത് തുടങ്ങുവാൻ സാധ്യതയുണ്ട്. എന്നാൽ കൗമാരകാലത്തിലുണ്ടാകുന്ന ഉന്മാദാവസ്ഥയുടെ സൂചനകൾ കൗമാരക്കാർക്ക് സ്വയം ബോധ്യപ്പെടുകയില്ല. ഇത്തരം സാധ്യതകൾ കുടുംബസാഹചര്യത്തിൽ മറ്റുപ്രശ്നങ്ങളുണ്ടാക്കാതെ സൂക്ഷ്മമായി നിരീക്ഷിച്ച് മനസിലാക്കുന്നതിന് കുടുംബത്തിലെ ഒരംഗത്തെ ചുമതലപ്പെടുത്താവുന്നതാണ്. ഇതിന്റെ അടിസ്ഥാനത്തിൽ കൗമാരക്കാരന് നേരത്തേകൂട്ടി സേവനങ്ങൾ എത്തിച്ചു കൊടുക്കുന്നതിനും അവസ്ഥ പൂർണരോഗമാകാതെയും തീവ്രമായ മറ്റ് പ്രതിസന്ധികൾ ഉണ്ടാകാതെയും ശ്രദ്ധിക്കുന്നതിനും കഴിയുന്നതാണ്. കൂടാതെ കുടുംബത്തിലെ മറ്റംഗങ്ങളുമായി രോഗാവസ്ഥയുടെ സമയത്ത് ഉൽക്കണ്ഠയും വിഷമവുമില്ലാതെ ബുദ്ധിപരമായി ഇടപെടുന്നതിനുള്ള ശേഷി വർധിപ്പിക്കുന്നതിനും ഇതുവഴി കഴിയുന്നു.

ഇത്തരത്തിൽ പ്രയോഗിക്കുന്ന രോഗപ്രതിരോധരീതികളെ കുട്ടിയുടെ അവസ്ഥയനുസരിച്ച് രോഗപ്രവണതാപ്രതിരോധം, രോഗസാധ്യതാ പ്രതിരോധം, പൊതുസമീപനങ്ങൾ എന്നിങ്ങനെ മൂന്നായി തിരിക്കാം.

രോഗപ്രവണതാപ്രതിരോധം

പൂർണമായ രോഗാവസ്ഥയെത്തുന്നതിനുമുൻപ് രോഗസൂചനകൾ തിരിച്ചറിഞ്ഞ് മുൻകൂറായി ഇടപെടുന്ന രീതിയാണ് രോഗപ്രവണതാ പ്രതിരോധം. രോഗസൂചനകൾ പൂർണമായ രോഗാവസ്ഥയെത്തുന്നതിന് വർഷങ്ങൾക്കുമുൻപേ പ്രത്യക്ഷപ്പെടുന്നതാണ്. എന്നാൽ നിർവചനപരമായി കുട്ടിയിൽ രോഗമുണ്ടായിരിക്കുകയില്ല. പാരമ്പര്യസാധ്യതാ

സാഹചര്യമുള്ള കുട്ടികളെ ഇക്കൂട്ടത്തിൽപ്പെടുത്താവുന്നതാണ്. ഇത്തരം സമീപനം കൗമാരകാലത്ത് വലിയ പ്രയോജനമാണുണ്ടാക്കുക. ഒരാൾക്ക് രോഗാവസ്ഥ തുടങ്ങുന്നതും ആവർത്തിക്കുന്നതും കുടുംബ ത്തിലെ മറ്റംഗങ്ങളുടെ പെരുമാറ്റവുമായി ബന്ധപ്പെട്ടിരിക്കുന്നതു കാണാം. രോഗപ്രവണതാപ്രതിരോധത്തിൽ കുടുംബത്തിലെ മറ്റംഗങ്ങളുടെ വൈകാരികമായ പ്രശ്നങ്ങൾകൂടി കണക്കിലെടുത്ത് ആവശ്യമായ തിരു ത്തലുകൾ കൊണ്ടുവരുന്നതിനും അംഗങ്ങൾ തമ്മിലുള്ള തെറ്റായ സംവേദനശൈലിയിൽ മാറ്റമുണ്ടാക്കുന്നതിനും കുടുംബചികിത്സ (family therapy)വഴി കഴിയുന്നു. എന്നാൽ ഇത്തരത്തിലുള്ള കുട്ടികൾ കുടുംബ-സാമൂഹിക സാഹചര്യത്തിൽ മാനസികരോഗികളായി മുദ്രകുത്ത പ്പെടുന്നതിനുള്ള സാധ്യതയുണ്ട്. ഇത് ഗുണത്തേക്കാളേറെ ദോഷം ചെയ്യുമെന്നും കാണേണ്ടതുണ്ട്. കുട്ടികളിലെ സ്വഭാവവൈകൃതങ്ങൾ, വിഷാദാവസ്ഥ, ഉന്മാദാവസ്ഥ, സ്കീസോഫ്രീനിയ തുടങ്ങിയ സാഹച ര്യങ്ങളിൽ രോഗപ്രവണതാപ്രതിരോധത്തിന് വലിയ സാധ്യതയുണ്ട്.

കുട്ടികളിലും കൗമാരക്കാരിലുമാണ് സ്വഭാവവൈകൃതലക്ഷണങ്ങൾ തുടങ്ങുന്നത്. കുറേയധികം കുട്ടികളിൽ ഒരിടത്തും അടങ്ങിയൊതുങ്ങി യിരിക്കാത്ത (ADHD) അവസ്ഥയുണ്ടായിരുന്നതായി അവരുടെ ബാല്യ കാലചരിത്രം പരിശോധിച്ചാൽ മനസിലാക്കാവുന്നതാണ്. സ്വഭാവ വൈകൃതങ്ങളുടെ മുന്നോട്ടുള്ള പോക്കും ആശാവഹമല്ല. ഏകദേശം പകുതിയോളം കുട്ടികൾ വളർന്നു വലുതാകുമ്പോൾ അവരിൽ വ്യക്തി ത്വവൈകൃതമോ വിഷാദരോഗമോ മദ്യപാനം മയക്കുമരുന്നുപയോഗം തുടങ്ങിയവയോ ഉണ്ടാകുന്നതായി പഠനങ്ങൾ സൂചിപ്പിക്കുന്നു. ഇതിൽ കുറച്ചുപേർ സാമൂഹികഛിദ്രശക്തികൾക്ക് മുതൽക്കൂട്ടാകും. നിയമവ്യവ സ്ഥയുമായി ഇടയുന്നതും ഇത്തരക്കാരാണ്. കുട്ടികളിലെ ഇത്തരം പ്രവണതകൾ അവരുടെ കുടുംബസാഹചര്യവും കുടുംബത്തിലെ വൈകാരിക അന്തരീക്ഷവുമായി അഭേദ്യമായി ബന്ധപ്പെട്ടിരിക്കുന്നു. കുടുംബത്തിലെ അംഗങ്ങളുടെ പരസ്പരമുള്ളപെരുമാറ്റം പ്രശ്നങ്ങൾ സൃഷ്ടിക്കുന്നതിനും സങ്കീർണമാക്കുന്നതിനും ഇടയാക്കുന്നതാണ്. സ്വഭാവവൈകൃതങ്ങളും അവയുമായി ബന്ധപ്പെട്ട പ്രശ്നങ്ങളുമാണ് ഒരു ശിശു-കൗമാരമാനസികാരോഗ്യവിദഗ്ദ്ധന്റെ മുന്നിലുള്ള കീറാമുട്ടി. ഇവിടെ സ്വഭാവവൈകൃതസൂചനകൾ മുൻകൂട്ടി കണ്ടെത്തുന്നതുവഴി കുട്ടിക്കും മാതാപിതാക്കൾക്കും ആവശ്യമെങ്കിൽ അദ്ധ്യാപകർക്കും പ്രത്യേകം പ്രത്യേകമായ മന:ശാസ്ത്രസമീപനങ്ങൾ കണ്ടെത്തുന്നതിന് കഴിയും. കുട്ടിക്ക് തന്റെ സ്വഭാവത്തേയും അത് മറ്റുള്ളവരിലുണ്ടാക്കുന്ന പ്രതികരണത്തേയും സ്വയം നിരീക്ഷിക്കുന്നതിനുള്ള ശേഷി വർധിപ്പി ക്കുന്നതിന് ബിഹേവിയർ തെറാപ്പി വലിയപ്രയോജനം ചെയ്യുന്നതാണ്. ഇത് കുട്ടിക്ക് തന്റെ അതിവൈകാരികവും ആക്രമണ പ്രവണതയുമുള്ള സ്വഭാവരീതികളെ നിയന്ത്രിക്കുന്നതിന് സഹായകരമായിത്തീരും. അതേ പോലെ കുടുംബത്തിലെ മാതാപിതാക്കൾക്കും മറ്റംഗങ്ങൾക്കും ഇത്തര

മൊരു കുട്ടിയോട് പെരുമാറുന്നതിനുള്ള പൊതുസമീപനം ചർച്ച ചെയ്ത് ബോധ്യപ്പെടുത്തുന്നതിന് ഫാമിലി തെറാപ്പി (parent management training, functional family therapy) വഴി കഴിയുന്നതാണ്. ചുരുക്കത്തിൽ രോഗപ്രവണതാപ്രതിരോധചികിത്സയ്ക്ക് സ്വഭാവവൈകൃതങ്ങളുടെ കാര്യത്തിൽ വലിയ സംഭാവന നൽകുവാൻ കഴിയുന്നതാണ്.

കൗമാരക്കാരിലെ വിഷാദാവസ്ഥ (sub-clinical depression) മുൻകൂട്ടി കണ്ടെത്തി മുമ്പ് സൂചിപ്പിച്ചരീതിയിൽ ഇടപെട്ട് വലിയ തോതിൽ വിഷാദരോഗത്തിന്റെ പ്രശ്നങ്ങളും സങ്കീർണതകളും ഒഴിവാക്കുന്നതിനും കാലേകൂട്ടി ആവശ്യമായ സാഹചര്യത്തിൽ ചികിത്സ ആരംഭിക്കുന്നതിനും കഴിയുന്നതാണ്. ഇത്തരം കുട്ടികളിൽ കാണുന്ന വികലമായ, ആത്മവിശ്വാസമില്ലാത്ത, സ്ഥായിയായ ചിന്താരീതിയാണ് വിഷാദാവസ്ഥയുടെ അടിസ്ഥാനകാരണം. കുട്ടികളിലും കൗമാരക്കാരിലും ആത്മഹത്യാപ്രവണതയും വർധിച്ചുവരുന്നു. ഇതിന്റെ കാരണം മറ്റൊന്നല്ല. ഇവിടെ മരുന്നുചികിത്സയേക്കാൾ ബുദ്ധിപരമായ സമീപനവും ശരിയായ ചിന്താരീതിയുമാണ് കൗമാരക്കാരന് ആവശ്യമായി വരുന്നത്. രോഗപ്രതിരോധചികിത്സയുടെ ഭാഗമായി നൽകുന്ന സൈക്കോതെറാപ്പി (cognitive behaviour therapy) വഴി കുട്ടിക്ക് ഇത് ഒരളവുവരെ ആർജിക്കാൻ കഴിയുന്നതാണ്. ഒൻപത്, പത്ത് ക്ലാസിലെ കുട്ടികളിൽ ഇത്തരം നിരീക്ഷണപഠനങ്ങൾ നടത്തിയിട്ടുണ്ട്. ഇതിന്റെ അടിസ്ഥാനത്തിൽ രോഗപ്രവണതാ പ്രതിരോധ ഇടപെടലുകൾ സ്കൂൾ/ കോളേജ്/ സാമൂഹികതലത്തിൽ സംഘടിപ്പിക്കാവുന്നതാണ്. കൗമാരക്കാരിൽ വർധിച്ചുവരുന്ന ആത്മഹത്യാപ്രവണതയെ നേരിടുന്നതിന് പ്രത്യേകമായ രോഗപ്രവണതാപ്രതിരോധപദ്ധതി തദ്ദേശസ്വയം ഭരണസ്ഥാപനങ്ങൾക്ക് ആവിഷ്കരിക്കാവുന്നതാണ്.

രോഗസാധ്യതാപ്രതിരോധം

രോഗസാധ്യതാപ്രതിരോധരീതിയിൽ കുട്ടിക്ക് രോഗപ്രവണതകളുണ്ടാകില്ല. രോഗസൂചനകൾ ഉണ്ടായിരിക്കുകയില്ലെങ്കിലും കുട്ടിയുടെ കുടുംബ-സാമൂഹിക സാഹചര്യത്തിൽ നിരവധി രോഗസാധ്യതാ ഘടകങ്ങൾ ഉണ്ടായിരിക്കും. ഇത് ജനിതകമോ ജനിതകേതരമോ ആകാം. മാനസികരോഗചികിത്സയ്ക്ക് വിധേയമാകുന്ന മാതാപിതാക്കളുടെ കുട്ടികൾക്ക് ഇത്തരം സേവനം സഹായകരമാണ്. ഇവിടെ മുമ്പ് സൂചിപ്പിച്ചതുപോലെ ശിശു-മാനസികാരോഗ്യവിദഗ്ദ്ധർക്ക് വലിയ സംഭാവന നൽകുവാൻ കഴിയുന്നതാണ്. വലിയ തോതിൽ രോഗസാധ്യതാഘടകങ്ങളുടെ സാന്നിധ്യമുള്ള കുട്ടികളുടെയും കൗമാരക്കാരുടെയും പ്രത്യേക സമൂഹങ്ങളെ കണ്ടെത്തി അവരിൽ ഇത്തരത്തിൽ രോഗസാധ്യതാപ്രതിരോധം വളർത്തിയെടുക്കാവുന്നതാണ്. ഇവിടെ പ്രശ്നങ്ങളെ ശരിയായി വിശകലനം ചെയ്യുന്നതിനും സാഹചര്യത്തിനനുസൃതമായി ബുദ്ധിപരമായി തീരുമാനങ്ങളെടുത്ത് മുന്നോട്ടുപോകുന്നതിനുമുള്ള

ശേഷി (problem solving skill therapy) വർധിപ്പിക്കുന്നതിനാണ് മുൻഗണന നൽകുന്നത്. കൂടാതെ സമാനമനസ്കർ കൂടിയിരുന്ന് പ്രശ്നങ്ങൾ ചർച്ചചെയ്യുന്നത് പ്രയോജനകരമാണ്. ഉദാഹരണമായി ശിഥിലമായ കുടുംബാന്തരീക്ഷമുള്ളവർ, സ്വഭാവപ്രശ്നങ്ങളുള്ളവർ, പഠനപിന്നോക്കാവസ്ഥയുള്ളവർ, മദ്യപാനമയക്കുമരുന്നുപയോഗമുള്ളവർ, പ്രത്യേകമായ ചേരിനിവാസികൾ, അനാഥർ, പ്രത്യേകമായ ജാതിമതവംശീയ പ്രശ്നങ്ങളുള്ളവർ, പ്രകൃതിക്ഷോഭം, യുദ്ധം തുടങ്ങിയ സാഹചര്യങ്ങളുടെ ഫലമായി ദുരിതമനുഭവിക്കുന്നവർ, പലായനം ചെയ്യപ്പെട്ടവർ തുടങ്ങിയവർ. ഇത്തരം ചെറുസമൂഹങ്ങൾക്കും അവരുടെ മാതാപിതാക്കൾക്കും സംരക്ഷകർക്കും പ്രത്യേകം പ്രത്യേകമായി കൗൺസിലിങ്/സൈക്കോതെറാപ്പി നൽകുന്നതുവഴി അവരുടെ സ്വഭാവരീതിയിലും പൊതുസമീപനങ്ങളിലും ഗുണപരമായ മാറ്റമുണ്ടാകുന്നതായി സാമൂഹികതലത്തിൽ നടത്തിയ പഠനങ്ങൾ തെളിയിക്കുന്നു. ഇത്തരത്തിലുള്ള കുട്ടികളുടെ മാതാപിതാക്കളിൽ/ സംരക്ഷകരിൽ പ്രത്യേക കൗൺസിലിങ് സെഷനുകൾ ലഭിച്ചവരേയും ലഭിക്കാത്തവരേയും വെവ്വേറെ ഗ്രൂപ്പുകളായി തിരിച്ച് രണ്ടര വർഷത്തോളം നീണ്ടുനിന്ന നിരീക്ഷണ-പഠനങ്ങൾ നടത്തുകയുണ്ടായി. രണ്ടു ഗ്രൂപ്പുകളുടെയും കുട്ടികളുടെ സ്വഭാവത്തിലും മാനസിക രോഗാതുരതയിലും വലിയ അന്തരമാണുണ്ടായിരുന്നത്. പ്രത്യേക സെഷൻ ലഭിച്ച മാതാപിതാക്കളുടെ കുട്ടികൾ താരതമ്യേന മെച്ചമായി പ്രവർത്തിക്കുന്നതായി പഠനങ്ങൾ തെളിയിക്കുന്നു.

പൊതുസമീപനങ്ങൾ

പൊതുസമീപനത്തിൽ മാറ്റങ്ങൾ വരുത്തി കുട്ടികളിൽ മാനസികാരോഗ്യം വളർത്തിയെടുക്കുകയും പ്രോത്സാഹിപ്പിക്കുകയും ചെയ്യാവുന്നതാണ്. ഇവിടെ മാതാപിതാക്കൾക്കും അധ്യാപകർക്കും സമ്പ്രദായത്തിനും വലിയ പങ്ക് വഹിക്കുവാനുണ്ട്.

ശാസ്ത്രീയമായ ശിശുപരിപാലനരീതിവഴി മാതാപിതാക്കൾക്ക് കുട്ടികളെ ശരിയായി വളർത്തുവാൻ കഴിയേണ്ടതുണ്ട്. കുടുംബാന്തരീക്ഷം മെച്ചപ്പെടുത്തുന്നതാണ് ഏറ്റവും പ്രധാനമായിട്ടുള്ളത്. മാതാപിതാക്കൾ പരസ്പരം എങ്ങനെ ഇടപഴകുന്നുവെന്ന് കണ്ടാണ് വളരെ തുടക്കം മുതൽ കുട്ടികളും പഠിക്കുന്നത്. മാതാപിതാക്കൾ പരസ്പര ബഹുമാനത്തോടെയും സ്നേഹത്തോടെയും വിശ്വാസത്തോടെയും വിട്ടുവീഴ്ചാമനോഭാവത്തോടെയും പ്രശ്നങ്ങളെ സമീപിക്കുകയാണെങ്കിൽ കുട്ടികളും അതുപോലെയായിത്തീരുമെന്നതിൽ തർക്കമില്ല. പ്രശ്നങ്ങളോട് അതിതീവ്രമായോ തണുപ്പൻ മട്ടിലോ പ്രതികരിക്കുന്നത് ആശാസ്യമല്ല. ശരിയായ അർഥത്തിൽ സ്നേഹം പ്രകടിപ്പിക്കുന്നത് അവരുടെ ആത്മവിശ്വാസം വർദ്ധിപ്പിക്കുന്നതിനും മറ്റുള്ളവരോട് സ്നേഹത്തിലും വിശ്വാസത്തിലും വർത്തിക്കുന്നതിനും അവരെ തുടക്കത്തിലേ പ്രാപ്തരാ

ക്കുന്നതാണ്. ഒരു പ്രത്യേക പ്രശ്നത്തിന്മേൽ മാതാപിതാക്കൾക്കിടയിൽ ഭിന്നാഭിപ്രായമുണ്ടെങ്കിൽ (പ്രത്യേകിച്ച് കുട്ടിയെ സംബന്ധിക്കുന്ന) അത് കുട്ടിയുടെ അഭാവത്തിൽ ചർച്ച ചെയ്ത് പരിഹരിക്കേണ്ടതാണ്. മറിച്ച് ഓരോരുത്തരും താന്താങ്ങളുടെ അഭിപ്രായങ്ങൾ കുട്ടിയുടെ മേൽ അടിച്ചേൽപ്പിക്കുവാൻ ശ്രമിക്കുന്നത് അത്യന്തം അപകടകരമായ പ്രവണതയാണ്. അത് കുട്ടിയുടെ വ്യക്തിത്വ വികസനത്തെ ബാധിക്കുകയും ഒരു കാര്യത്തിന്മേൽ കഴിവും ആത്മവിശ്വാസവും വളർന്നുവരുന്നതിനെ തടസപ്പെടുത്തുന്നതാണ്.

കുട്ടികളിൽ ആകാംക്ഷയും സ്വതന്ത്രചിന്തയും വളർന്നുവരുവാൻ പര്യാപ്തമായ രീതിയിലാകണം മാതാപിതാക്കളും തുടർന്ന് അധ്യാപകരും പ്രവർത്തിക്കേണ്ടത്. കുട്ടിയുടെ ഏതൊരാവശ്യവും അംഗീകരിച്ചുകൊടുത്ത് അവരെ അതിരുകടന്ന ലാളനയോടെ വളർത്തിയെടുക്കുന്ന പ്രവണതയാണ് ഇപ്പോൾ വർണവർഗഭേദമെന്യേ മാതാപിതാക്കളിൽ കൂടുതലായി കണ്ടുവരുന്നത്. അത് ഗുണത്തേക്കാളേറെ ദോഷമാണുണ്ടാക്കുന്നത്. ഇന്നത്തെ ഏറ്റവും വലിയ പ്രശ്നമായ ഉപഭോഗസംസ്കാരത്തിന്റെ ജനനം ഇവിടെനിന്നാണെന്ന് നാം കാണാതെ പോകുന്നു. തന്റെ ചുറ്റുപാടും നടക്കുന്നതെന്താണെന്നുകൂടി കുട്ടിയെ ബോധ്യപ്പെടുത്തി സാധ്യതകളോടൊപ്പം ഓരോന്നിന്റേയും പരിമിതികളും വളരെ ചെറിയ കുട്ടിയായിരിക്കുമ്പോൾത്തന്നെ മനസിലാക്കിക്കൊടുക്കേണ്ടതുണ്ട്. ഇത് കുട്ടികളിൽ ഉയർന്ന സാമൂഹ്യബോധം സൃഷ്ടിക്കുന്നതിനും കാര്യകാരണസഹിതം ചിന്തിക്കുന്നതിനും അവരെ സഹായിക്കുന്നതാണ്.

പ്രശ്നമുള്ള കുട്ടിയെപ്പറ്റി അമ്മ പരാതിപ്പെടുന്നത് ശ്രദ്ധിക്കുക. “അവൻ ദോശ തിന്നുകയില്ല. ഇഡ്ഡലി മാത്രമേ വേണ്ടൂ. മൂത്തവൾക്ക് ദോശയും. അച്ഛനാണെങ്കിൽ ചപ്പാത്തിയും. രാവിലെ എട്ടുമണിക്കു മുമ്പ് എങ്ങനെയാണിതെല്ലാം തയ്യാറാക്കുക.” ഇത് എങ്ങനെ സംഭവിച്ചുവെന്നു നോക്കുക. അവരെ വളർത്തിക്കൊണ്ടുവന്ന രീതിതന്നെയാണ് യഥാർഥ പ്രശ്നം. ഈ രീതിയിൽ വളർന്നുവരുന്ന കുട്ടികൾ സ്വന്തം കാര്യത്തിനു മാത്രം പ്രാധാന്യം നൽകുന്ന വ്യക്തികേന്ദ്രീകൃതമായ ചിന്താരീതികൾക്ക് അടിമപ്പെട്ട് സ്വാർഥമോഹികളായി മാറുവാൻ ഏറെ സാധ്യതയുണ്ട്. മറിച്ച് ഒരു ദിവസം അച്ഛനടക്കം എല്ലാവർക്കും ദോശ എന്നിങ്ങനെയുള്ള ചിട്ടകൾക്ക് പ്രാമുഖ്യം നൽകുന്നത് ഉത്തമമായിരിക്കും. അത് ഒരു ശീലം വളർന്നുവരുന്നതിനും പൊതുതീരുമാനത്തിനോട് യോജിച്ച് പോകുന്നതിനും കാര്യങ്ങൾക്ക് ഒരു സമവായം ഉണ്ടാക്കുന്നതിനുമുള്ള ബോധം കുട്ടിയിൽ ജനിക്കുന്നതിനു സഹായിക്കും.

ഇന്നത്തെ മത്സരാധിഷ്ഠിത വിദ്യാഭ്യാസരീതിയാണ് മറ്റൊരു പ്രധാന വിഷയം. കുട്ടി പൊതുവിൽ നല്ല പഠനനിലവാരം പുലർത്തുന്നുണ്ടോയെന്ന് ശ്രദ്ധിക്കുന്നതിനു പകരം മാതാപിതാക്കൾക്ക് തിടുക്കം അവൻ ഫസ്റ്റു തന്നെ വാങ്ങിയിട്ടുണ്ടെന്ന് ഉറപ്പാക്കുന്നതിനാവും. റാങ്കിനുപകരം

ഗ്രേഡിങ് മതിയെന്ന വാദത്തിന്റെ പ്രാധാന്യം ഇവിടെ നാം ഓർക്കേണ്ടതാണ്.

പഠനത്തോടൊപ്പം വ്യക്തിത്വവികസനത്തിനും തുല്യപ്രാധാന്യം നൽകുന്ന വിദ്യാഭ്യാസരീതിയാണ് ആവശ്യം. കുട്ടിയെ എപ്പോഴും പഠനത്തിൽ മാത്രം കേന്ദ്രീകരിച്ച് നിർത്തുവാനാണ് മാതാപിതാക്കളും പൊതുവിൽ അധ്യാപകരും ശ്രദ്ധിക്കുന്നത്. പാഠ്യേതരവിഷയങ്ങളിൽ താൽപ്പര്യം ജനിപ്പിക്കുന്നതിനും ഉള്ള കഴിവുകൾ വളർത്തിയെടുക്കുന്നതിനും നാം കൂടുതൽ പരിഗണന നൽകേണ്ടതാണ്. എല്ലാ കുട്ടികളിലും പാഠ്യേതരമായി മറ്റേതെങ്കിലും മേഖലയിൽക്കൂടി കഴിവുണ്ടായിരിക്കും. അത് സാഹിത്യപരമോ കലാപരമോ കായികമോ നേതൃത്വപരമായ കഴിവോ ആയിരിക്കും. പഠനത്തോടൊപ്പം മറ്റൊന്നിൽക്കൂടി ആഴത്തിൽ ഇടപെടാൻ അവസരം നൽകുന്നത് കുട്ടികൾ ദുഷ്പ്രവണതകളിൽപ്പെട്ടു പോകുന്നതിൽനിന്നും, അവരെ തടയുന്നതാണ്. ഇത്തരത്തിലുള്ള ബോധപൂർവ്വമായ ശ്രമം സമൂഹത്തിനും പ്രത്യേകിച്ച് മാതാപിതാക്കൾക്കും ഉണ്ടാകേണ്ടിയിരിക്കുന്നു. ഏറ്റവും കുറഞ്ഞത് സ്വന്തം കുട്ടിയെ ദിവസേന അരമണിക്കൂർ ദിനപ്പത്രം വായിക്കുവാൻ ശീലിപ്പിക്കുകയെങ്കിലും ചെയ്താൽ മാത്രം മതി. അത് അവനെ ഒരു ഉത്തമ പൗരനായി വളരുവാൻ പ്രേരിതനാക്കും. പക്ഷേ നേരം പുലരുമ്പോഴേക്കും ഭാണ്ഡവും പേറി പോകുന്ന കുട്ടി എത്തുന്നത് സായം സന്ധ്യയിലാവും. പിന്നെ ഹോം വർക്കുകളുടെ വേളയായി. പത്രം വായിക്കാനെവിടെ സമയം? മാതാപിതാക്കളുമൊത്ത് ഇടപഴകുന്നതിനും അവസരമുണ്ടാകില്ല. 'പോയി പഠിക്കെടാ'യെന്ന പല്ലവിയാകും അമ്മയ്ക്ക്. കുട്ടിയുടെ ഉത്തരവാദിത്വം പഠനം മാത്രമാണെന്ന് ധ്വനി.

പ്രീപ്രൈമറി തലത്തിൽ മുതൽ അധ്യാപകരും പ്രധാനമായി വരുന്നു. കുട്ടികളിലെ അമിത ആഗ്രഹപ്രവണത, ആക്രമണപ്രവണത, തുടങ്ങിയവയെ പ്രീപ്രൈമറി തലത്തിൽവച്ചുതന്നെ ശാസ്ത്രീയമായി സമീപിക്കുന്നത് ഗുണകരമാണ്. ഇതിനുള്ള പ്രത്യേക പരിശീലനവും ശേഷിയും മാതാപിതാക്കൾക്കും അധ്യാപകർക്കും സമ്പ്രദായത്തിന്റെ ഭാഗമായി നൽകുകയാണ് വേണ്ടത്. പ്രീപ്രൈമറി കരിക്കുലം തയ്യാറാക്കുക, കുട്ടികളുടെ വളർച്ചാഘട്ട സവിശേഷത മുൻനിർത്തിയുള്ള കളികൾ ആസൂത്രണം ചെയ്യുക എന്നിവ ഇവിടെ പ്രധാനമാണ്. കുട്ടികളിൽ കൂട്ടായ്മയും പരസ്പരവഴക്കങ്ങളും തുടക്കത്തിലേ വളർത്തിയെടുക്കുന്നതിന് ഇത്തരം ആസൂത്രണങ്ങൾ അനിവാര്യമാണ്. ഇവിടേയും തദ്ദേശസ്വയംഭരണ സ്ഥാപനങ്ങൾക്ക് വലിയ പങ്കു വഹിക്കുവാൻ കഴിയുന്നതാണ്.

രോഗപ്രതിരോധ പ്രവർത്തനങ്ങളിലെ വെല്ലുവിളികൾ

അപര്യാപ്തമായ സാമൂഹികാവബോധം: ശിശു-കൗമാര മാനസികാരോഗ്യപ്രശ്നങ്ങളിൽ ശാസ്ത്രീയമായ ഒരു പൊതുസമീപനം

സാമൂഹികതലത്തിൽ സാമ്പ്രദായികമായി ഇനിയും രൂപപ്പെട്ടുവന്നിട്ടില്ല. ഇക്കാര്യത്തിൽ മാതാപിതാക്കളുടെയും അധ്യാപകരുടെയും സ്ഥിതി വിഭിന്നമല്ല. മുൻപ് സൂചിപ്പിച്ചതുപോലെയുള്ള പദ്ധതികൾ തദ്ദേശ സ്വയംഭരണസ്ഥാപനങ്ങൾവഴി ഇനിയും വ്യാപകമായിട്ടില്ല.

അടിസ്ഥാനസൗകര്യങ്ങളിലെ അപര്യാപ്തത: മാനസികരോഗ പ്രതിരോധപ്രവർത്തന സേവനങ്ങൾ പൊതുജനാരോഗ്യസംവിധാനത്തിന്റെ ഭാഗമായി സാമൂഹിക, സാമ്പത്തിക, ജാതി, മത, വംശീയ, ലിംഗ, പ്രായഭേദമെന്യേ എല്ലാ ജനങ്ങൾക്കും എത്തിച്ചുകൊടുക്കേണ്ടതുണ്ട്. എന്നാൽ സാമ്പ്രദായികമായി നമുക്ക് ഇതിന് കഴിയുന്നില്ല.

വിഭവങ്ങൾ: വിഭവങ്ങളുടെ അഭാവം മറ്റൊരു വെല്ലുവിളിയാണ്. വിഷയത്തിന്റെ ഗൗരവം കണക്കിലെടുത്ത് ശരിയായ ആസൂത്രണംവഴി ഇതു മറികടക്കാവുന്നതാണ്.

അക്കാദമികം: ശിശുകൗമാര മാനസികാരോഗ്യപ്രശ്നങ്ങളിൽ യുവഡോക്ടർമാർക്ക് ശരിയായ പരിശീലനം നൽകുന്നതിനുള്ള കരിക്കുലം ഇനിയും രൂപപ്പെട്ടുവരേണ്ടതുണ്ട്. ഇവിടെ വൈദ്യവിദ്യാഭ്യാസ സ്ഥാപനങ്ങൾ അവരുടെ പങ്ക് ശരിയായി നിർവഹിക്കുന്നില്ല. മെഡിക്കൽ കോളേജുകൾ കേന്ദ്രീകരിച്ച് പീഡിയാട്രിക്സ് ഡിപ്പാർട്ട്മെന്റിന്റെ ഭാഗമായി ശിശു-കൗമാരമാനസികാരോഗ്യവിഭാഗങ്ങൾ വികസിപ്പിച്ചെടുക്കുന്നതുവഴി ഈ വിഷയത്തിൽ അക്കാദമികതലത്തിലും സാമൂഹിക തലത്തിലുമുള്ള വെല്ലുവിളികൾ നേരിടുവാൻ കഴിയുന്നതാണ്. പ്രശ്നങ്ങൾ നേരിടുന്നതിന് ആവശ്യമായ സാമൂഹികതലഗവേഷണ പദ്ധതികൾ ആസൂത്രണം ചെയ്യേണ്ടതുണ്ട്.

ഈ മേഖലയിലെ വെല്ലുവിളികൾ നേരിടുന്ന കാര്യത്തിൽ ശിശു-കൗമാരമാനസികാരോഗ്യവിദഗ്ധർക്കു വലിയ പങ്കു വഹിക്കുവാനുണ്ട്.

മാനസികരോഗപ്രതിരോധപദ്ധതിക്കുള്ള ചില നിർദ്ദേശങ്ങൾ

- കുട്ടികളിലെ നാനാവിധ വൈകല്യങ്ങൾ ശൈശവ/ബാല്യകാലത്തിൽത്തന്നെ കണ്ടെത്തുന്നതിന് പ്രത്യേകം ശ്രദ്ധിക്കുക.
- ശൈശവ/ബാല്യകാലങ്ങളിലെ കുട്ടികളുടെ സ്വഭാവങ്ങൾ കുടുംബതലത്തിൽ നിരീക്ഷണത്തിന് വിധേയമാക്കുക.
- പ്രീപ്രൈമറി തലത്തിലുള്ള അധ്യാപകർക്ക് ശിശുമാനസിക വികാസപ്രക്രിയ, സാധാരണ ശിശുമാനസികാരോഗ്യപ്രശ്നങ്ങൾ, ഇവയെ നേരിടുന്നതിനുള്ള പ്രാഥമികമായ മാർഗങ്ങൾ എന്നിവയെക്കുറിച്ച് അക്കാദമികമായി തയ്യാറാക്കിയ കരിക്കുലംവഴി പരിശീലനം നൽകുക.
- ചൂരൽ പ്രയോഗത്തിലൂടെ സ്വഭാവ/പഠനപ്രശ്നങ്ങൾ നേരിടുന്ന രീതി ഒഴിവാക്കി അതെന്തുകൊണ്ട് എന്നു കണ്ടെത്തുവാൻ ശ്രമിക്കുക.

- മാതാപിതാക്കളും അധ്യാപകരും അവരുടെ സമീപനത്തിൽ മാറ്റം വരുത്തേണ്ടതുണ്ട്.

- കൗമാരക്കാരുടെ വ്യക്തിത്വവികാസ/വൈകാരികപ്രശ്നങ്ങൾ ശരിയായി സമീപിക്കുന്നതിന് അവർക്കും അധ്യാപകർക്കും മാതാപിതാക്കൾക്കും വെവ്വേറെയായ ഗ്രൂപ്പ് കൗൺസിലിങ്/ സൈക്കോതെറാപ്പി തുടർച്ചയായി ഏർപ്പെടുത്തുക.

- സ്കൂൾ ശിശു-കൗമാര മാനസികാരോഗ്യപദ്ധതി ആസൂത്രണം ചെയ്തു നടപ്പിലാക്കുക.

- ഇത്തരത്തിൽ സ്കൂളിന് പുറത്തുള്ളവർക്ക് ICDS തുടങ്ങിയ ഏജൻസികൾ വഴി മാനസികാരോഗ്യപദ്ധതി നടപ്പിലാക്കാവുന്നതാണ്.

- അധ്യാപകർക്ക് 'പ്രശ്നക്കാരായ കുട്ടികളെ' പ്രത്യേകം കണ്ടെത്തി പ്രാഥമികമായ ഇടപെടൽ നടത്തുന്നതിനുള്ള പ്രത്യേക പരിശീലനപദ്ധതി ഇതിന്റെ ഭാഗമായി നടപ്പിലാക്കാവുന്നതാണ്.

- മാനസികരോഗപ്രവണതയും രോഗസാധ്യതാഘടകങ്ങളുമുള്ള കുട്ടികളുടെ മാതാപിതാക്കൾ പ്രത്യേക ശ്രദ്ധ വച്ചുപുലർത്തുക.

- മദ്യപാനം, മയക്കുമരുന്നുപയോഗം തുടങ്ങിയ പ്രവണതയുള്ള കുട്ടികൾക്ക് മാനസികാരോഗ്യവിദഗ്ദ്ധന്റെ പ്രത്യേക സേവനം ലഭ്യമാക്കുവാൻ ശ്രദ്ധിക്കുക.

- ഈ വിഷയത്തിൽ ഏറ്റവുമധികം സംഭാവന നൽകുവാൻ കഴിയുന്നത് തദ്ദേശസ്വയംഭരണസ്ഥാപനങ്ങൾക്കാണ്.

REFERENCES

1. Raising Children- National Institute of Mental Health
2. Handbook of Child and Adolescent Psychiatry-Joseph. D. Nospitz Vol.6
3. Handbook of Child and Adolescent Psychiatry-Vol. 1
4. Nelson's Textbook of Paediatrics-17th Edn.
5. Comprehensive Textbook of Psychiatry- Vol. 2